మ్యాజిక్™

The Secret™

మ్యాజిక్™

రోండా బర్న్

MANJUL

మంజుల్ పబ్లిషింగ్ హౌస్

First published in India by

MANJUL

Manjul Publishing House
Corporate and Editorial Office
• 2nd Floor, Usha Preet Complex, 42 Malviya Nagar, Bhopal 462 003 - India
Sales and Marketing Office
• C-16, Sector 3, Noida, Uttar Pradesh 201301 - India
Website: www.manjulindia.com

Distribution Centres
Ahmedabad, Bengaluru, Bhopal, Kolkata, Chennai,
Hyderabad, Mumbai, New Delhi, Pune

The Magic by Rhonda Byrne

This edition first published in 2014
Tenth impression 2024

www.thesecret.tv

Published by arrangement with the original publisher, Atria Books,
a Division of Simon & Schuster, Inc.

ISBN 978-81-8322-419-2

Translation: Sathyavathi
Typesetting: Balaji Graphics

Artwork concept and art direction by Nic George for Making Good LLC. Book layout and design by Gozer Media P/L (Australia), www.gozer.com.au, directed by Making Good LLC. Interior photography by Raphael Kilpatrick, directed by Making Good LLC.

Printed and bound in India by Nutech Print Services.

The information contained in this book is intended to be educational and not for diagnosis, prescription or treatment of any health disorder or as a substitute for financial planning. This information should not replace consultation with a competent healthcare or financial professional. The content of this book is intended to be used as an adjunct to a rational and responsible program prescribed by a healthcare practitioner of financial professional. The author and publisher are in no way liable for any misuse of the material.

"ఈ విధంగా మీరు ప్రపంచంలోని
సర్వసంపదలను పొందగలరు."

ఎమరాల్డ్ టాబ్లెట్ (సుమారు క్రీ.పూ. 5,000-3,000)

అంకితం మీకే

మ్యాజిక్ మీకోసం ఒక కొత్త ప్రపంచానికి ద్వారాలు తీయుగాక.
మీ జీవితమంతా ఆనందం నిండుగాక.

ఇది మీ కోసమూ, ప్రపంచం కోసమూ
నా ఆకాంక్ష.

ధన్యవాదాలు

నేను ఒక పుస్తకం వ్రాయడానికి కూర్చున్నప్పుడు, ఆ సృజన అంతా ఆనందమయంగా కనిపిస్తుంది. ఏకాంతంగానూ అనిపిస్తుంది. కేవలం నేనూ నా సృజనా మాత్రమే వున్నామనిపిస్తుంది. క్రమక్రమంగా నా చుట్టూ ప్రపంచం విస్తృతమౌతుంది. ఎంతోమంది మనుషులు వచ్చి చేరతారు. వారంతా వారివారి నైపుణ్యాలను చేరుస్తారు. చివరకు కొత్త సృష్టి పుస్తకరూపంలో మీ చేతికి వస్తుంది. ఈ మ్యాజిక్ పుస్తకం అట్లా మీ చేతికి రావడానికి ఎంతోమంది కృషి వున్నది.

థాంక్యూ, థాంక్యూ, థాంక్యూ: నా కూతురు స్కైకి. నాతోనూ, జోష్ గోల్డ్‌తోనూ ఈ పుస్తకాన్ని ఎడిట్ చేస్తూ నా పక్కనే వున్నందుకు తన శాస్త్రీయ విజ్ఞానాన్ని, పరిశోధన నైపుణ్యాలనూ నాతో పంచుకుంటూ, నేను మతం తాలూకు పదాలనూ శాస్త్రీయ విజ్ఞానాన్నీ మేళవించగలగడానికి ఎంతో దోహదం చేశాడు జోష్ గోల్డ్. బియాండ్ వర్డ్స్‌కి చెందిన నా సంపాదకురాలు సిండీ బ్లాక్‌కు, తన సూటి అయిన సంపాదకత్వపు వ్యాఖ్యానాలకు, సూచనలకు ప్రశ్నలతో నన్ను మరింత మెరుగైన రచయితగా రూపొందినందుకు. ముఖచిత్ర రూపకల్పనతోపాటు లోపలి పేజీలలోని చిత్రాలను రూపొందించిన సృజనశీలి నిక్ జార్జ్‌కి ధన్యవాదాలు.

గోజర్ మీడియాలోని షామస్ హోర్, కార్లా థోరస్టన్లకు ఈ పుస్తకానికి ఇంత సుందరమైన లేఅవుట్ చేసినందుకు, ఈ కొత్త పుస్తకాన్ని లోకంలోకి తేవడానికి సహకరించిన సీక్రెట్ బృందానికి ధన్యవాదాలు. వాళ్ళు నా

పుస్తకానికి వెన్నెముకలాంటివారు: ముఖ్యంగా నా పబ్లిషింగ్ బృందానికి నాయకత్వం వహించే నా సోదరి జాన్ ఛైల్డ్‌కి, నా అతిపెద్ద సృజనాత్మక బృందాన్ని నడిపే ఆండ్రియా కైర్‌కి, ఈ పుస్తకంలోని మ్యాజికల్ చిత్రాలకు రూపకల్పన చేసిన ఛాయాగ్రాహకుడు రాఫీల్ కిల్పాట్రిక్, అతనికి సహకరించిన నా సోదరి గ్లెండా బెల్, పాల్ హారింగ్టన్‌లకు, తెర వెనుక అద్భుతమైన సహకారం అందించిన నా సీక్రెట్ బృందానికి, వారి అమూల్యమైన సలహా సహకారాలకు మరీ మరీ ధన్యవాదాలు. డాన్ జిక్, మార్క్ ఒకోనర్, మైక్ గార్డినర్, లోరి షరపోవ్, కోరి జొహన్ సింగ్, చై లీ, నా కూతురు హైలీలకు ధన్యవాదాలు.

థాంక్యూ, థాంక్యూ, థాంక్యూ: నా పబ్లిషర్లు ఏట్రియా బుక్స్, సైమన్ షుస్టర్‌లకు, కారొలీన్ రీడీ, జూడిత్ కర్, డార్లీన్ డెల్లిల్లొ, ట్వయిసన్ ఫాన్, జేమ్స్ పెర్విన్, కింబర్లీ గోల్డ్ స్టీన్, ఐసొల్డే సార్ వంటి అద్భుతమైన బృందంతో పనిచెయ్యగలగడం నా అదృష్టం.

థాంక్యూ, థాంక్యూ, థాంక్యూ: ఏంజిల్ మార్టిన్ వెలయోస్‌కి, అతని ఆధ్యాత్మిక మార్గదర్శకత్వానికి, ప్రేమకు, వివేకానికి, నా సోదరి పాలీన్ వెర్నన్‌కు, నా ఆప్తమిత్రులకు, నా కుటుంబానికి, వారంతా నాకిచ్చిన నిరంతర సహకారానికి, నా పుస్తకంపట్ల చూపిన ఉత్సాహానికి... జీవితసత్యాలను కనుగొన్న అలనాటి మహానుభావులకు, వారు వదిలిపోయిన రచనలకు సరిఅయిన అర్థాలను మనం సరి అయిన సమయంలో కనుక్కున్నందుకు మన జీవితాన్ని మార్చే ఆ క్షణాన్ని కళ్లతో చూసి చెవులతో విని.

విషయసూచిక

మీకు మ్యాజిక్‌లో నమ్మకం వుందా?

"మ్యాజిక్‌లో నమ్మకం లేనివారికి అదెప్పుడూ తటస్థపడదు."

రొఆల్డ్ డాల్ (1916–1990)
రచయిత

మీకు గుర్తుండే వుంటుంది మీ బాల్యంలో మీరు ప్రపంచాన్నంతనీ ఆశ్చర్యంతో, ఉత్సుకతతో చూడడం! జీవితం అంతా ఒక ఇంద్రజాలంలా, సంభ్రమం కలిగిస్తూ, ప్రతి చిన్న విషయాన్నీ విస్మయంతో చూసి పులకించిన రోజులు ఎలా మర్చిపోతాం? పచ్చిగడ్డి మీద మంచుబిందువులు, గాలిలో పల్టీలుకొట్టే సీతాకోకచిలుకలూ ఎన్నడూ చూడని కొత్త ఆకులు, కొత్త రాళ్ళు ఒకటేమిటీ, ఈ భూమిమీద ఎన్ని ఆశ్చర్యాలో!

మొదటిసారి పన్ను ఊడినప్పుడు ఎంత ఉద్వేగమో! ఎందుకంటే ఆ రాత్రి ఒక దేవత వచ్చి బహుమానం ఇస్తుందని! అట్లాగే క్రిస్మస్ రాత్రి శాంటాక్లాజ్ కోసం ఎదురుచూడ్డం! శాంటాక్లాజ్ ఎట్లా వస్తాడో తెలియకపోయినా కూడా ఎంత ఉత్సాహపు ఎదురుచూపది! ఆయనెప్పుడూ ఎవర్నీ నిరాశపరచలేదు.

కొమ్ముల దుప్పులు ఎగరగలవు. తోటలో దేవతలున్నారు. పెంపుడు జంతువులు మన సాటి మనుషుల్లాంటివి, ఆటబొమ్మలక్కూడా వ్యక్తిత్వాలుంటాయి, కలలు నిజమౌతాయి, మనం నక్షత్రాలను అందుకోగలం, గుండె నిండా సంతోషం ఊహలకి పరిధులూ పరిమితులూ లేవు. జీవితం ఒక అద్భుతమైన ఇంద్రజాలం అని నమ్మిన రోజులవి!

మనందరమూ కూడా మన బాల్యంలో అంతా బాగుందనీ, ప్రతిరోజూ ఒక కొత్త ఉత్సాహానికీ, సాహసానికీ దారితీస్తుందనీ, మన ఆనందానికి అడ్డుకట్టలు ఎవరూ వెయ్యలేరనీ అనుకుంటాం. కానీ మనం పెరిగి పెద్దవుతున్నకొద్దీ మనని బాధ్యతలూ, సమస్యలూ, కష్టాలూ చుట్టుముడతాయి. మన బాల్యపు కమ్మని కలలన్నీ భ్రమలుగా కరిగిపోవడం మొదలౌతుంది. మనం ఊహించిన అద్భుతమంతా అదృశ్యమైపోతుంది. అందువల్లనేనేమో మనం పెద్దయినాక పిల్లల మధ్య వుండడానికి ఎక్కువ ఇష్టపడతాము. ఒక్క క్షణమైనా సరే మన పాత ప్రపంచంలో జీవించాలని ఆశపడతాము. ఒకప్పుడు మనం జీవితం ఒక మ్యాజిక్ లాంటిదని అనుకున్నది నిజమేనని, అదొక భ్రమ కాదని ఇప్పుడు నేను మీకు చెప్పబోతున్నాను. మనం అవ్వన్నీ భ్రమలనుకోవడమే తప్పని కూడా చెప్పబోతున్నాను. చిన్నప్పుడు మనకి అన్ని విషయాలలోనూ మంచే కనపడుతుంది. ప్రతిరోజూ మనకొక గొప్ప ఉత్సాహాన్నీ, సాహసాన్నీ వాగ్దానం చేస్తుంది. మన అద్భుత ప్రపంచాన్నేదీ నిలువరించజాలదనిపిస్తుంది. కానీ మనం పెరిగి పెద్దవాళ్ళమౌతాం. బాధ్యతలూ, సమస్యలూ, కష్టాలూ మన మీద ప్రభావం చూపిస్తాయి. ఒకప్పటి మన ఉత్సాహమూ, అద్భుత ప్రపంచమూ అబద్ధమనిపిస్తుంది. అందువలననే పెద్దవాళ్లమైనాక మనచుట్టూ పిల్లలుంటే బాగుండుననిపిస్తుంది. కొన్ని క్షణాలైనా మన బాల్యపు ఆనందాలను తిరిగి అనుభవించినట్లనిపిస్తుంది.

ఒకప్పుడు జీవితం ఒక అద్భుతమైన ఇంద్రజాలం అని మనం అనుకున్నది నిజం అని ఇప్పుడు మీకు చెప్పబోతున్నాను. మీ ఉనికి ఎంత నిజమో అది అంత నిజం. నిజానికి మనం చిన్నప్పుడు అనుకున్నదానికన్న కూడా అద్భుతమైనది మన జీవితం. మరింత ఉత్తేజకరమైనది. మరింత ఉత్సాహ భరితమైనది. ఆ అద్భుతాన్ని మన జీవితంలోకి మళ్ళీ ఎట్లా ఆహ్వానించుకోవాలో తెలుసుంటే మన స్వప్నాలు సాకారమైనట్లే. అప్పుడు మీరే ఆశ్చర్యపడతారు. జీవితంలో వుండే మ్యాజిక్‌ను ఎందుకు విడిచిపెట్టేశాం అని.

కొమ్ముల దుప్పులు ఎగరకపోవచ్చు కానీ మీరు కోరుకున్నవన్నీ మీకు సాకారం కావడాన్ని మీరు చూడగలరు. మీరు ఎంతోకాలం కలలు కన్నవన్నీ

హఠాత్తుగా మీకు అందవచ్చు. అవలా సాధ్యం కావడానికి ఏఏ శక్తులు సహకరించాయో మీకు ఎప్పటికీ తెలియకపోవచ్చు. ఎందుకంటే అద్భుతాలన్నీ అదృశ్యసీమలలోనే సంభవిస్తాయి. అదే గొప్ప సంభ్రమాన్ని కలిగించే విషయం.

ఇప్పుడీ వయసులో తిరిగి ఆ ఇంద్రజాలాన్ని అనుభవించడానికి సిద్ధంగా వున్నారా మీరు? ప్రతిరోజూ చిన్నపిల్లలలా ఆ విస్మయానందాన్ని, నిబిడాశ్చర్యాన్ని అనుభవించాలని వుందా మీకు? అయితే ఆ అద్భుతంలోకి అడుగుపెట్టండి.

మన ఈ సాహసయాత్ర రెండు వేల సంవత్సరాల కిందట ప్రారంభమైంది. అప్పుడు ఒక పవిత్ర గ్రంథంలో మన జీవితాన్ని మార్చే రహస్యం దాగివున్నది.

బహిర్గతమైన ఒక అద్భుత సత్యం

ఈ క్రింది వాక్యాలు మనకు పవిత్ర గ్రంథంలోని మాథ్యూ సువార్తలో కనిపిస్తాయి. కానీ కొన్ని శతాబ్దాలుగా ఈ వాక్యాలను చాలామంది సరిగ్గా అర్థం చేసుకోలేకపోయారు.

"ఎవరి దగ్గరైతే ఎక్కువగా వుంటుందో వారే మరింత ఎక్కువ పొందుతారు. ఎవరి దగ్గర వుండదో వారి దగ్గరున్నది కూడా పోగొట్టుకుంటారు."

ఈ వాక్యాలు చదివినప్పుడు మీకు ముందు ఇవి న్యాయమైనవిగా అనిపించవు. అంటే ఈ వాక్యాల ప్రకారం ధనవంతులు మరింత ధనవంతులౌతారనీ, బీదలు మరింత బీదలౌతారనీ అర్థం చేసుకుంటారు. అయితే ఇందులో వున్న గూఢార్థాన్ని మనం విప్పి చూడాలి. అట్లా ఈ వాక్యాల్లో దాగిన అంతరార్థాన్ని అర్థం చేసుకోగలిగితే, మీ కళ్ళముందు ఒక అద్భుత ప్రపంచం సాక్షాత్కరిస్తుంది.

ఇంతకాలంగా మనతో దాగుడుమూతలాడి ఇప్పుడు మనకి సాక్షాత్కరించిన ఆ అద్భుతమైన పదమే **కృతజ్ఞత**.

"ఎవరి దగ్గరైతే ***కృతజ్ఞత*** *వుంటుందో వాళ్ళు అధిక ఫలాలను పొందగలరు. ఎవరి దగ్గరైతే* ***కృతజ్ఞత*** *అసలు వుండదో వారి దగ్గర వున్న కాస్త సంపద కూడా మాయమై పోతుంది."*

సువార్తలో దాగివున్న ఈ ఒక్క పదం బహిర్గతం కావడంతో ఇప్పుడు మనకు ఆ వాక్యాలు స్పష్టంగా అర్థమౌతున్నాయి. ఈ వాక్యాలు వెలువడి వెయ్యి సంవత్సరాలు అయివుండవచ్చు. కానీ అవి ఎల్లకాలాలకూ వర్తించే సత్యాలు. మీరు పొందిన వాటికి కృతజ్ఞత చెప్పకపోతే మీకెప్పుడూ అధిక ఫలాలు దక్కవు. మీ దగ్గరున్న సంపద కూడా పోగొట్టుకుంటారు. కనుక కృతజ్ఞత అనే భావంలో వుండే మహిమకు ఈ క్రింది వాక్యాలే ఉదాహరణ. *"మీలో కృతజ్ఞత వుంటే మీకు అధికఫలాలు దక్కుతాయి. పుష్కలంగా దక్కుతాయి."*

కురాన్‌లో కూడా కృతజ్ఞత గురించి స్పష్టంగా చెప్పి వున్నారు :

"గుర్తు పెట్టుకోండి: అల్లా ప్రకటించాడు, "మీరు కృతజ్ఞులై వుంటే నేను మీకింకా ఇస్తాను. కానీ మీరు కృతజ్ఞతారహితులైతే మాత్రం నేను వేసే శిక్ష కఠినంగా వుంటుందనేది నిజం."

మీరు ఏ మతాన్ని అవలంబించినా, లేదా మీకే మతంలోనూ విశ్వాసం లేకపోయినా కూడా పవిత్ర గ్రంథాలలోనూ, కురాన్‌లోనూ చెప్పిన ఈ సత్యాలు మీ జీవితానికి అనువర్తిస్తాయి. ఇవి విశ్వజనీనమైన ప్రాథమిక సత్యాలు.

ఇది విశ్వజనీన సూత్రం

మన జీవితాన్ని పాలించే ఒక విశ్వజనీన సూత్రం ద్వారా కృతజ్ఞత వ్యక్తమౌతూ వుంటుంది. అణువుల నిర్మాణం దగ్గర్నుంచీ గ్రహాల కదలికల వరకూ ప్రపంచంలోని యావచ్ఛక్తినీ శాసించే ఆకర్షణ సూత్రం ప్రకారం సజాతి శక్తులు ఒకదానినొకటి ఆకర్షించుకుంటాయి. ప్రతి ప్రాణిలోనూ వుండే కణజాలమంతా కూడా ఆకర్షణ సూత్రం ద్వారానే ఒకదానినొకటి అంటుకుని

వుంటాయి. అట్లాగే ప్రతి వస్తువులోనూ వుండే పదార్థాలు కూడా! మన భావాలకు, అనుభూతులకూ కూడా ఈ సూత్రం వర్తిస్తుంది. ఎందుకంటే మన భావాలూ, అనుభూతులూ కూడా ఒక శక్తిలాంటివే. అందుచేత మనం ఏం తలుచుకున్నా, ఎలా భావించినా ఆ భావాలూ, అనుభూతులూ అన్నీ తిరిగి మనని ఆకర్షిస్తాయి.

"నా ఉద్యోగం నాకు నచ్చడం లేదు," "నా దగ్గర సరిపడ్డంత డబ్బు లేదు," "నాకు సరైన భాగస్వామి దొరకలేదు," "నేను నా బిల్లులన్నీ కట్టలేకపోతున్నాను," "నాకేదో జరుగుతోంది," "అతను/ఆమె నన్ను మెచ్చుకోడం లేదు," "నా తల్లిదండ్రులతో నాకు పొసగడం లేదు," "నా పిల్లలు నాకు సమస్యలు తెచ్చిపెడుతున్నారు," "నా జీవితం అంతా గందరగోళంగా తయారైంది," "నా దాంపత్య జీవితం కూడా చిక్కుల్లో పడింది" ఇట్లా మీరు అనుకున్నారనుకోండి, మీరు నిజంగా అటువంటి అనుభవాలనే ఆకర్షిస్తారు. అవే మీకు తటస్థపడతాయి.

కానీ మీరు నిజంగా జీవితానికి ఎందుకు కృతజ్ఞులుగా వున్నారో ఆ విషయాలు, ఉదాహరణకి "నా ఉద్యోగమంటే నాకు చాలా ఇష్టం," "నా కుటుంబం నాకెప్పుడూ అండగా నిలుస్తుంది," "ఈ సెలవులు బాగా గడిపాను," "నాకీసారి చాలా ఎక్కువ టాక్స్ రీఫండ్ వచ్చింది," "ఈసారి మా అబ్బాయితో వారాంతాన్ని బాగా గడిపాను" అట్లా మీరు మనస్ఫూర్తిగా కృతజ్ఞత చెప్పుకుంటే ఆకర్షణ సిద్ధాంతం ప్రకారం మీకు అటువంటి అనుభవాలే కలుగుతాయి. అయస్కాంతం లోహాన్ని ఎట్లా ఆకర్షిస్తుందో అట్లాగే మీ కృతజ్ఞతాభావం కూడా మంచి విషయాలను ఆకర్షిస్తుంది. కృతజ్ఞత ఒక అయస్కాంతం. మీలో కృతజ్ఞత ఇనుమడించినకొద్దీ మీరు మరిన్ని మంచి విషయాలను ఆకర్షిస్తారు. అదొక సార్వజనీన సిద్ధాంతం.

"చుట్టూ తిరిగేవి మళ్ళీ మన దగ్గరకే వస్తాయి," "ఏ విత్తనం నాటితే ఆ పంటే కోసుకుంటారు," "మీరిచ్చిందే మీకు దక్కుతుంది" అనే మాటలు

మీరు వినే వుంటారు. ఈ నానుడులన్నీ చెప్పేది ఈ ఒక్క సూత్రాన్నే. అవన్నీ కూడా ఈ సార్వజనిక సూత్రాన్నే వివరిస్తున్నాయి. ఇదే ఐజాక్ న్యూటన్ అనే గొప్ప వైజ్ఞానిక శాస్త్రవేత్త కనుక్కున్న సూత్రం కూడా.

న్యూటన్ కనుక్కున్న ప్రాథమిక చలన సూత్రాలలో ఒకటి ఇలా చెబుతుంది :

ప్రతి ఒక్క చర్యకూ దానికి సమానమైన ప్రతిచర్య (రియాక్షన్) వుంటుంది.

న్యూటన్ సిద్ధాంతానికి కృతజ్ఞత అనే భావాన్ని అనువర్తింపజేస్తే ఇలా చెప్పుకోవచ్చు. కృతజ్ఞత (చూపించిన) ఇచ్చిన ప్రతిసారీ మనం దాన్ని పుచ్చుకోవడం కూడా జరుగుతుంది. అంటే కృతజ్ఞత ఇచ్చి పుచ్చుకోవడం అన్నమాట. అంటే ఎప్పుడెప్పుడు మీలో కృతజ్ఞతాభావం మొలకెత్తితే అప్పుడప్పుడు మీరు కూడా మరొకరిదగ్గర్నుంచీ దాన్ని అందుకుంటారన్న మాట. మీరెంత హృదయపూర్వకంగా కృతజ్ఞత చూపిస్తారో, మీకు అంతకన్న పుష్కలంగా అది అందుతుంది.

కృతజ్ఞత అనే బంగారు తీగె

మానవజాతి చరిత్రలో వేలవేల సంవత్సరాలకు ముందు కూడా కృతజ్ఞతను గురించి బోధించారు. అప్పటినుంచీ దాని ప్రాధాన్యతను గురించి ఖండ ఖండాంతరాలలో వింటూనే వున్నాం. అన్ని నాగరికతలలోనూ, సంస్కృతుల లోనూ అది అంతర్గతమైపోయింది. ప్రధాన మతాలైన క్రిష్టియానిటీ, ఇస్లామ్, జూడియిజమ్, బుద్ధిజమ్, జైనిజమ్, హిందూయిజమ్, సిక్కిజమ్ అన్నీ కూడా వాటి ప్రధాన సూత్రాలలో కృతజ్ఞతను చేర్చుకున్నాయి.

మీరు చూపించే కృతజ్ఞత మీకొక బీమా వంటిది. కృతజ్ఞతవల్లే మీ సంపద నిలిచి వుంటుంది అంటాడు ముహమ్మద్.

ఆనందమూ, కృతజ్ఞతా తప్ప మరేమీ అక్కర్లేదంటాడు గౌతమబుద్ధుడు.

ప్రపంచాన్ని వున్నదున్నట్లు అంగీకరించి ఆనందిస్తే ప్రపంచం అంతా మీదే అంటాడు లావో త్సూ.

తనకేదిస్తే అది ఆనందంగా స్వీకరిస్తానంటాడు కృష్ణ.

భూమికీ, స్వర్గానికీ మధ్య ప్రతి అంశానికీ ప్రపంచం మొత్తానికీ కృతజ్ఞత చెప్పడాన్ని గురించి ప్రస్తావించాడు కింగ్ డేవిడ్.

ప్రతి అద్భుతం చేయబోయేముందూ "థాంక్యూ" అనేవాడు జీసస్ క్రైస్ట్.

మూలవాసులైన ఆస్ట్రేలియన్లు, ఆఫ్రికాలోని మాసై, జులు, అమెరికన్ నవజో, షానీ, చెరోకీ, టహిటియన్స్, ఎస్కిమోలు, మయోరీలూ అందరూ కూడా కృతజ్ఞత చెప్పడాన్ని అభ్యాసం చేస్తారు.

> *"పొద్దున లేవగానే మీకు జీవితాన్నీ, శక్తినీ ఇస్తున్న ఉదయభాను కిరణాలకు కృతజ్ఞత చెప్పండి. మీకు దొరుకుతున్న ఆహారానికీ, జీవితంలో లభిస్తున్న ఆనందానికీ కృతజ్ఞత చెప్పండి. కృతజ్ఞత చెప్పేందుకు మీకేమీ కనపడలేదంటే మీలో ఏదో లోపం వున్నట్లే."*

టెక్యుంసె (1768-1813)

షానే నేటివ్ అమెరికన్ నాయకుడు

కృతజ్ఞత చెప్పడాన్ని అలవాటుచేసుకున్న గొప్ప వ్యక్తులెందరో మనకి చరిత్రలో కనిపిస్తారు. వాళ్లందరూ కూడా మహనీయులు. గాంధీ, మదర్‌థెరిసా, మార్టిన్ లూథర్ కింగ్ జూనియర్, దలైలామా, లెనర్డో డావించీ, ప్లాటో, షేక్స్‌పియర్, ఈసప్, బ్లేక్, ఎమర్సన్, డికెన్స్, ప్రౌస్ట్, డెకార్టె, లింకన్, జంగ్, న్యూటన్, ఐన్‌స్టీన్, ఇంకా ఎందరో మహానుభావులు.

ఈ విశ్వాన్ని గురించిన మన దృష్టికోణాన్ని ఆల్బర్ట్ ఐన్‌స్టీన్ వైజ్ఞానిక ఆవిష్కరణలు మార్చాయి. వాటి గొప్పతనాన్ని గురించి ప్రస్తావించినప్పుడు ఆయన ఇతరులకు కృతజ్ఞత చెప్పారు. ఒక గొప్ప మేధావి రోజుకు కొన్ని వందలసార్లు తనకు సాయపడినవారికి కృతజ్ఞత చెప్పడం అనేది ఆయన వినమ్రత.

ఆల్బర్ట్ ఐన్‌స్టీన్ ప్రపంచంలోని విజ్ఞానశాస్త్ర చరిత్రలో ఎన్నో నూతన ఆవిష్కరణలను సృష్టించడంలో ఆశ్చర్యపడవలసినదేమీ లేదు. ఎందుకంటే ఆయన ప్రతిఒక్కరోజూ కృతజ్ఞతాభావంతో నిండివుండేవాడు. రోజుకు కొన్ని వందలసార్లు తనకు సాయం చేసినవారికి కృతజ్ఞతలు చెప్పేవాడు. అందుకు ప్రతిగా ఆయన పుష్కలంగా విజయాలను అందుకున్నాడు.

అన్ని వైజ్ఞానిక సూత్రాలను ఎట్లా కనుక్కున్నారని ఐజాక్ న్యూటన్‌ను అడిగినప్పుడు ఆయన తాను మహామహుల భుజాలపై నిలబడి వున్నానని చెప్పాడు. వైజ్ఞానికశాస్త్ర పురోభివృద్ధికి అత్యధిక కృషి చేసినవాడిగా ఐజాక్ న్యూటన్‌ను అందరూ గుర్తించి ప్రశంసించినప్పుడు ఆయన తనముందు తరం వారికి కృతజ్ఞతలు చెప్పాడు.

ఇటువంటి విజ్ఞానశాస్త్రవేత్తలు, తత్వవేత్తలు కొత్త కొత్త విషయాలను కనుకున్నవారు, ప్రవక్తలు కృతజ్ఞత ప్రకటించడం ద్వారా మరిన్ని ఫలితాలను సాధించారు. వారికి కృతజ్ఞతలో ఇమిడివున్న శక్తి గురించి తెలుసు. కానీ చాలామంది ఈ తరంవారికి దాని ప్రాముఖ్యత ఇంకా తెలియదు. ఎందుకంటే మన జీవితాలలో కృతజ్ఞత సృష్టించగల అద్భుతాలను గురించి తెలుసుకోవాలంటే దాన్ని ఆచరణలో పెట్టాలి. అప్పుడే ఆ ఫలితాలు అందుతాయి.

నేను కనిపెట్టినది

మనుషులకు కృతజ్ఞతాభావం లేకపోతే జీవితం ఎలా వుంటుందో ఏమేం సంభవిస్తాయో చెప్పడానికి నా జీవితమే ఉదాహరణ.

నాకు నిజంగా కృతజ్ఞత అనేది వుందా అని ఒక ఆరు సంవత్సరాల క్రిందట అడిగివుంటే, నేనిలా చెప్పేదాన్ని – "ఖచ్చితంగా నాకు కృతజ్ఞతాభావం వుంది. నాకెవరైనా ఒక బహుమతి ఇస్తే వెంటనే "థాంక్యూ" అంటాను. నాకెవరైనా తలుపు తీసిపెట్టినా, ఏ చిన్న సాయం చేసినా థాంక్స్ చెబుతాను."

నిజానికి నేను కృతజ్ఞతాభావం కల వ్యక్తిని కాను. నిజమైన కృతజ్ఞతాభావం అంటే ఏమిటో నాకు తెలియదు. ప్రతిదానికీ మొక్కుబడిగా థాంక్యూ అంటే మనలో నిజంగా కృతజ్ఞతాభావం వున్నట్టు కాదు.

కృతజ్ఞత అంటే ఏమిటో నిజంగా తెలియనప్పుడు నేను జీవితంలో ఎన్నో సవాళ్లు ఎదుర్కోవలసి వచ్చింది. అప్పులలో మునిగివుండేదాన్ని. అవి నెలనెలకీ పెరిగిపోతూ వుండేవి. నేను చాలా కష్టపడి పనిచేసేదాన్ని. కానీ నా ఆర్థికపరిస్థితి మెరుగుపడలేదు. ఆర్థిక సమస్యలతో, బాధ్యతలతో ఎంతో మానసిక ఒత్తిడి కలిగేది. నా సంబంధ బాంధవ్యాలు కూడా ఒక లోలకంలాగా ఊగుతూ వుండేవి కానీ స్థిరంగా వుండేవి కాదు. ఎందుకంటే నాకు ఇతరులకు ఇచ్చేంత సమయం వుండేది కాదు.

నేను భౌతికంగా ఆరోగ్యంగా వున్నప్పటికీ రోజూ సాయంత్రం అయేసరికి డస్సిపోయేదాన్ని. ఇంక ప్రతి సీజన్‌లోనూ జలుబువంటి సాధారణ వ్యాధులకి లొంగిపోతూ వుండేదాన్ని. ఎవరైనా స్నేహితులతో బయట గడిపినప్పుడు సంతోషంగా వుండేది. కానీ అటువంటి సరదాలకి వెచ్చించే డబ్బు సంపాదించగల పనేదీ నా దగ్గర లేదు. ఆ విషయం చాలా విచారం కలిగించేది.

నేను జీవించడం లేదు. కేవలం బ్రతికి వున్నానంతే. ప్రతినెలా జీతం అందుకున్నప్పుడు ఒక సమస్య తీరితే పెక్కు సమస్యలు తలెత్తేవి.

అప్పుడే నా జీవితాన్ని మార్చివేసే ఒక సంఘటన జరిగింది. నేను జీవితాన్ని గురించిన ఒక రహస్యం కనిపెట్టాను. దాని ఫలితంగా కృతజ్ఞతాభావాన్ని పెంపొందించుకుని దాన్ని ఆచరించడం మొదలుపెట్టాను. అందువలన నా జీవితమే మారిపోయింది. నా జీవితంలోని ప్రతి అంశమూ మారిపోయింది. నేను కృతజ్ఞతాభావాన్ని ఎంత ఎక్కువగా ఆచరణలో పెడితే అంత అద్భుతమైన ఫలితాలొచ్చాయి. నా జీవితం నిజంగా ఒక అద్భుతంగా మారిపోయింది.

నా జీవితంలో మొదటిసారి ఋణాలనుంచీ విముక్తమయ్యాను. తరువాత నేను సంకల్పించిన పనులకు సరిపడ డబ్బు నాకు అందుతూ వచ్చింది. నా మానవసంబంధాలలో, ఆరోగ్యంలో, నా ఉద్యోగంలో పూర్వం వుండిన సమస్యలన్నీ తీరిపోయాయి. పూర్వం నా పనిలో రోజూ ఏదో ఒక అడ్డంకి ఎదురయ్యేది. ఇప్పుడు నాకు రోజూ ఏదో ఒక మంచి జరుగుతోంది. నా ఆరోగ్యమూ, శక్తీ కూడా అనూహ్యంగా పెరిగాయి. నేను నా ఇరవైల్లో కన్నా ఇప్పుడే ఉత్సాహంగా వున్నాను. నాకు ఇతరులతో వున్న సంబంధాలు కూడా మెరుగుపడ్డాయి. నా కుటుంబంతోనూ, స్నేహితులతోనూ నాణ్యమైన సమయం గడుపుతున్నాను. అంతక్రితం ఎన్నో ఏళ్ళుగా వున్న జీవితానికీ గత కొద్ది నెలలలో నా జీవితానికీ చాలా తేడా వచ్చింది.

అన్నింటికన్న ముఖ్యమైన విషయం ఏమిటంటే, నేను ఎప్పుడూ ఊహించనంత ఆనందంగా వున్నాను. ఎన్నడూ లేనంత ఆనందంగా వున్నాను. కృతజ్ఞతాభావం నన్ను మార్చింది, నా జీవితమే అద్భుతంగా మారిపోయింది.

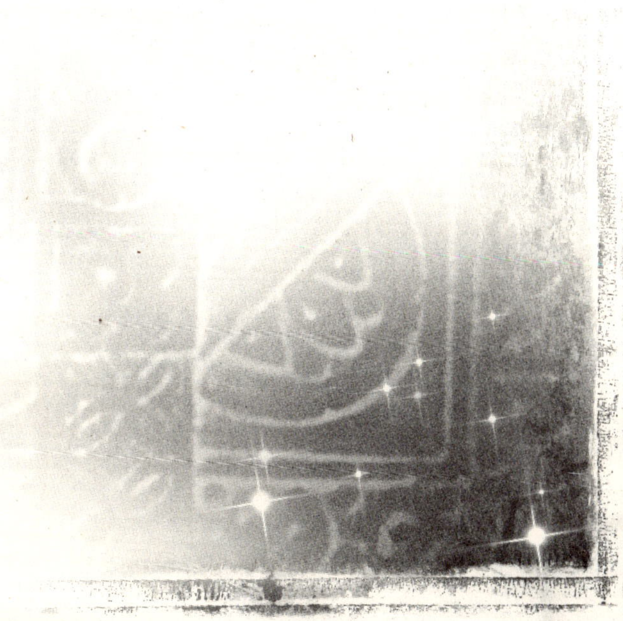

మీ జీవితంలోకి కూడా ఆ మ్యాజిక్‌ని ఆహ్వానించండి

మీరెవరైనా కానీ, మీరెక్కడున్నా కానీ, మీ ప్రస్తుత పరిస్థితులు ఎట్లా వున్నా కానీ, కృతజ్ఞతాభావం అనే మ్యాజిక్ మీలో వుంటే మీ జీవితమంతా మారిపోతుంది.

ఎంతో అధ్వాన్నమైన పరిస్థితుల్లో వున్న వేలాదిమంది కృతజ్ఞతాభావాన్ని తమలో వెలిగించుకోవడం ద్వారా, తమ జీవితాన్ని మంచిగా మార్చుకో గలిగామని నాకు లేఖలు వ్రాశారు. జీవితంపై ఆశలు వొదులుకున్న వాళ్లల్లో కూడా ఆరోగ్యం మెరుగుపడ్డ సంఘటనలు చూశాను. తెగిన వివాహబంధాలు మళ్ళీ అతుక్కుని ప్రియబాంధవ్యాలుగా మారడం, కటిక పేదరికంలోకి దిగజారినవాళ్ళు మళ్ళీ సంపన్నులవడం, మానసికంగా క్రుంగిపోయినవాళ్ళు మళ్ళీ ఆనందోత్సాహాలతో జీవించడం మొదలైనవెన్నో చూశాను.

ప్రస్తుతం మీ మానవసంబంధాలు ఏ స్థితిలో వున్నా కూడా కృతజ్ఞతాభావం వుంటే అది మీ బాంధవ్యాలను ఆనందమయమైనవిగానూ, అర్థవంతమైనవి గానూ పరిణమింపజేస్తుంది. మీలో కృతజ్ఞతాభావం వుంటే అది మీ అవసరాలకు తగ్గ ధనాన్ని కూడా అద్భుతంగా సమకూరుస్తుంది. మీ ఆరోగ్యాన్ని మెరుగుపరుస్తుంది. ఎన్నడూ పొందనంత ఆనందాన్ని కూడా సమకూరుస్తుంది. కృతజ్ఞతాభావం ఎన్నో అద్భుతాలు చేస్తుంది. మీ వృత్తి ఉద్యోగాలలో అభివృద్ధి సాధించడమే కాక మీరు కలలు కనే వృత్తి ఉద్యోగాలను

కూడా మీరు పొందేలా చేస్తుంది. మీరేం కావాలనుకున్నా, ఏం చెయ్యాలను కున్నా దాన్ని పొందే మార్గం కృతజ్ఞతాభావాన్ని మీలో నింపుకోడమే. కృతజ్ఞతాభావం అనే మ్యాజిక్ మీ జీవితాన్ని బంగారుగనిలా మారుస్తుంది.

కృతజ్ఞతాభావాన్ని అభ్యాసం చేస్తున్నకొద్దీ మీ జీవితంలో కొన్ని అపజయాలు ఎందుకు ఎదురయ్యాయో కొన్నింటిని మీరెందుకు పోగొట్టుకున్నారో మీకు అర్థం అవుతుంది. కృతజ్ఞతాభావం మీలో వున్నప్పుడు మీరు ప్రతి ఉదయమూ ఇనుమడించిన ఉత్సాహంతో నిద్రలేస్తారు. ఉత్సాహంతో జీవించడానికి మరొకరోజు దొరికిందని ఆనందిస్తారు. జీవితాన్ని ప్రేమిస్తారు. ప్రతి విజయమూ సునాయాసంగా దొరికినట్లే అనిపిస్తుంది. మీరు ఒక ఈకలా గాలిలో ఎగురుతున్నట్లు భావిస్తారు. సవాళ్ళూ, సమస్యలూ ఎదురైతే, వాటిని అధిగమించడం నేర్చుకుంటారు. వాటిలోనుంచీ పాఠాలు నేర్చుకుంటారు. ప్రతిరోజూ ఒక అద్భుతంలా వుంటుంది. బాల్యంలోని అద్భుతలోకంకన్న ఇప్పుడు మరింత అద్భుతలోకంలోకి వచ్చినట్టుంటుంది.

మీ జీవితం అద్భుతంగా వుందా?

ఇప్పటికిప్పుడు చెప్పండి. మీరు మీ జీవితంలో కృతజ్ఞతాభావాన్ని ఎంతవరకూ అభ్యాసం చేశారు? మీ జీవితంలోని ముఖ్యమైన విషయాలను ఒక్కసారి చూడండి. డబ్బు, ఆరోగ్యం, ఆనందం, వృత్తి, ఉద్యోగం, ఇల్లు, సంబంధబాంధవ్యాలు. మీకు వీటిలో ఏవి పుష్కలంగా వున్నాయో వాటిపట్ల మీరు కృతజ్ఞతతో వున్నారన్నమాట. అందువల్లనే మీకు ఇలాంటి ఫలితాలొచ్చాయని అర్థం. ఏ విషయంలోనైనా లోటువున్నదంటే ఆ విషయంలో మీరు కృతజ్ఞత చూపడం లేదన్నమాట.

ఇది చాలా చిన్న విషయం: మీకు దేనిపట్ల అయినా కృతజ్ఞత లేదంటే ఆ విషయంలో మీకు సరయిన ఫలితాలు రావు. మీ జీవితంలోకి ఆ అద్భుతాన్ని రానివ్వడం లేదన్నమాట మీరు. మీకు కృతజ్ఞత లేకపోతే మీ జీవితంలోకి

మంచి విషయాల ప్రవాహం ఆగిపోతుంది. మంచి ఆరోగ్యం, మంచి సంబంధ బాంధవ్యాలూ, మరింత సంతోషం, మరింత డబ్బు, వృత్తి ఉద్యోగాలలో అభివృద్ధి ఇవ్వన్నీ కూడా ఆగిపోతాయి. ఎందుకంటే ఏదైనా పొందాలంటే ముందుగా మీరు ఇవ్వాలి. అది ఒక సూత్రం. కృతజ్ఞత చెప్పకుండ వుండడం అంటే, మీరు కోరుకున్నవాటిని సునాయాసంగా అందుకునే అద్భుతశక్తినుంచీ మిమ్మల్ని మీరు వేరుచేసుకున్నట్టే!

కృతజ్ఞతారాహిత్యం అంటే ఏమిటంటే మనం అన్నీ ఏదో మనకి హక్కున్నట్టు పొందుతున్నామే కానీ తిరిగి ఏదీ ఇవ్వడం లేదని అర్థం. ఇట్లా అన్నీ పొందడం అంటే మననుంచీ మనం అనుకోకుండానే అన్నీ తీసేసుకుంటున్నాం అన్నమాట. ఆకర్షణసూత్రం ప్రకారం సజాతిధృవాలు ఆకర్షించుకుంటాయని చెప్పుకున్నాం కదా! అందువల్ల మనం అన్నిటినీ మనకు హక్కున్నట్టు పుచ్చుకుంటే దాని ఫలితంగా మననుంచీ కూడా కొన్ని తీసుకోబడతాయి. ఈ విషయం ఎప్పుడూ గుర్తుపెట్టుకోండి "ఎవరికైతే తమకు వున్నవాటి ఎడల **కృతజ్ఞత** వుండదో, వారు వాటిని పోగొట్టుకుంటారు."

మీరు మీ జీవితంలో అనేకసార్లు మీకు దక్కిన వాటికి కృతజ్ఞత చెప్పుకుని వుంటారు. కానీ ఇప్పుడు కృతజ్ఞత చేసే అద్భుతాలను, అది మీ జీవితంలో తెచ్చే గుణాత్మకమైన మార్పునూ అనుభవించాలంటే మీరు తప్పకుండా మీలో కృతజ్ఞతాభావాన్ని నింపుకోవాలి. అది మీ జీవనవిధానం కావాలి.

మ్యాజిక్ సూత్రం

"జ్ఞానం ఒక సంపద. కానీ అభ్యాసం దానికి మూలసాధనం."

ఇబ్నె ఖాల్దూన్ అల్ ముఖద్దిమ (1332-1406)
పండితుడు, రాజనీతిజ్ఞుడు

మహిమలు సాధించాలంటే మంత్రాలు ఉచ్చరించాలంటాయి పురాణగ్రంథాలు. కృతజ్ఞతతో మహిమలు సాధించడం కూడా అటువంటిదే. ఇందుకు మనం ఉచ్చరించవలసిన మంత్రం "థాంక్యూ". ఈ మాట మీ జీవితంలో ఎంత ముఖ్యమైన పాత్ర వహిస్తుందో చెబుతాను.

మ్యాజిక్ సూత్రం

1. మనస్ఫూర్తిగా థాంక్యూ అనే మాట అనండి.

2. మీరు ఎంత మనస్ఫూర్తిగా ధన్యవాదాలు చెబుతారో అంత కృతజ్ఞత నిజంగానే మీ మనసులో వుంటుంది.

3. మీలో ఎంత ఎక్కువ కృతజ్ఞత వుంటే అంత మంచి ఫలితాలు మీకు అందుతాయి.

కృతజ్ఞత అనేది ఒక భావన. కృతజ్ఞత అభ్యాసం చెయ్యమనడంలో ముఖ్య ఉద్దేశం ఆ భావన మీలో నిలిచివుండాలని. మీలో ఆ భావం ఎంత నిశ్చలంగా వుంటే మీ జీవితంలో అది అద్భుతాలను అంత వేగవంతం చేస్తుంది. న్యూటన్ సిద్ధాంతం అదే! మీరెంతిస్తే అంతే పొందుతారు. అంటే మీలో కృతజ్ఞతాభావం పెంపొందినకొద్దీ మీకు దక్కే ఫలితాలు కూడా ఎక్కువవుతాయి. మీ కృతజ్ఞతాభావం సత్యమైనది, నిజాయితీ అయినదీ అయితే మీ జీవితంలో మార్పు కూడా త్వరగా వస్తుంది.

కృతజ్ఞత చెప్పడాన్ని అభ్యాసం చెయ్యడం ఎంత సులువో తెలిసినకొద్దీ, అది మీ జీవితంలో తెచ్చే మార్పు మీకు అర్థం అవుతుంది. అప్పుడు మీరు పాత మార్గాలలోకి అసలు వెళ్ళరు.

మీరు కొంచెం కృతజ్ఞత అభ్యాసం చేస్తే మీ జీవితమే మారిపోతుంది. అదే మీరు ప్రతిరోజూ మరింతగా అభ్యాసం చేస్తే మీ జీవితం అనూహ్యంగా మారిపోతుంది. మీరు ఎన్నడూ ఊహించనంతగా మారిపోతుంది.

ఈ పుస్తక మహిమ

"కృతజ్ఞత ప్రకటించడం అంటే మాటలు చెప్పడం కాదు. వాటిని ఆచరించాలి. అది జీవితంలో ఒక భాగం కావాలి."

జాన్ ఎఫ్. కెన్నెడి (1917-1963)
35వ అమెరికా అధ్యక్షుడు

ఈ పుస్తకంలో మ్యాజిక్‌కు సంబంధించిన 28 అభ్యాసాలున్నాయి. ఇవ్వన్నీ కూడా మీ ఆరోగ్యాన్నీ, ఆర్థిక పరిస్థితినీ, మీ సంబంధ బాంధవ్యాలనూ మెరుగుగా మార్చుకోవడానికి, మీ చిన్నచిన్న కోరికలు, పెద్దపెద్ద కలలు సాకారం కావడానికి కృతజ్ఞత అనే మ్యాజిక్‌ను ఎట్లా ఉపయోగించుకోవాలో చెబుతాయి. సమస్యలను పరిష్కరించుకోవడానికి, ప్రతికూల పరిస్థితులను అనుకూలంగా మార్చుకోవడానికి కూడా కృతజ్ఞతాభావాన్ని ఎట్లా ఉపయోగించుకోవాలో నేర్చుకుంటారు.

జీవితాలను పూర్తిగా మార్చిచేసే ఈ జ్ఞానాన్ని అందుకుంటున్నందుకు మీరు సమ్మోహితులౌతారు. అయితే నేర్చుకున్న దానిని ఆచరణలో పెట్టకపోతే ఆ జ్ఞానం మీకు తెలియకుండానే మీ వేళ్ళ సందులనించీ జారిపోతుంది. మీరు ఆకర్షించుకున్న అవకాశాలు చేజారిపోతాయి. ఇట్లా జరగకుండా వుండాలంటే మీరు వరసగా 28 రోజులు కృతజ్ఞతాభావాన్ని వ్యక్తపరచాలి. అట్లా చేస్తే మీ కణకణంలోనూ, మీ అంతశ్చేతనలోనూ కృతజ్ఞతాభావం నిండిపోతుంది. అప్పుడే మీ జీవితంలో పరిపూర్ణమైన శాశ్వతమైన మార్పు వస్తుంది.

ఇప్పుడు చెప్పబోయే అభ్యాసాలు వరుసగా 28 రోజులు క్రమం తప్పకుండా చెయ్యాలి. అట్లా చెయ్యడం వలన కృతజ్ఞత కలిగివుండడం అనేది మీకొక అలవాటుగా మారుతుంది. అదొక జీవనవిధానం అవుతుంది. ఈ విధంగా మీ మనసంతా కేంద్రీకరించి కృతజ్ఞతను అభ్యాసం చెయ్యడం వలన దాని మహిమ తప్పకుండా త్వరగా మీకు లభిస్తుంది.

ప్రతి అభ్యాసంలోనూ మీలో జ్ఞానాన్ని వెలిగించే సంపద వుంది. ప్రతి అభ్యాసంలోనూ మీరు జీవితాన్ని గురించి మరింత తెలుసుకుంటారు, మీరు కలలుకనే జీవితాన్ని అందుకోవడం ఎంత తేలికో తెలుసుకుంటారు.

మొదటి పన్నెండు అభ్యాసాలూ ఇప్పుడు మీకున్న అదృష్టాలకీ పూర్వం వున్న వాటికీ మీరు కృతజ్ఞత చెప్పుకుని దాని మహిమను స్వంతం చేసుకునేలా రూపొందించాను. ఎందుకంటే మనం పొందుతున్న వాటికి మనలో కృతజ్ఞతాభావం లేకపోతే, దాని మహిమ మనమీద వుండదు. మనకు మరిన్ని ఫలితాలు దక్కవు. ఈ పన్నెండు అభ్యాసాలూ కూడా కృతజ్ఞతాభావం యొక్క మహిమను వెంటనే కనబరుస్తాయి.

తరువాత చేయబోయే పది అభ్యాసాలతో మీరు భవిష్యత్తులో కోరుకునేవాటికీ మీ కలల సాకారానికీ కృతజ్ఞతాభావానికుండే అద్భుతశక్తి ఎలా పనిచేస్తుందో తెలుసుకుంటారు. మీ పరిస్థితులలో అద్భుతమైన మార్పుని సాధిస్తారు.

చివరి ఆరు అభ్యాసాలూ మిమ్మల్ని పూర్తిగా ఉన్నతస్థాయికి తీసుకుపోతాయి. అప్పుడు మీలో కృతజ్ఞతాభావం పూర్తిగా నిండిపోతుంది. మీ శరీరంలోని కణాలన్నింటిలోనూ, మీ మనసులోనూ కూడా పొంగి ప్రవహిస్తూ వుంటుంది. అప్పుడు ఆ మహిమను ఇతరులకు సాయం చేయడానికి ఎట్లా ఉపయోగించుకోవాలో కూడా నేర్చుకుంటారు. అప్పుడు మీ జీవితం మొత్తంలో సమస్యలను ఎట్లా పరిష్కరించుకోవాలో ప్రతికూల పరిస్థితుల్లో ఎట్లా తలపడాలో కూడా నేర్చుకుంటారు.

మీరు ఈ అభ్యాసాలకోసం మీ క్యాలెండర్‌ను సవరించుకోనక్కర్లేదు. ఎందుకంటే ఈ అభ్యాసాలన్నీ మీ దినచర్యలో అమరిపోయేలా రూపొందించాము. పనిదినాలైనా, వారాంతాలైనా, సెలవు దినాలైనా ఈ అభ్యాసాలు నిరాటంకంగా చేసుకోవచ్చు. కృతజ్ఞత అనే భావాన్ని మీరు వెళ్లిన చోటికల్లా తీసుకుపోవచ్చు. మీరెక్కడికి వెళ్ళినా ఆ మహిమ పనిచేస్తుంది.

మీరు ఒక రోజు అభ్యాసం చేయలేకపోతే ఆ ఊపు తగ్గిపోతుంది. అందుకని ఆ మహిమను కొనసాగించుకోవాలంటే మీరు అభ్యాసం చెయ్యని రోజుకి మూడు రోజులు వెనక్కిపోయి మళ్ళీ అక్కడినించీ మొదలుపెట్టండి.

కొన్ని అభ్యాసాలు ఉదయం వేళలలో చెయ్యడానికి అనువుగానూ, కొన్ని రోజంతా చెయ్యడానికి గానూ రూపొందించాము.. కనుక రోజూ ఉదయాన్నే ఆరోజు చెయ్యవలసిన అభ్యాసాలను సరి చూసుకోండి. అయితే కొన్నిటిని గురించి ముందురోజు రాత్రే చదివి వుంచుకోవాలి. ఎందుకంటే మీరు నిద్ర లేస్తూనే చెయ్యవలసిన అభ్యాసాలు అవి. మీరు ప్రతి రాత్రీ నిద్రపోబోయే ముందు మరునాటి అభ్యాసాలను గురించి తెలుసుకోవాలనుకోవచ్చు. అట్లా చేసినప్పటికీ మళ్ళీ మరునాడు ఉదయం వాటిని తిరిగి చదువుకోండి.

ఈ ఇరవై ఎనిమిది అభ్యాసాలను ఒక వరుసక్రమంలో చేయలేకపోయినట్లయితే వాటిని వేరే విధంగా కూడా అభ్యాసం చెయ్యవచ్చు. మీ జీవితంలో మార్పు తెచ్చేటటువంటి ఒక ముఖ్యమైన విషయానికి సంబంధించిన అభ్యాసాన్ని ఎంచుకుని వరుసగా మూడు రోజులు ఆచరించండి. అట్లా రోజూ ఒక వారం పాటు చెయ్యండి. లేక ఒక అభ్యాసాన్ని ఒక వారం రోజులు వరుసగా చెయ్యవచ్చు. అయితే ఇట్లా చెయ్యడం వలన అనుకున్న ఫలితాలు సాధించి మీ జీవితాన్ని మార్చుకోడానికి కొంత ఎక్కువకాలం పట్టవచ్చు.

28 రోజుల తరువాత

ఈ ఇరవై ఎనిమిది రోజుల మ్యాజికల్ అభ్యాసాల తరువాత మీ జీవితంలో రాబోయే అద్భుతాన్ని మరింతగా పొందడం కోసం కొన్ని మీరు కోరుకునే అభ్యాసాలు చెయ్యవచ్చు. అంటే మీకేదైనా ప్రత్యేకమైన అవసరం వుంటే (ఉదాహరణకి ఆరోగ్యం బాగుపడాలనో, డబ్బు కావాలనో, కోరుకున్న ఉద్యోగం కావాలనో. మీ పనిలో మరింత విజయం కావాలనో మీ బాంధవ్యాలు మెరుగుపడాలనో, ఇట్లా ఒక ప్రత్యేకమైన అవసరం) అనుకుంటే ఈ పుస్తకాన్ని యాదృచ్ఛికంగా తెరిచి మీకొచ్చిన పేజీలో వున్న అభ్యాసాన్ని ఆచరించండి. ఆ రోజుకి అదే సరైన అభ్యాసం అన్నమాట.

28 అభ్యాసాల అనంతరం, మీకు ఉపయోగపడే మరికొన్ని సిఫారసులున్నాయి. వాటిని కూడా ఈ ఇరవై ఎనిమిది అభ్యాసాలతో కలిసి చెయ్యవచ్చు. అందువలన మీ జీవితంలోని ఒక ప్రత్యేకమైన అంశంలో అభివృద్ధి వేగవంతం కావచ్చు.

మనం మితిమీరిన కృతజ్ఞతను ప్రదర్శించగలమా? అట్లా ఎప్పటికీ చెయ్యలేము కదా! మన జీవితం అంతా అద్భుతాలతో నిండిపోగలదా? కాదు కదా? అందుచేత నేను చెప్పబోయే ఈ అభ్యాసాలను మళ్ళీ మళ్ళీ చెయ్యండి. అప్పుడు కృతజ్ఞతాభావం మీ చేతనలోకి ప్రవహిస్తుంది. అది మీ స్వభావంగా మారుతుంది. ఇరవై ఎనిమిది రోజుల తరువాత మీ మెదడు నూతన చైతన్యం పొందుతుంది. మీ అంతశ్చేతనలో కృతజ్ఞతాభావం నాటుకుపోతుంది. అప్పుడు ఏ సందర్భంలోనైనా ముందు కృతజ్ఞతే మీ మనసులోకి వస్తుంది. మీరు అనుభవించే ఈ అద్భుతమే మీకు స్ఫూర్తి అవుతుంది. మీ దైనందిన జీవితంలో కృతజ్ఞత కలిసిపోతే, అది మరింత శోభస్కరంగా వెలిగిపోతుంది.

మీ స్వప్నాలేమిటి?

ఇక్కడ చెప్పే అద్భుతమైన అభ్యాసాలన్నీ మీ కలల సాకారం కోసమే. కనుక మీరు ఏమి కావాలని కలలు కంటున్నారో వాటిని గురించి స్పష్టత కలిగి వుండండి.

ఒక కంప్యూటర్ ముందో, లేదా ఒక కాగితం కలం తీసుకునో మీరు కావాలని కలలు కనే విషయాలేమిటో వ్రాసుకోండి. మీకేం కావాలో ఆ విషయాన్ని గురించి అన్ని వివరాలూ వ్రాసుకోండి. మీరేం చెయ్యాలనుకుంటున్నారో, లేదా, మీ జీవితంలో ఎటువంటి మార్పూ అభివృద్ధీ కాంక్షిస్తున్నారో స్పష్టంగా వివరంగా వ్రాసుకోండి. మీ వృత్తి ఉద్యోగాలలో, ఆరోగ్యం విషయంలో, డబ్బు విషయంలో, మీ బాంధవ్యాల విషయంలో, వీటిలో మీరు ప్రముఖంగా ఏమి కోరుకుంటున్నారో ఆలోచించి వ్రాసిపెట్టుకోండి. మీరెంత వివరంగా స్పష్టంగా వ్రాసుకుంటే అంత మంచిది. అయితే మీరు వాటి జాబితా వ్రాసుకోవడం మాత్రం ముఖ్యం. అంతేగానీ వాటిని ఎలా సాధించబోతున్నామని కాదు. అవెలా సాధ్యమో అనేది మీలో వుండే కృతజ్ఞతాభావం యొక్క మహిమ మీద ఆధారపడి వుంటుంది. ఆ మహిమే మీకు అన్నీ సాధించిపెడుతుంది.

మీరు కాంక్షించే ఉద్యోగం దొరకాలంటే, ఆ ఉద్యోగం ఎలా ఉండాలో అనేది మాత్రమే ఊహించండి. చాలు... మీకు ముఖ్యమైన విషయాల గురించి ఆలోచించండి. అంటే ఎలాంటి కంపెనీలో పని చెయ్యాలనుకుంటున్నారు, ఆ ఉద్యోగాన్ని గురించి మీ భావాలేమిటి, ఎన్ని గంటలు పనిచెయ్యాలనుకుంటున్నారు? ఏ ఊళ్ళో పనిచెయ్యాలనుకుంటున్నారు? ఎంత జీతం కావాలనుకుంటున్నారు? మొదలైన విషయాలను గురించి ఆలోచించండి. ఈ విషయాలన్నిటినీ కూలంకషంగా ఆలోచించి, వివరంగా వ్రాసిపెట్టుకోండి.

మీ పిల్లల చదువులకోసం డబ్బు అవసరమనుకోండి. వాళ్ళ చదువు గురించి అన్ని వివరాలూ వ్రాసుకోండి. ఏ స్కూల్లో చేర్చాలనుకుంటున్నారు? అక్కడ చదివితే ఎంత ఫీజు కట్టాలి, పుస్తకాలకెంతవుతుంది? వాళ్ల తిండి ఖర్చు, బట్టల ఖర్చు, రవాణా ఖర్చులు అన్నీ బేరీజు వెయ్యండి అప్పుడు మీకు వారి చదువుకు ఎంత ఖర్చవుతుందో ఒక అంచనా వస్తుంది.

మీరేదైనా పర్యటనకు వెళ్ళాలనుకుంటే మీరు ఏయే దేశాలకు వెళ్ళాలనుకుంటున్నారో, ఎన్ని రోజులు ప్రయాణం చెయ్యదలచుకున్నారో, ఏమేమి దర్శించాలనుకుంటున్నారో, ఎట్లా ప్రయాణించాలనుకుంటున్నారో (అంటే విమానమా, రైలా రోడ్డా, నౌకాయానమా?) ఇవన్నీ వివరంగా వ్రాసుకోండి.

మీకొక మంచి జీవన భాగస్వామి కావాలంటే అతనికి/ఆమెకి ఎటువంటి లక్షణాలుండాలో స్పష్టంగా వ్రాసుకోండి. అట్లాగే, మీ బాంధవ్యాలు మరింత మెరుగ్గా వుండాలనుకుంటే, అది ఎట్లా మెరుగుపరుచుకోవాలనుకుంటున్నారో వ్రాసుకోండి. ఎవరెవరితో మీ అనుబంధాలను మెరుగుపరుచుకోదలుచుకున్నారో అన్నీ స్పష్టంగా వ్రాసుకోండి.

మీ ఆరోగ్యంలో అభివృద్ధో ఏదైనా అస్వస్థత నుంచీ విముక్తో కోరుకుంటే, అది ఏ విధంగా వుండాలో ఎట్లా సాధించాలో వ్రాసుకోండి. మీరు మీకిష్టమైనట్లుగా ఒక ఇల్లు కట్టుకోవాలనుకుంటే అది మొత్తంగా ఎట్లా వుండాలో ప్రతిగదీ ఎట్లా వుండాలో వివరంగా స్పష్టంగా వ్రాసిపెట్టుకోండి. అట్లాగే మీకెటువంటి వస్తువులు కావాలనుకుంటున్నారో అంటే ఒక కారు గానీ దుస్తులు గానీ ఇతర ఉపయోగకరమైన వస్తువులుగానీ కావాలనుకుంటున్నారో వాటిగురించి కూడా వ్రాసిపెట్టుకోండి.

మీరేదైనా సాధించాలనుకుంటే, అంటే ఒక పరీక్ష ప్యాసవాలనుకుంటేనో, లేదా ఒక క్రీడలో గెలుపు సాధించాలనుకుంటేనో, ఒక సంగీతకారునిగానో, వైద్యునిగానో, రచయిత గానో, శాస్త్రవేత్తగానో వ్యాపారవేత్తగానో రాణించాలనుకుంటే, మీరు సాధించదలుచుకున్న విషయాన్ని గురించి వివరంగా వీలైనంత స్పష్టంగా వ్రాసిపెట్టుకోండి.

మీ జీవితకాలం అంతాకూడా మీ కలల జాబితా అట్లా తయారుచేసుకుంటూ వుండమని నేను మిమ్మల్ని గట్టిగా కోరుతున్నాను. చిన్నవైనా, పెద్దవైనా ఏ కోరికలైనా సరే ఇప్పుడు కోరుకునేవీ ఈ నెలలో కోరుకునేవీ ఈ సంవత్సరంలో కోరుకునేవీ అన్నీ వ్రాసిపెట్టుకోండి. తరువాత మళ్ళీ కలిగే

కోరికలని కూడా వాటికి కలపండి. అప్పుడు మీ తీరిన కోరికలను ఆ జాబితా నుండి తొలగించండి. మీకు కావాల్సిన వాటి జాబితా వెయ్యాలంటే ఈ విధంగా వాటిని విభజించినప్పుడు ఆపని మరింత సులభమౌతుంది.

ఆరోగ్యమూ, శరీరమూ

వృత్తి, ఉద్యోగాలు

డబ్బు

బాంధవ్యాలు

వ్యక్తిగతమైన కోరికలు

వస్తువులు

ఇట్లా వర్గీకరించి వాటిక్రింద మీ కోరికలను వ్రాయండి.

మీకేం కావాలో మీకు స్పష్టమైనప్పుడు మీలో వుండే కృతజ్ఞతా భావపు మహిమకు మీ జీవితాన్ని ఎట్లా మార్చాలో మీరు సూచించినట్లు అర్థం... ఇక మీరు అపూర్వమైన అద్భుతమైన ఆ సాహస యాత్రకి సిద్ధమైనట్లే!

1వ రోజు

మీ అదృష్టాలను గుర్తించండి

"నేను నా అదృష్టాలను గుర్తించడం ఎప్పుడైతే మొదలుపెట్టానో, అప్పుడే, నా జీవితం ఒక మలుపు తిరిగింది."

విల్లీ నెల్సన్ (జ. 1933)
గాయని, గేయ రచయిత

అందరూ మీ అదృష్టాలను తలుచుకోండి అనడం మీరు వినే వుంటారు. దాని అర్థం ఏమిటంటే ఇప్పుడు మీరు అనుభవిస్తున్న సౌకర్యాలకు సంతోషానికి మీరు కృతజ్ఞులుగా వుండడం అన్నమాట. అదే చేస్తున్నారు మీరు. కానీ మీరా విషయం గమనించడంలేదు. అట్లా మన అదృష్టాలను తలుచుకోవడం అన్నది మనం చేసే చాలా శక్తివంతమైన అభ్యాసం. అదే మీ జీవితాలను అద్భుతమైన మలుపు తిప్పుతుంది.

మీకున్న వాటిపట్ల (అవెంత స్వల్పమైనవైనా సరే) మీకు కృతజ్ఞత వుంటే, అవి అభివృద్ధి చెందుతాయని మీరు తప్పకుండా గమనిస్తారు. మీదగ్గరున్న డబ్బు ఎంత తక్కువైనా సరే అది మీదగ్గరున్నందుకు మీకు కృతజ్ఞత వుంటే అది అద్భుతంగా పెరగడం మీరు చూస్తారు, ఇప్పుడు మీకేదో ఒక ఉద్యోగం ఉన్నందుకు మీకు కృతజ్ఞత వుంటే అది మీరు కోరుకున్నది కాకపోయినా కూడా, పరిస్థితులు మారడం ప్రారంభిస్తాయి. అప్పుడు ఆ వుద్యోగాన్నే

ఇష్టపడడం మొదలుపెడతారు. తరువాత అనేక అవకాశాలు మిమ్మల్ని వెతుక్కుంటూ వస్తాయి. కావలసినదల్లా వున్నదానికి కృతజ్ఞులంగా వుండడమే.

దీనికి వ్యతిరేకంగా మనం మనకున్న అదృష్టాలను తలచుకోకపోతే మనం అప్రయత్నంగా మన ప్రతికూల విషయాలను తలుచుకునే వలలో చిక్కిపోతాము. మనకు లేని వాటిగురించి ఎక్కువ మాట్లాడతాము. ఇతరులను విమర్శించేటప్పుడూ వారిలో తప్పులెన్నేటప్పుడూ మనం ప్రతికూలాంశాలను లెక్కిస్తూ వుంటాము. ట్రాఫిక్ గురించి ఫిర్యాదులు చేసేటప్పుడు, క్యూలో నిరీక్షించవలసి వచ్చినప్పుడు, ఎక్కడైనా పనిలో జాప్యం జరిగినప్పుడు, ప్రభుత్వ పనితీరు గురించి, మన దగ్గర అవసరమైనంత డబ్బులేనప్పుడు, వాతావరణం అనుకూలంగా లేనప్పుడు మనం ప్రతికూల విషయాలనే ఎక్కువ మాట్లాడతాము. మనం అట్లా చేస్తే అవి పెరుగుతాయి. అంతే కాదు మనం ఒక్కొక్క ప్రతికూలతనూ ఎత్తిచూపినప్పుడల్లా మనకి రాబోయే అదృష్టాలని మనం కోల్పోతున్నామన్నమాట. నేనూ రెండూ ప్రయత్నించాను. నా అదృష్టాలను లెక్కపెట్టుకునీ, ప్రతికూలతలను తలుచుకునీ కూడా! కానీ మన అదృష్టాలను తలుచుకోడమే మనకు జీవితంలో కావాల్సినవి లభించడానికి ఉత్తమ మార్గం అని నేను మీకు హామీ ఇవ్వగలను.

> *"మన సమస్యల్నే తలుచుకుంటూ రాబోయే అదృష్టాలను*
> *పోగొట్టుకోడం కన్న మనకు లభించిన అదృష్టాలను*
> *లెక్కవేసుకునేటప్పుడు కొన్నింటిని మర్చిపోయినా ఫరవాలేదు."*
>
> మాల్ట్ బయ్ డి బేబ్‌కాక్ (1858–1901)
> రచయిత, మతాచార్యుడు

ఉదయం నిద్రలేవగానే ముందుగా మీకున్న అదృష్టాలను తలుచుకోండి. అవి ఒక కాగితం మీదో, కంప్యూటర్ లోనో లేదా ఒక ప్రత్యేకమైన పుస్తకంలోనో వ్రాసి పెట్టుకోండి. మీ కృతజ్ఞతా భావాన్నంతా ఒక చోటికి చేర్చండి. ఇవాళ జీవితంలో మీరు ఎప్పుడూ కృతజ్ఞత చూపించే పది అదృష్టాలను జాబితా వెయ్యండి.

ఐన్స్టీన్ తను కనుక్కున్న విషయాలకు చాలామందికి కృతజ్ఞత చెప్పినప్పుడు అట్లా ఎందుకు చెబుతున్నాడో ఆలోచించాడు.. మనం ఒక వ్యక్తికో ఒక పరిస్థితికో లేదా ఒక వస్తువుకో కృతజ్ఞత ఎందుకు చెబుతున్నామో ఆలోచించినప్పుడు ఆ కృతజ్ఞతా భావం మరింత గాఢమౌతుంది. మీలోని కృతజ్ఞతా భావం గాఢమైన కొద్దీ దాని మహిమ మరింత ఎక్కువౌతుంది. మీకు మరింత మేలు జరుగుతుంది. కనుకమీరు వేయబోయే జాబితాలోని ప్రతి అంశం కింద మీరెందుకు ఆ అంశంపట్ల కృతజ్ఞులై వున్నారో ఆ విషయం వ్రాయండి.

మీ జాబితా వ్రాసుకోడానికి కొన్ని ఉదాహరణలు

- *నేను నిజంగా ఇది కలిగివున్నందుకు కృతజ్ఞుడిని/కృతజ్ఞురాలిని* ___ఏమిటి?___, *అందుకని* ___ఎందుకని?___ .
- *నేను చాలా సంతోషంగానూ కృతజ్ఞతాభావంతోనూ వున్నాను* ___ఏమిటి?___ , *అందుకని* ___ఎందుకని?___ .
- *నేను నిజంగా చాలా కృతజ్ఞుడిని/కృతజ్ఞురాలిని* ___ఏమిటి?___ , *అందుకని* ఎందుకని? .
- *నీకు నా హృదయపూర్వక కృతజ్ఞతలు* ___ఏమిటి?___ , *అందుకని* ___ఎందుకని?___ .

మీకున్న పది అదృష్టాల జాబితా వేసుకున్నాక వాటిని మళ్ళీ ఒకసారి పైకి గానీ మనసులో గానీ చదువుకోండి. ప్రతి వాక్యం చివరా మూడుసార్లు *థాంక్యూ, థాంక్యూ, థాంక్యూ* అనే మహిమాన్వితమైన మాటలు అనుకోండి. మీకు వీలైనంత గాఢంగా మీకున్న ఆ అదృష్టం పట్ల కృతజ్ఞత చెప్పుకోండి.

మీలో మరింత కృతజ్ఞతా భావం నిండాలంటే, ఈ విశ్వానికి, భగవంతుడికి, మీ అంతరాత్మకి, ప్రపంచంలోని మంచితనానికి, మీ జీవితానికి, చివరికి మీకు కూడా కృతజ్ఞతలు చెప్పుకోండి. మీకింకా ఏదైనా జ్ఞాపకం వస్తే దానికి కూడా కృతజ్ఞత చెప్పుకోండి. మీరు ఎవరిపట్ల అయినా కృతజ్ఞత చూపిస్తే, మీ

హృదయంలో మరింత కృతజ్ఞత నిండుతుంది. మీకు మరింత శక్తి లభిస్తుంది. అది మరింత మహిమ చూపిస్తుంది. ఈ కారణంగానే ఆదివాసులు కృతజ్ఞత ప్రదర్శించడానికి సూర్యుడి వంటి చిహ్నాలను ఎంచుకుంటారు. ఈ విశాల విశ్వంలోని మంచితనానికి చిహ్నాలుగా వాళ్ళు కొన్న భౌతిక విషయాలను ఎంచుకుంటారు. ఆ చిహ్నాలపైన దృష్టి కేంద్రీకరించినప్పుడు వారిలో మరింత కృతజ్ఞతాభావం వచ్చి చేరుతుంది. ప్రపంచంలో వుండే మంచితనానికి మూలాధారంగా వారు ఈ చిహ్నాలను ఎంచుకునేవాళ్లు. అట్లా ఆ చిహ్నాలమీద దృష్టి పెట్టినప్పుడు వారిలో మరింతగా కృతజ్ఞతా భావం వెల్లివిరిసేది.

ఎప్పుడూ మన అదృష్టాలను తలచుకోడం చాలా సులువైన విషయం.. పైగా అది మన జీవన గమనాన్ని మార్చే శక్తివంతమైన సాధనం కూడా. రాబోయే 27 రోజులలో మీరు ప్రతిరోజూ మరో పది అదృష్టాలను గుర్తించండి. ప్రతిరోజూ పది అదృష్టాలను గుర్తించడం కష్టం అనిపించవచ్చు. కానీ ఆలోచించిన కొద్దీ మీ జీవితంలో మీకు లభించిన ఎన్నో విషయాలకు మీరు కృతజ్ఞతాభావం చూపించాలో మీకు అర్థమౌతుంది.. మీ జీవితాన్ని సునిశితంగా పరిశీలించండి. దాన్నుంచీ మీరెంత మంచిని అందుకున్నారో గమనించండి. ప్రతిరోజూ ఎంత లబ్ధి పొందుతున్నారో ఆలోచించండి. అట్లా ప్రతిరోజూ నిరవధికంగా ఎంత మంచిని స్వీకరిస్తున్నారో తెలుసుకోండి. అప్పుడు మీకు తెలుస్తుంది కృతజ్ఞత చూపించవలసిన విషయాలు ఎన్ని వున్నాయో?

మీ ఇంటికి, మీ కుటుంబానికి, మీ స్నేహితులకి, మీ వృత్తి ఉద్యోగాలకి, మీ పెంపుడు జంతువులకి, ఇట్లా ఎన్నింటికో మీరు సదా కృతజ్ఞులై వుండాలి. వెలుగూ వేడీ ఇచ్చే సూర్యుడుకి, దాహం తీర్చే జలానికి, తినే ఆహారానికి, పీల్చే గాలికి వీటన్నిటికీ మనం కృతజ్ఞులం అయివుండాలి. ఇవేవీ లేనిదే మనకి బ్రతుకే లేదు. అట్లాగే గిరులకి తరులకి పశుపక్ష్యాదులకి పూలకు పళ్ళకు సముద్రాలకు నదీనదాలకి, నీలాకాశానికి, నక్షత్రాలకు, చందమామకు మన సుందర ధరిత్రికి ఇట్లా మన జీవితాలతో ముడివేసుకుని వుండే ఎన్నింటికో!

మన జ్ఞానేంద్రియాలకు కూడా మనం ఎల్లప్పుడూ కృతజ్ఞులమై వుండాలి. చూపునిచ్చే కళ్లకు, వినికిడి ఇచ్చే చెవులకు, రుచులు తెలిపే నాలుకకు, వాసన

తెలిపే నాసికకు, స్పర్శజ్ఞానాన్ని ప్రసాదించే చర్మానికి అన్నింటికీ మనం సదా కృతజ్ఞతాబద్ధులమే కదా! అట్లాగే మనని నడిపించే కాళ్లకి, పనిచేసే చేతులకి, మన అభివ్యక్తిని తెలిపే కంఠానికి కూడా. అంతేకాదు మన శరీరంలోని అద్భుతమైన వ్యాధినిరోధకశక్తికి, మన శరీరాన్ని సమర్థవంతంగా పనిచేయిస్తూ మన ప్రాణాన్ని నిలబెడుతున్న అవయవాలన్నింటికీ కూడా మనం ఎప్పుడూ కృతజ్ఞులమే! ఇక మానవుల ఆలోచన, బుద్ధి, మేధ ఇవ్వన్నీ ఎంత మహత్తరమైనవి! వాటిని ఏ కంప్యూటర్ కూడా అధిగమించలేదు కదా? వాటికి మనం ఎప్పుడూ కృతజ్ఞత చెప్పుకుంటూనే వుండాలి.

మీకు లభించిన అదృష్టాలలో ముఖ్యమైనవాటి జాబితా ఇక్కడ వుంది. చూడండి. వీటన్నింటికీ మీరెప్పుడూ కృతజ్ఞులై వుండాల్సిందే. ఇవి కాక మీకు ముఖ్యమని తోచిన ఇంకేవైనా అంశాలుంటే చేర్చండి.

కృతజ్ఞత మహిమ చూపే అంశాలు

- *శరీరం, ఆరోగ్యం*
- *వృత్తి, ఉద్యోగం, విజయం*
- *డబ్బు*
- *సంబంధ బాంధవ్యాలు*
- కోరికలు, స్వప్నాలు
- ఆనందం
- *ప్రేమ*
- *జీవితం*
- *ప్రకృతి, భూమి, గాలి, నీరు, సూర్యరశ్మి*
- భౌతికవనరులు, వస్తువులు
- ఇంకేదైనా మీరు ఎంచుకునే విషయం

మీకు లభించిన అదృష్టాలను లెక్క వేసుకున్నప్పుడల్లా మీకు తప్పకుండా కొంత తృప్తీ, ఆనందం కలుగుతాయి. వాటిపట్ల మీరు ఎంత కృతజ్ఞత ప్రకటించాలో అర్థమౌతుంది. వాటిని తలుచుకున్నప్పుడు మీలో ఎంత కృతజ్ఞతాభావం జనించిందో అంత ఆనందం కూడా కలుగుతుంది. మీలో ఎంత కృతజ్ఞతాభావం పెరిగితే అంత వేగంగా మీ జీవితంలో మంచి మార్పులు వస్తాయి. ఒక్కొక్కరోజు మీరు ఎక్కువ ఆనందంగా గడుపుతారు. అయితే మీరు ప్రతిరోజూ మీకు లభించిన అదృష్టాలను గురించి వాటికి కృతజ్ఞత తెలుపుకుంటుంటే మీ జీవితంలో పెద్దపెద్ద మార్పుల్ని మీరు గమనిస్తారు. అప్పుడు మీ అదృష్టాలు రెట్టింపవడాన్ని కూడా మీరు గమనిస్తారు.

రేపటి మ్యాజిక్ అభ్యాసం

రేపటికి నిర్ధారించిన మ్యాజిక్ అభ్యాసాన్ని ఈ రోజే ఎప్పుడో అప్పుడు చదివి వుంచుకోండి. ఎందుకంటే రేపేదైనా ప్రత్యేకమైన అభ్యాసం వుండి వుండొచ్చు.

మ్యాజిక్ అభ్యాసం 1

మీ అదృష్టాలను గుర్తించండి

1. నిద్ర లేవగానే మొదట మీరు జీవితమంతా కృతజ్ఞత చూపించవలసిన మీ **పది** అదృష్టాలను లెక్కవేసుకోండి.

2. ఆ అదృష్టాలకు ప్రతి ఒక్కదానికీ మీరు ఎందుకు కృతజ్ఞతాబద్ధులై వున్నారో వ్రాసిపెట్టుకోండి.

3. మీరు వ్రాసుకున్న అదృష్టాల జాబితాను మీ మనసులో కానీ బయటకు కానీ మళ్ళీ ఒక్కసారి చదువుకోండి. ప్రతి అదృష్టం చదివిన తరువాత *థాంక్యూ, థాంక్యూ, థాంక్యూ* అని మూడుసార్లు అనండి. అనడమే కాదు మీకు వీలైనంతగా కృతజ్ఞతాభావాన్ని కలిగివుండండి.

4. మొదటి 27 రోజులూ ప్రతి ఉదయం పై మూడు అంశాలనూ రోజూ అభ్యాసం చెయ్యండి.

5. రేపటి మ్యాజిక్ అభ్యాసం గురించి ఈ రోజే చదవి వుంచుకోండి.

2వ రోజు

మ్యాజిక్ శిల

"ప్రతి వ్యక్తికీ కొన్ని అదృష్టాలు, కొన్ని దురదృష్టాలూ తప్పకుండా వుంటాయి. ఇప్పటి అదృష్టాలను గురించే తలుచుకోవాలి కానీ నిన్నటి దురదృష్టాలను కాదు."

చార్లెస్ డికెన్స్ (1812-1870)
రచయిత

కృతజ్ఞతాభావం అనేది ఒక అలవాటుగా ఏర్పడాలంటే ఈ అభ్యాసాలు చేసే తొలిరోజుల్లో అభ్యాసాలమీద దృష్టి కేంద్రీకరించాలి. మీ జీవితానికి సంబంధించిన ఏ విషయం పట్ల అయినా కృతజ్ఞత చూపించాలని మీకు జ్ఞాపకం రావడం జరిగితే అది మీ జీవితానికి బంగారుబాట వేస్తోందన్న మాట. అందుకోసమే ఈ మ్యాజిక్ అభ్యాసాలన్నీ కూడా.

ఈ "మ్యాజిక్ శిల" అభ్యాసాన్ని లీ బ్రోవెర్ "సీక్రెట్" పుస్తకంలోనూ, సినిమాలోనూ ప్రవేశపెట్టాడు. చావుబ్రతుకుల్లో వున్న తన కొడుకు ఆరోగ్యం బాగుపడితే చూపవలసిన కృతజ్ఞతకు చిహ్నంగా ఒక తండ్రి ఈ మ్యాజిక్ శిలను ఉపయోగించాడని లీ బ్రోవెర్ చెప్పాడు. కొడుకు అద్భుతంగా కోలుకున్నాడట. అప్పటినుంచీ ఈ మ్యాజిక్ శిల ఎంతోమంది విషయంలో ఫలితమిచ్చింది. డబ్బుకో ఆరోగ్యానికో విజయానికో దేనికైనాగానీ.

ముందుగా ఒక చిన్న శిలని సంపాదించండి. అది మీ అరిచేతిలో పట్టేటంత చిన్నదై వుండాలి. గుప్పెట్లో అమరిపోయేలా వుండాలి. శిల నున్నగా గరుకులు లేకుండా వుండాలి. బరువుండకూడదు. గుప్పెట్లో వున్నప్పుడు మీకు అసౌకర్యంగా వుండకుండా నున్నగా మెత్తగా బాగుండాలి.

మీకొక తోట వుంటే అందులో ఇటువంటి చిన్నచిన్న రాళ్లు దొరకవచ్చు. లేదా నది ఒడ్డునో, సముద్రపు ఒడ్డునో, కాలువల దగ్గరో దొరకవచ్చు. లేకపోతే మీ కుటుంబసభ్యులనో, బంధుమిత్రులనో అడిగి సంపాదించండి. అదీ కాకపోతే మీదగ్గరున్న విలువైన రాళ్ళు కూడా (ముత్యాలు, పగడాలు వంటివి) కూడా వాడుకోవచ్చు. వాటినే మీ మ్యాజిక్ శిల క్రింద చేసుకోవచ్చు.

సరే ఇప్పుడు మ్యాజిక్ శిల సంపాదించారు కదా! దాన్ని మీ పడక దగ్గర టేబిల్ మీద పెట్టుకోండి. మీరు పడుకోడానికి వెళ్లగానే అది మీకు కనిపించేలా దానికొక ప్రత్యేకమైన చోటు వెతికి పెట్టుకోండి. మీకుగానీ రోజూ అలారం పెట్టుకునే అలవాటుంటే ఆ అలారం గడియారం దగ్గర పెట్టండి.

ఇవాళ రాత్రి మీరు నిద్రపోవడానికి పక్క మీదకు చేరేముందు ఆ శిలని చేతిలోకి తీసుకోండి. దాన్ని మీ గుప్పెట్లో పెట్టుకుని గుప్పెట ముయ్యండి.

అప్పుడు జాగ్రత్తగా ఈరోజు మొత్తం మీద మీకు జరిగిన మంచి విషయాలను గుర్తు తెచ్చుకోండి. వాటిలోనుంచీ అన్నింటికన్న మంచి విషయాన్ని గుర్తించండి. అందుకు కృతజ్ఞతాసూచకంగా మూడుసార్లు "థాంక్యూ, థాంక్యూ, థాంక్యూ" అనే మ్యాజిక్ మంత్రాన్ని ఉచ్చరించండి. తరువాత ఆ శిలని యథాస్థానంలో వుంచండి. అంతే!!

రాబోయే 26 రోజులూ నిద్రపోయేముందు వరుసగా ఈ అభ్యాసం చెయ్యండి. ఆ రోజు జరిగిన మంచినంతా గుర్తుతెచ్చుకుని అందులో అన్నిటికన్న మంచి విషయానికి మనస్ఫూర్తిగా కృతజ్ఞత చెప్పుకోండి.

మ్యాజిక్ శిలని గుప్పెట్లో వుంచుకున్నప్పుడు మీకు జరిగిన మంచిపట్ల మీ హృదయంలో కృతజ్ఞత నిండిపోవాలి.

ఇట్లా ఒక శిలని ఉపయోగించడం చాలా సులువైన పనిగా అనిపించవచ్చు కానీ ఈ సులువైన అభ్యాసంతోనే మీ జీవితంలో అద్భుతమైన మార్పులు రావడాన్ని గమనిస్తారు మీరు.

మీకు ఆ రోజు జరిగిన మంచి విషయాలన్నింటిలో ఉత్తమమైనదాన్ని ఎంచుకునే క్రమంలో మీరు తప్పనిసరిగా ఆరోజు జరిగిన మంచి విషయాల నన్నిటినీ సింహావలోకనం చేస్తారు. మీరు కృతజ్ఞత చూపవలసిన ఎన్నో విషయాలు మీ దృష్టికి వస్తాయి. అట్లా చేస్తే ప్రతి రాత్రీ కృతజ్ఞతాభావంతో ప్రశాంతంగా నిద్రపోయి మళ్ళీ అదే భావంతో మర్నాడు మేలుకుంటారు.

మీ అదృష్టాలను గుర్తించుకోడమూ, మ్యాజిక్ శిల అభ్యాసమూ ఈ రెండూ కూడా మీరు ప్రతి ఉదయమూ కృతజ్ఞతాభావంతో మేలుకుని మళ్ళీ అలాంటి భావంతోనే నిద్రించేలా చేస్తాయి. ఈ రెండు అభ్యాసాలూ ఎంత శక్తివంతమైనవంటే కొద్ది నెలలలోనే మీ జీవితంలో అద్భుతమైన మార్పుని మీరు గమనిస్తారు. మీ జీవితాన్ని వివిధమైన మ్యాజికల్ అభ్యాసాలతో వేగంగా మార్చాలనే ఉద్దేశంతో ఈ పుస్తకాన్ని తయారుచేశాము. కృతజ్ఞతాభావం అనేది ఒక అయస్కాంతం లాంటిది. అది మీరు కృతజ్ఞత చూపించవలసిన మరిన్ని అంశాలను ఆకర్షిస్తుంది. ఇరవై ఎనిమిదిరోజులపాటు మీరు కృతజ్ఞతాభావాన్ని ఆచరణలో పెట్టడం వలన ఈ అయస్కాంత శక్తి ఇనుమడిస్తుంది. మీలో ఒక కృతజ్ఞతాభావపు అయస్కాంతశక్తి ఎంత దృఢంగా వుంటే అంత సహజంగా, మీరు కోరుకునే విషయాలన్నిటినీ మీవైపుకు ఆకర్షించుకోగలుగుతారు.

గుర్తు చేసుకోండి

మర్నాడు చేయవలసిన అభ్యాసాన్ని గురించి ఆ రోజే చదివి వుంచుకోండి. ఎందుకంటే కొన్ని అభ్యాసాలు ప్రారంభించేముందు కొన్ని ఛాయాచిత్రాలు సంపాదించి వుంచుకోవలసి వుంటుంది.

మ్యాజిక్ అభ్యాసం 2

మ్యాజిక్ శిల

1. మ్యాజిక్ అభ్యాసం 1లోని మూడు విషయాలనూ పునశ్చరణ చెయ్యండి. మీ అదృష్టాలను లెక్కించుకోవడం, రోజుకి పది అదృష్టాల జాబితా తయారుచెయ్యడం. వాటికి మీరెందుకు కృతజ్ఞతాబద్ధులై వున్నారో వ్రాసుకోండి. వాటిని మళ్ళీ చదవండి. ప్రతి అదృష్టానికీ థాంక్యూ, థాంక్యూ, థాంక్యూ అని మూడుసార్లు చెప్పండి. కృతజ్ఞత హృదయంలోనించీ రానివ్వండి.

2. ఒక మ్యాజిక్ శిలని సంపాదించి మీ పడక పక్కన పెట్టుకోండి.

3. ఈ రోజు రాత్రి నిద్రపోయేముందు మ్యాజిక్ శిలని మీ అరచేతిలో పెట్టుకుని గుప్పెట మూసి మీకు ఈ రోజు జరిగిన మంచి విషయాన్ని తలుచుకోండి.

4. ఇవాళ జరిగిన మంచిని ఉద్దేశించి ఈ మ్యాజిక్ మంత్రాన్ని ఉచ్చరించండి థాంక్యూ, థాంక్యూ, థాంక్యూ.

5. మ్యాజిక్ శిల అభ్యాసాన్ని 26 రోజులు చెయ్యండి.

6. రేపటి మ్యాజిక్ అభ్యాసాన్ని ఈరోజే చదివి పెట్టుకోండి.

3వ రోజు

మ్యాజికల్ బాంధవ్యాలు

ఈ భూమి మీద జీవించివున్న వ్యక్తి మీరొక్కరేననుకోండి, అప్పుడు మీకే పనీ చెయ్యాలనే కోరిక వుండదు. ఒకవేళ ఏదైనా ఒక చిత్రం వేయాలనిపించినా అది చూసి ఆనందించడానికి ఎవరూ లేనప్పుడు దానికి ప్రయోజనమేముంటుంది? అట్లాగే ఒక గీతం రచించి పాడినా ప్రయోజనం వుండదు. ఎవరూ వినడానికి లేరు కనుక. ఏదైనా ఒక కొత్త విషయాన్ని కనిపెట్టినా దాన్ని ఉపయోగించుకునేవారు లేనప్పుడు అది దండగే కదా? అట్లాగే ఒక ప్రదేశం నుంచీ ఇంకొక ప్రదేశానికి వెళ్ళినా, అక్కడుండేది మీరొక్కరే కదా? మరొకరెవరూ వుండరు కదా? జీవితంలో సంతోషమూ, ఉల్లాసమూ వుండవు.

కనుక మన జీవితానికో అర్థమూ, ప్రయోజనమూ కల్పించేది మనకు ఇతరులతో వుండే సంబంధ బాంధవ్యాలే. ఆ అనుబంధాలే అన్నిటికన్న మనమీద ఎక్కువ ప్రభావం చూపిస్తాయి. అందువలన మీకు ఇతరులతో వుండే పరస్పర సంబంధాలే మీ జీవితాన్ని ఎక్కువ ప్రభావితం చేస్తాయి. మీరు కలలు కనే జీవితం మీకు లభించాలంటే, మీకు ఇతరులతో వుండే సంబంధాలు మీ జీవితాన్ని ఇప్పుడు ఎట్లా ప్రభావితం చేస్తున్నాయో చూసుకోడం ముఖ్యం. మీ జీవితాన్ని అద్భుతంగా మార్చుకోడానికి అవి శక్తివంతమైన సాధనాలు. కృతజ్ఞతాభావాన్ని రవాణా చేసే మార్గాలు కూడా.

పూర్వపు ఋషులూ, తత్వవేత్తలూ చెప్పిన కొన్ని విషయాలను ఇప్పుడు శాస్త్రవిజ్ఞానం కూడా ధృవపరుస్తున్నది. శాస్త్ర పరిశోధనలో తేలిందేమిటంటే కృతజ్ఞతను వ్యక్తం చేసే వ్యక్తులకు ఇతరులతో సత్సంబంధాలుంటాయని. వారికి కుటుంబంతో, స్నేహితులతో సన్నిహిత సంబంధాలుంటాయని. ఇతరులు కూడా వారిపట్ల అనురక్తి కలిగివుంటారని. అయితే మనని ఆశ్చర్యపరిచే విషయమొకటి కూడా పరిశోధనలో తేలింది. అదేమిటంటే మనకి ఇంకొక వ్యక్తిమీద ఏదైనా ఒక ఫిర్యాదు వుంటే, ఆ వ్యక్తిని గురించిన అనుకూల విషయాలు దానివెనుక పది వుంటాయి. వాటి ఆధారంగా వారితో మన అనుబంధాన్ని నిలుపుకోవచ్చు. అట్లా ఒక పది అనుకూలాంశాలలో ఏ ఒక్కటి తక్కువైనా వాళ్ళతో మన బాంధవ్యం దెబ్బతింటుంది. అదే వివాహ బంధం విషయంలో అయితే ఆ సంబంధం విడాకులకి దారితీస్తుంది.

అందువలన ఇతరులతో మన సంబంధాలు నిలిచి వెలగాలంటే మనలో కృతజ్ఞతాభావం వుండాలి. మీలో ఇతరులపట్ల అటువంటి కృతజ్ఞతాభావం వుంటే మీరు కూడా ఇతరులనుంచీ చాలా సంతోషాన్నీ మంచి విషయాలనీ పొందుతారు. మీలో వుండే కృతజ్ఞతాభావం మీకు ఇతరులతో వుండే సంబంధాలను మెరుగుపరచడమే కాదు. అది మీలో కూడా మంచి మార్పుకు దారితీస్తుంది. ఇప్పుడు మీ స్వభావం ఎలాంటిదైనా కానీ కృతజ్ఞత మీలో మరింత ఓర్పునూ, సానుభూతినీ, సౌహార్ధతనూ పెంచుతుంది. మీలో అదివరకు ఏకాస్తో వుండిన అసహనం మాయమౌతుంది. అవతలి వ్యక్తి మీద మీకుండిన ఫిర్యాదులు కూడా మాయమౌతాయి. ఎందుకంటే ఆ వ్యక్తి మీద మీకుండే కృతజ్ఞత ఆ ఫిర్యాదులను మర్చిపోయేలా చేస్తుంది. ఇంక ఆ వ్యక్తిలో మీరే మార్పూ కోరుకోనక్కర్లేదు. మీరా వ్యక్తిని విమర్శించరు. ఆరోపణలూ, ఫిర్యాదులూ వుండవు. ఎందుకంటే మీ కృతజ్ఞతాభావం వాటన్నిటినీ చూడనివ్వదు. పూర్వం వారిపై మీరు చేసిన ఫిర్యాదుల గురించి మాట్లాడే తీరిక ఇంక లేదు మీకు, ఏ విషయాలైతే మిమ్మల్ని ఇరుకున పెట్టేయో వాటిని గురించి తలుచుకునే సమయం లేనంత హడావుడిగా వుంటారు మీరు.

"మనకున్న సంపదతో మన హృదయం సంతృప్తి చెందిన క్షణాలే. మన జీవితంలో మనం నిజంగా బ్రతికిన క్షణాలు."

థోరన్టన్ వైల్డర్ (1897-1975)
నవలా, నాటక రచయిత

మాటలు చాలా శక్తివంతమైనవి. అందువలన మీరెవరిమీదనైనా ఫిర్యాదులు చేస్తే, అప్పుడు నిజంగా మీకు మీరే హాని చేసుకుంటున్నారన్నమాట. అందువల్ల బాధపడేది మీరే. ఆకర్షణసూత్రం ప్రకారం ఇతరులను గురించి మీరనే మాటలు తిరిగి మీకే వర్తిస్తాయి. ఈ కారణంగానే మహాత్ములందరూ మనకి కృతజ్ఞత వుండాల్సిన అవసరం గురించి అంతగా చెప్పారు. వాళ్ళకి తెలుసు మీరు జీవితంలో మరింత మేలు పొందాలంటే, ఇతరులకు వారి యదార్థస్థితిలోనే మీరు కృతజ్ఞత ప్రకటించాలి. వారి నడవడి మంచితనంతో మీకు పనిలేదు. మీకు వారు చేసిన ఏ చిన్న ఉపకారానికైనా మీరు బేషరతుగా కృతజ్ఞత చెప్పాలి. మీకు తెలిసినవాళ్ళంతా మిమ్మల్ని "నువ్వు ఎలా వున్నా సరే నిన్ను మేము ప్రేమిస్తాం" అని చెప్పారనుకోండి. అప్పుడు ఎట్లా వుంటాయి మీ భావాలు?

ఈనాటి మీ మ్యాజికల్ అభ్యాసం మీ బాంధవ్యాలకు సంబంధించినది. వారివారి స్వభావాలెలాంటివైనా మీరు వాళ్లకి కృతజ్ఞత చూపించాలన్నమాట. ఇప్పుడు మీకున్న సంబంధాలన్నీ మెరుగ్గా వున్నప్పటికీ, ఈ అభ్యాసం వలన మరింత గాఢం అవుతాయి. మీకు సన్నిహితులైన వారిలో మీకు కృతజ్ఞత చెప్పవలసిన అవసరం కనుక్కున్న కొద్దీ అది మీమీద అనూహ్య ప్రభావం చూపిస్తుంది. మీ బాంధవ్యాలు మరింత గాఢమౌతాయి. మీరెన్నడూ ఊహించని విధంగా అవి మరింత సంతృప్తికరంగా, మరింత సంపద్వంతంగా మారతాయి. మీరు ఎప్పుడూ వూహించని విధంగా రూపొందుతాయి.

మీకు బాగా సన్నిహితులైన వారిని ముగ్గురిని ఎంచుకోండి. వారిపట్ల కృతజ్ఞులుగా వుండండి. మీ జీవన సహచరి/సహచరుడు కావచ్చు. మీ తండ్రో, లేదా మీ కొడుకో కావచ్చు, మీ బాయ్‌ఫ్రెండ్ కావచ్చు, మీ బిజినెస్ భాగస్వామి కావచ్చు, మీ సోదరి కావచ్చు. మీరు మీ అమ్మమ్మనైనా, మీ

మామయ్యనైనా, మీ చెల్లినైనా కూడా ఎంచుకోవచ్చు. అందులో మీకు అతిముఖ్యమని తోచిన ముగ్గురు ఆప్తులని ఎన్నుకోండి. అయితే వారి ఫోటోలు తప్పకుండా మీ దగ్గర వుండాలి. ఆ ఫోటో ఆ వ్యక్తి ఒక్కరిదీ కావచ్చు, ఆ వ్యక్తితో కలిసివున్న మీది కూడా కావచ్చు.

మీకు బాగా ముఖ్యమనుకున్న మూడు బాంధవ్యాలనూ ఎంపిక చేసుకుని వారి ఫోటోలు సేకరించిన తరువాత మీరు ఇంక మ్యాజిక్‌కు సంసిద్ధులయినట్లే. ఇప్పుడు నింపాదిగా కూర్చుని ఆ ముగ్గురిలో ప్రతి ఒక్క వ్యక్తి పట్లా మీరు కృతజ్ఞులుగా వుండవలసిన విషయాలను గుర్తుతెచ్చుకోండి. ఆయా వ్యక్తులలో మీకు బాగా నచ్చే విషయాలేమిటి? మీరు బాగా ఇష్టపడే విషయాలేమిటి? వారిలోని ఉత్తమ గుణాలేమిటి? వారిలో వున్న ఓర్పుకు, ఇతరులు చెప్పేది శ్రద్ధగా వినే గుణానికి, వారి ప్రతిభకు, వివేకానికి, హాస్య ప్రియత్వానికి, సహృదయతకు, చిరునవ్వులకు, ఇట్లా ఎన్నో సుగుణాలకు మీరు వారిపట్ల కృతజ్ఞత చూపించవచ్చు. ఆ వ్యక్తుల సమక్షంలో మీరు పొందిన ఆనందానికి కృతజ్ఞత చూపించవచ్చు. వారిలో ఎవరైనాగానీ అందరూగానీ మీకు అండగా నిలిచిన సమయాలను, మీ భుజంతట్టిన సమయాలను గుర్తుతెచ్చుకుని కృతజ్ఞతాభావంతో మనసు నింపుకోవచ్చు.

ఇట్లా ఆ వ్యక్తులకు ఎందుకు మీరు కృతజ్ఞులై వున్నారో కొంతసేపు తలుచుకున్నాక వారి ఫోటో మీముందు పెట్టుకోండి. అప్పుడు కాగితం మీదో కంప్యూటర్‌లోనో వారిపట్ల ఏ అయిదు విషయాలకు మీరు కృతజ్ఞతాబద్ధులై వున్నారో ఆ అయిదు విషయాలనూ వ్రాసిపెట్టుకోండి. అవి వ్రాసేటప్పుడు ఆ వ్యక్తి ఫోటో వైపు చూస్తూ, వారిని పేరుతో సంబోధిస్తూ, మీ మ్యాజిక్ మంత్రం "థాంక్యూ, థాంక్యూ, థాంక్యూ" అనండి.

థాంక్యూ ______ఆ వ్యక్తి పేరు______, ______ఫలానా కారణానికి?______ .

ఉదాహరణకి "థాంక్యూ జాన్! నన్నెప్పుడూ నవ్వులలో ముంచినందుకు" "థాంక్యూ అమ్మా! నేను కాలేజిలో చదివినప్పుడు నాకు స్ఫూర్తి నిచ్చినందుకు" అట్లా.

ఆ ముగ్గురికీ మీరెందుకు కృతజ్ఞతాబద్ధులో జాబితా వ్రాయడం పూర్తయ్యాక, వారి ఫోటోలను మీకు తరచు కనపడేచోట పెట్టండి. ఇవాళ మీరు ఆ ఫోటోలు చూసినప్పుడల్లా ఆ వ్యక్తి పేరు ఉచ్ఛరిస్తూ థాంక్స్ చెబుతూ వుండండి.

థాంక్యూ, హాలే.

మీరు ఎక్కువగా బయట తిరిగే వారైతే ఆ ఫోటోలని మీ చేతిసంచీలో వేసుకోండి. వీలుంటే రోజుకి మూడుసార్లు వాటిని బయటికి తీసి చూడండి. ఆ వ్యక్తులకి కృతజ్ఞతలు చెబుతూ వుండండి.

ఇప్పుడు మీకు కృతజ్ఞతాభావానికుండే అద్భుతమైన శక్తి అర్థమైందనుకుంటాను. ఆ శక్తి మీ అనుబంధాలను మరింత దృఢపరుస్తుంది. ఈ పుస్తకం యొక్క ప్రయోజనాలలో అదొక భాగం కాకపోయినా, ఈ అద్భుతమైన అభ్యాసంతో మీ అనుబంధాలను సుందరతరం చేసుకోవచ్చు. ఈ అభ్యాసాన్ని ఏ ఒకరిపట్ల అయినా ఎన్నిసార్లైనా చేసుకోవచ్చు. మీ అనుబంధంలో వున్న ఏ మంచి విషయానికైనా మీరెంత కృతజ్ఞులై వుంటే అంత వేగంగా అంత అద్భుతంగా ఆ అనుబంధం నిలిచి వెలుగుతుంది.

మ్యాజిక్ అభ్యాసం 3

మ్యాజికల్ బాంధవ్యాలు

1. మ్యాజిక్ అభ్యాసంలోని ఒకటి, రెండు, మూడు అంశాలని తిరిగి ఆచరించండి. మీ అదృష్టాలను లెక్కించుకోండి. ముందుగా ఒక పది అదృష్టాలను జాబితా వెయ్యండి. వాటికి మీరెందుకు కృతజ్ఞతాబద్ధులై వున్నారో వ్రాయండి. ఆ జాబితాను మళ్ళీ చదవండి. ప్రతి అంశం చివరా "థాంక్యూ" అని మూడుసార్లు అనండి. కృతజ్ఞతాభావాన్ని మనసునిండా నింపుకోండి.

2. మీకు అత్యంత సన్నిహితులైన **ముగ్గురు** వ్యక్తుల్ని ఎంచుకోండి. ఆ ముగ్గురి ఫోటోలను సేకరించండి.

3. ఆ ఫోటోలు మీ ముందు పెట్టుకుని ఆ వ్యక్తులలో ప్రతి ఒక్కరికీ మీరెందుకు కృతజ్ఞులై వున్నారో **అయిదు** కారణాలను ఒక నోట్‌బుక్‌లో కానీ కంప్యూటర్‌లో కానీ వ్రాసిపెట్టుకోండి.

4. ప్రతి వాక్యమూ, మ్యాజిక్ మంత్రమైన "థాంక్యూ"తో ప్రారంభించండి. ఆ వ్యక్తి పేరునీ, వారి విశిష్టతనూ వ్రాయండి.

5. ఈరోజు వారి ఫోటోలను మీతోపాటు మీ చేతిసంచీలోనో, జేబులోనో పెట్టుకుని తిరగండి. వాటిని అప్పుడప్పుడూ చూస్తూ వుండండి. కనీసం రోజులో **మూడు**సార్లయినా చూడండి. ఫోటోలోని వ్యక్తితో మాట్లాడి పేరుతో సంబోధించి "థాంక్స్" చెప్పండి.

6. మీరు నిద్రకుపక్రమించేముందు మ్యాజిక్ శిలని చేతిలోకి తీసుకుని ఈ రోజు మీకు జరిగిన అతిమంచి విషయాన్ని తలుచుకుని మ్యాజిక్ మంత్రం అనండి "థాంక్యూ" అని.

4వ రోజు

అద్భుతమైన ఆరోగ్యం

"ఆరోగ్యమే అన్నింటికన్న ఉత్తమ సంపద."

వర్జిల్ (క్రీ.పూ.70 - క్రీ.పూ.19)
రోమన్ కవి

మన జీవితంలో మనకి అమూల్యమైనది ఆరోగ్యం. అయినప్పటికీ మనం దాని గురించి పెద్ద శ్రద్ధ పెట్టము. మనలో చాలామందిమి మనకి అస్వస్థత కలిగినప్పుడు మాత్రమే ఆరోగ్యం గురించి ఆలోచిస్తాము. ఆ సంగతి గుర్తించేసరికి మన ఆరోగ్యం చెడిపోతుంది, ఇంకేమీ మిగలదు.

ఆరోగ్యాన్ని గురించి ఒక ఇటాలియన్ సామెత ఏం చెప్పిందో చూడండి "మంచి ఆరోగ్యం కలవాడే అధిక సంపన్నుడు. కానీ అతనికా విషయం తెలియదు" మనం కులాసాగా వున్నప్పుడు మన ఆరోగ్యం గురించి అసలు ఆలోచించము. కానీ జలుబో, జ్వరమోలాంటి చిన్న చికాకు వచ్చినా మరికాస్త సుస్తీ చేసి పక్కమీదికెక్కినా కూడా మనకి త్వరగా నయం కావాలనే కోరుకుంటాం. కానీ మరింకేమీ ఆలోచించము.

ఆరోగ్యం మనకొక బహుమానం. ఆ బహుమానాన్ని మనం ప్రతిరోజూ అందుకుంటూనే వుంటాం. మనం అందుకుంటున్న అన్ని అంశాలకూ ఎట్లా కృతజ్ఞులమై వుంటామో ఆరోగ్యానికి కూడా మనం ఎప్పుడూ కృతజ్ఞులమై వుండాలి. అట్లా కృతజ్ఞులమై వుంటేనే మనకు మరింత మంచి ఆరోగ్యం అందుతూ వుంటుంది.

గుర్తు పెట్టుకోండి :

"ఎవరైతే ఆరోగ్యం పట్ల ***కృతజ్ఞులై*** *వుంటారో, వారికి మరింత మంచి ఆరోగ్యం దక్కుతుంది. ఎప్పుడూ ఎవరికైతే తమ ఆరోగ్యం పట్ల* ***కృతజ్ఞత*** *వుండదో వారు ఉన్న ఆరోగ్యాన్ని కూడా పోగొట్టుకుంటారు."*

ఆరోగ్యవంతమైన జీవనశైలి ఎంచుకున్నప్పటికీ అనారోగ్యం పాల పడేవాళ్ళు మనకు తెలుసు. కనుక మనకున్న ఆరోగ్య పరిస్థితి పట్ల మనం కృతజ్ఞులమై వుండడం చాలా ముఖ్యం. అట్లా కృతజ్ఞత కలిగి ఉంటే ఇప్పుడున్న ఆరోగ్యాన్ని కాపాడుకోవడమే కాక, మరింత మెరుగైన ఆరోగ్యం మీలోకి ప్రవహించే ఒక మ్యాజిక్‌ని మీరు ఆకర్షిస్తున్నారన్న మాట. అప్పటికప్పుడే మీ ఆరోగ్యంలో మంచి మార్పుల్ని గమనిస్తారు. చిన్నచిన్న నొప్పులు, మచ్చలు, పొక్కులు మాయమైపోతాయి. మీలో శక్తీ, బలమూ, ఆరోగ్యమూ గణనీయంగా అభివృద్ధి చెందుతాయి.

రోజువారీ కృతజ్ఞత అభ్యాసాలతో మీ కంటిచూపు, వినికిడి శక్తి, తదితర ఇంద్రియ జ్ఞానం కూడా మెరుగవడం చూస్తారు. మీ శరీరావయవాలన్నీ చక్కగా పనిచేస్తాయి. ఇదంతా కూడా ఒక మ్యాజిక్ లాగా జరిగిపోతుంది.

"కృతజ్ఞత ఒక టీకా మందు లాంటిది, ఒక క్రిమినాశని లాంటిది, విషానికి విరుగుడు లాంటిది."

జాన్ హెన్రి జొవెట్ (1864-1923)
మతబోధకుడు, రచయిత

మీరెంతగా మీ ఆరోగ్యానికి కృతజ్ఞులై వుంటారో, అదే ప్రమాణంలో మీ ఆరోగ్యం మెరుగవుతూ వుంటుంది. మీ ఆరోగ్యానికి మీరెంత కృతజ్ఞతా రాహిత్యంతో వుంటారో అది అంత దిగజారిపోతూ వుంటుంది. దిగజారుతున్న ఆరోగ్యం అంటే మీ రోగనిరోధకశక్తి, బలం, ఉత్సాహం, ఆలోచనల్లో స్పష్టత మొదలైన శారీరక, మానసిక శక్తులన్నీ సన్నగిల్లిపోవడం అన్నమాట.

మీకున్న ఆరోగ్యం పట్ల మీకు కృతజ్ఞతాభావం వుండడంవల్ల మీకు మరింత మంచి ఆరోగ్యం సమకూరుతుంది. అంతేకాక అనేక ఒత్తిళ్ళు కూడా అధిగమిస్తారు. శారీరక, మానసిక ఒత్తిళ్ళే అనేక వ్యాధులకు మూలకారణాలని శాస్త్రవేత్తలు కనుక్కున్నారు. అంతేకాదు తమకిప్పుడున్న ఆరోగ్యానికి కృతజ్ఞులై వుండేవారికి జబ్బులు కూడా త్వరగా తగ్గుతాయనీ అందరికన్న ఏడేళ్ళు ఎక్కువ బ్రతుకుతారనీ కూడా అంటారు.

మీకిప్పుడున్న ఆరోగ్యపరిస్థితే మీలో వున్న కృతజ్ఞతాభావానికి సూచిక. ప్రతిరోజూ మీకు అద్భుతంగా వుంటుంది. మీకు బ్రతకడం ఒక బరువుగానూ, నిరంతర శ్రమగానూ వుండి మీ వయసుకన్న వృద్ధులైనట్లు అనిపిస్తుంటే మీ ఆరోగ్యం సన్నగిల్లిపోతోందన్నమాట. ఇట్లా ఉత్సాహం తగ్గిపోవడానికి ఒక కారణం కృతజ్ఞతారాహిత్యమే. అయితే మీరు కృతజ్ఞత యొక్క మ్యాజిక్ శక్తిని ఉపయోగించుకుంటే ఇదంతా కూడా మారిపోతుంది.

ఆరోగ్యానికి సంబంధించిన మ్యాజిక్ అభ్యాసం మీ శరీరారోగ్యం గురించి ఈ క్రింది విషయాలు చదవడంతో ప్రారంభించండి. మీ శరీరంలోని ఒక ప్రత్యేకమైన భాగం గురించిన వాక్యాలు చదివి కళ్ళు మూసుకుని మళ్ళీ వాక్యాలను మననం చెయ్యండి. అంతసేపూ ఆ అవయవంపట్ల కృతజ్ఞతాభావం కలిగివుండండి. మీరెందుకు ప్రతిరోజూ ఆ అవయవానికి కృతజ్ఞులై వున్నారో తలుచుకున్నప్పుడు ఆ కృతజ్ఞత ఇనుమడిస్తుంది. ఆ విధంగా మీ కృతజ్ఞతాభావం గాఢమైన కొలదీ మీకొచ్చే ఫలితాలు ఆశ్చర్యకరంగా, ఆనందదాయకంగా వుంటాయి.

మీ కాళ్ళను గురించీ, పాదాలను గురించీ ఒకసారి తలుచుకోండి. అవి మీ జీవితంలో ముఖ్య రవాణా సాధనాలు. మీరు మీ కాళ్లను, పాదాలను ఎన్నివిధాలుగా ఉపయోగిస్తారో ఆలోచించండి. నిలబడడానికి, మీ శరీరాన్ని సమతూకంలో నిలబెట్టడానికి, కూర్చోడానికి, వ్యాయామానికి, నాట్యం చెయ్యడానికి, మెట్లెక్కడానికి, కారు నడపడానికి, అన్నింటికన్న ముఖ్యంగా నడవడానికి. మీ కాళ్ళూ, మీ పాదాలూ మిమ్మల్ని మీ ఇంటిచుట్టు తిప్పుతాయి. స్నానాల గదిలోకి, వంట గదిలోకి, ఇంట్లోకీ బయటికీ ఇట్లా ఎన్ని చోట్లకో! వీధిలోకి, షాపులకి, బీచ్ ఒడ్డుకి, ఎయిర్‌పోర్టులోకి! నడిచే స్వతంత్రం మన జీవనానందానికి ముఖ్యావసరం. కనుక *"నేను నా కాళ్లకీ, పాదాలకీ కృతజ్ఞతాబద్ధురాలినై/బద్ధుడనై వున్నాను. నేను ఈ మాట హృదయంలోనుంచీ చెబుతున్నాను"* అనండి.

అట్లాగే మీ చేతులు, బాహువుల గురించి తలుచుకోండి. ఒకరోజు మొత్తం మీద మీ చేతులతో మీరెన్ని వస్తువులను పట్టుకున్నారో, వస్తువులను ఎత్తి వేరొకచోట పెడుతున్నారో చూడండి. మన చేతులే మన ముఖ్యమైన పనిముట్లు. వాటిని మనం విరామం లేకుండా ఉపయోగిస్తాం. ప్రతిరోజూ భోజనం చేస్తాం, వ్రాస్తాం, ఫోన్ పట్టుకుంటాం, కంప్యూటర్ వాడతాం, దుస్తులు ధరిస్తాం, వస్తువులను అందుకుంటాం, పట్టుకుంటాం, ఎన్నో పనులు చేస్తాం చేతులతో నిరంతరం. చేతులే లేకపోతే మన బ్రతుకు పరాధీనమే.

కనుక మీ చేతులకు ఎప్పుడూ కృతజ్ఞులై వుండడం ముఖ్యం. "నా చేతులకు, నా అరచేతులకు, చేతివేళ్ళకు థాంక్స్" అనుకోండి, మనస్ఫూర్తిగా.

మీ జ్ఞానేంద్రియాలు చేసే అద్భుతాలను ఒకసారి తలుచుకోండి. మీరు తినేటప్పుడూ, తాగేటప్పుడూ మీకు అనేక రుచుల్ని పరిచయం చేసే జిహ్వాను తలుచుకోండి. ఏ జలుబో చేసి మీకు రుచులు తెలియకుండా పోయిన క్షణాలను తలుచుకోండి. అప్పుడు తినడంలోని ఆనందమే మాయమైపోతుంది. "నా అద్భుతమైన జిహ్వాకు కృతజ్ఞతలు" అని మనస్ఫూర్తిగా అనండి.

మీకు పూల పరిమళాలను, వంటింటి మధురమైన వాసనలను, శీతాకాలపు చలిమంటల వాసనలను, మలయమారుతం మోసుకొచ్చే సువాసనని, పచ్చిగడ్డి పరిమళాన్ని, తొలకరి చినుకులకు తడిసిన మట్టి పరిమళాన్ని అందించి మురిపించే, మీ ఘ్రాణేంద్రియాన్ని తలుచుకోండి. "నా ప్రియమైన నాసికకు కృతజ్ఞతలు" అనుకోండి హృదయంలోనుంచి.

స్పర్శజ్ఞానమే లేకపోతే వేడి ఏదో, చల్లనేదో తెలుస్తుందా మీకు? మెత్తనిదేదో, గట్టిదేదో ఎట్లా అర్థం అవుతుంది? ఒక వస్తువుని ముట్టుకున్న అనుభూతి ఎట్లా పొందగలరు? ఆత్మీయ స్పర్శను ఎట్లా అనుభవించగలరు? మీ ఆత్మీయుల ఆలింగనం ఇచ్చే మధురానుభూతిని ఎట్లా ఆస్వాదించగలరు? ప్రియమిత్రుల కరచాలనాన్ని ఎట్లా అనుభూతించగలరు? మనిషి మనిషికీ మధ్య కరస్పర్శే కదా విలువైనది? అందుకని "నా స్పర్శజ్ఞానానికి కృతజ్ఞతలు" అనుకోండి హాయిగా.

ఇంక జీవరాశికి ఒక వరంగా అమరిన నేత్రాలు ఎంత అద్భుతమైనవో కదా! పుస్తకాలు చదవడానికి, ఆత్మీయులను మనసారా చూసుకోడానికి, ప్రకృతి సౌందర్యాన్ని ఆస్వాదించడానికి, మరీ ముఖ్యంగా ఈ జీవితంలో సాగిపోవడానికి ఎంత ముఖ్యం ఈ నేత్రద్వయం! ఒక గంటసేపు కళ్లకి గంతలు కట్టుకుని రోజూ చేసే పనులు చెయ్యడానికి ప్రయత్నించి చూడండి. అప్పుడు మీ కళ్ల విలువేమిటో మీకు అర్థం అవుతుంది.

మీ కళ్లను శ్లాఘించండి. *"ఈ విశాల విశ్వాన్ని నాముందు నిలబెట్టిన నా చక్షుద్వయానికి నా కృతజ్ఞతలు"* అనుకోండి.

ఇంక చెవుల మాటేమిటి? అవి పనిచెయ్యకపోతే మీ గొంతే మీకు వినిపించదు కదా? ఇంక ఇతరులు మాట్లాడేదీ వినిపించదు. సంగీతం దరిదాపులకి రాదు. ఫోన్‌లో మాట్లాడలేరు. మీ ఆత్మీయుల కంఠాలు వినిపించవు. అంతా బధిరలోకం అయిపోతుంది. చుట్టూ ప్రపంచంలోని అనేక ధ్వనులు అసలు తెలియవు. కోకిల కూతలు, పక్షుల అరుపులు ఏవీ మీ దరికి రావు. అందుకే *"నా వినికిడి శక్తికి మరీమరీ కృతజ్ఞతలు"* అని చెప్పుకోండి.

అసలు మెదడనేదే లేకపోతే ఇతర జ్ఞానేంద్రియాలు ఎట్లా పనిచేస్తాయి? అదేకదా మీ జ్ఞానేంద్రియాలకు క్షణానికి మిలియన్ల సందేశాలు పంపేది? నిజానికి మీ జీవితాన్ని మీచేత అనుభవింపచేసేదే మీ మెదడు. అంతేకాదు మీ మెదడుతో సరితూగే కంప్యూటర్ టెక్నాలజీ అంటూ లేదీ ప్రపంచంలో! *"నా మెదడుకీ, నా అందమైన మనసుకూ కృతజ్ఞతలు"* అని ఆనందంగా చెప్పుకోండి.

ఇంక మీ ఆరోగ్యం కోసం మీ శరీరంలో అహరహమూ పనిచేసే కోట్లాది కణాల మాటేమిటి? అందుకే ఆ కణాలకు కృతజ్ఞతలు చెప్పండి. అంతేకాదు ప్రాణాన్ని కాపాడే అవయవాలన్నింటికీ కృతజ్ఞతలు చెప్పుకోండి. మీ శరీరానికి అవసరంలేని వ్యర్థాలను వడబోస్తూ, శుభ్రపరుస్తూ ఎప్పటికప్పుడు కొత్త శక్తిని అందజేస్తూ మీకు తెలియకుండానే మీలో జీవరసాలను నింపే మీ *అవయవాలన్నిటికి అవి తమ పనిని పరిపూర్ణంగా నెరవేరుస్తున్నందుకు కృతజ్ఞులై వుండండి.*

అయితే మీ శరీరంలో ఇందాక చెప్పుకున్న అన్ని అవయవాల కన్న అద్భుతమైనది మీ గుండె. అది ఇతర అవయవాలన్నింటినీ అదుపుచేసే శక్తి కలది. అది మీ శరీరంలోని ఇతర అవయవాలకు ప్రాణదాత లాంటిది. *"నా ఆరోగ్యవంతమైన, గట్టి గుండెకు కృతజ్ఞతలు"* అని చెప్పుకోండి.

ఇప్పుడొక కాగితమో ఒక కార్డో తీసుకోండి. దానిమీద పెద్ద అక్షరాలతో ఇలా వ్రాయండి.

ఆరోగ్యమనే గొప్ప బహుమానమే నన్ను బ్రతికిస్తున్నది

ఈ రోజు ఆ కాగితాన్నో కార్డునో మీ వెంట వుంచుకోండి. అది మీకు ఎప్పుడూ కనపడేలా పెట్టుకోండి. మీరు పని చేసుకుంటున్న టేబిల్ మీద మీ ఎదురుగా పెట్టుకోండి వీలేతై. మీరొక డ్రయివర్ అయితే మీకు కనపడేలా మీ కారులోనో, ట్రక్‌లోనో పెట్టుకోండి. మీరు ఎక్కువకాలం ఇంట్లో వుండే వ్యక్తి అయితే మీ వాష్‌బేసిన్ దగ్గర్లో ఫోన్ దగ్గరో పెట్టండి. ఎక్కడైనా సరే.

ఈ రోజు కనీసం నాలుగుసార్లైనా పై వాక్యాలను నెమ్మదిగా ఉచ్చరించండి. చాలా నెమ్మదిగా ఒక్కొక్క పదమే పలకండి. అంతేకాదు మీకున్న ఆరోగ్యానికి హృదయపూర్వకంగా కృతజ్ఞత చెప్పుకోండి.

మీ ఆరోగ్యం ఎల్లప్పుడూ సక్రమంగా వుండాలంటే దానికి ఎప్పుడూ మీరు కృతజ్ఞతాబద్ధులై వుండాలి. అప్పుడు మీకు ఆరోగ్యమూ, శక్తీ, జీవనకాంక్షా పెరుగుతాయి. అట్లాగే సంప్రదాయ వైద్యవిధానానికి కృతజ్ఞతాభావం జోడిస్తే మనమొక వైద్యవిప్లవాన్నే చూడొచ్చు. అట్లాగే ఇంతకుముందెన్నడూ లేనంతగా వ్యాధులు ఎక్కువగా తగ్గిపోవడంలాంటి ఒక అద్భుతాన్ని కూడా మనం చూడొచ్చు.

మ్యాజిక్ అభ్యాసం 4

అద్భుతమైన ఆరోగ్యం

1. మ్యాజిక్ అభ్యాసం ఒకటిలోని నాలుగు అంశాలనీ మళ్ళీ ఆచరించండి. మీ అదృష్టాలను తలుచుకోండి. మీ పది అదృష్టాలను జాబితా వెయ్యండి. వాటికి మీరెందుకు కృతజ్ఞులో వ్రాయండి. ఆ జాబితాని మళ్ళీ చదవండి. థాంక్యూ, థాంక్యూ, థాంక్యూ అని మూడుసార్లు ప్రతి అంశానికీ కృతజ్ఞత చెప్పండి. కృతజ్ఞత మనసులో నింపుకోండి.

2. ఒక కాగితం మీదో కార్డు మీదో ఈ వాక్యం వ్రాయండి: **ఆరోగ్యమనే బహుమానమే నన్ను బ్రతికించి వుంచుతున్నది.**

3. ఆ కాగితాన్నో కార్డునో మీరు తరుచు చూసే అవకాశమున్నచోట పెట్టండి.

4. కనీసం **నాలుగు**సార్లయినా ఆ వాక్యాన్ని నెమ్మదిగా చదవండి. మీకు భగవంతుడిచ్చిన ఈ విలువైన బహుమతి పట్ల వీలైనంత కృతజ్ఞులుగా వుండండి.

5. ఈ రోజు రాత్రి మీరు నిద్రకి ఉపక్రమించే ముందు మీ మ్యాజిక్ శిలను చేతిలో పట్టుకుని, ఈ రోజు మీకు జరిగిన అన్నింటికన్న ఉత్తమమైన విషయాన్ని తలుచుకుని దానికి మూడుసార్లు కృతజ్ఞత చెప్పుకోండి.

5వ రోజు

మ్యాజిక్ డబ్బు

"కృతజ్ఞత ఒక సంపద. ఫిర్యాదులు చేయడమే పేదరికం."

క్రిష్టియన్ సైన్స్ హిమ్నల్

మీకు ఆర్థికంగా లోపం వున్నప్పుడు డబ్బు గురించిన దిగులు, అసూయ, అసంతృప్తి, సందేహాలూ, భయం, నిరుత్సాహం లాంటి భావాలు వుంటే మీ ఆర్థికస్థితి ఎప్పటికీ బాగుపడదు. మరింత డబ్బు రాదు. ఆ భావాలన్నీ ప్రస్తుతం మీకున్న డబ్బుపట్ల మీ కృతజ్ఞతారాహిత్యాన్ని సూచిస్తాయి. డబ్బును గురించిన ఫిర్యాదులు, వాదనలు, డబ్బు లేదన్న నిరాశ, వస్తువుల ధరలు పెరిగిపోతున్నాయనే విమర్శ, లేదా డబ్బు విషయంలో మరొకర్ని నొప్పించడం వంటి చర్యలు మీలో వుండే కృతజ్ఞతాభావానికి చిహ్నాలు ఏమాత్రం కావు. కనుక మీ ఆర్థిక పరిస్థితి మెరుగుపడకపోగా మరింత దిగజారే అవకాశాలున్నాయి.

ప్రస్తుతం మీ ఆర్థిక పరిస్థితి ఎలా అయినా వుండనివ్వండి. ఆ వున్న డబ్బు పట్ల కూడా మీకు కృతజ్ఞత లేకపోవడమే మీలో అసంతృప్తికి మూలం. అందుచేత ప్రస్తుత పరిస్థితి గురించి మర్చిపోండి. వున్నదానిపట్ల కృతజ్ఞులై వుండండి. అప్పుడే మీ ఆర్థిక పరిస్థితిపై మ్యాజిక్ పనిచేస్తుంది. అది మెరుగుపడుతుంది.

"ఎవరికైతే **కృతజ్ఞత** (డబ్బుపట్ల) వుంటుందో వారికి మరింత లభిస్తుంది. పుష్కలంగా లభిస్తుంది. ఎవరికైతే వున్నదానిపట్ల **కృతజ్ఞత** (డబ్బుపట్ల) వుండదో, వారినుంచి వున్నదికూడా తీసుకోబడుతుంది."

చాలా తక్కువ డబ్బు వున్నప్పుడు, ఆ వున్నదానికి కృతజ్ఞత చూపడం ఎవరికైనా కానీ ఒక సవాలులాంటిది. మనం కృతజ్ఞత చూపనిదే పరిస్థితి మారదని తెలిసినప్పుడు తప్పకుండా ఉన్న డబ్బు పట్ల కృతజ్ఞత చూపిస్తాం.

డబ్బు అనే విషయం చాలామందికి చాలా విచిత్రమైనది. ముఖ్యంగా అది తక్కువగా వున్నప్పుడు. అందుకని మ్యాజిక్ డబ్బు అనే అభ్యాసం చెయ్యడానికి రెండు మెట్లున్నాయి. ఈ అభ్యాసం చెయ్యబోయేముందు మొత్తంగా దాన్ని గురించి చదువుకుని వుండాలి. ఎందుకంటే ఈ అభ్యాసం రోజంతా కొనసాగిస్తూ వుండాలి.

ఒకచోట నింపాదిగా కూర్చుని మీకు స్వంతంగా డబ్బు లేనప్పటి రోజులను గురించి తలుచుకోండి. ముఖ్యంగా మీ బాల్యం గురించి. తరువాత మీరు డబ్బు సంపాదించడం మొదలైనప్పటి గురించి తలుచుకోండి. అప్పుడు దానికి మీరు హృదయపూర్వకంగా కృతజ్ఞత చెప్పుకోండి.

మీకు తినడానికి సరైన భోజనం ఎప్పుడూ వుందా?

వుండడానికొక ఇల్లుందా?

మీ విద్యాభ్యాసం చాన్నాళ్ళు కొనసాగిందా?

ప్రతిరోజూ స్కూల్‌కు ఎట్లా వెళ్ళేవారు? మీకు స్కూల్ పుస్తకాలు వుండేవా? స్కూల్‌లో వుండవలసిన సౌకర్యాలన్నీ అమిరాయా?

మీ బాల్యంలో సెలవులప్పుడు విహారాలకెప్పుడైనా వెళ్ళారా?

మీ బాల్యంలో మీకొచ్చిన గొప్ప పుట్టినరోజు బహుమానాలేమిటి?

చిన్నప్పుడు మీకు ఆడుకోడానికి బొమ్మలు, ఒక సైకిల్, ఒక పెంపుడు జంతువు వుండేవా?

మీరు శారీరకంగా పెరుగుతున్నప్పుడు ఏ సైజుకి తగ్గట్టు ఆ సైజు బట్టలుండేవా?

సినిమాలకు వెళ్ళేవారా? క్రీడల్లో పాల్గొనేవారా? సంగీతవాద్యం ఏదైనా నేర్చుకున్నారా? ఏదైనా హాబీ వుండేదా?

మీకు అనారోగ్యం కలిగినప్పుడు డాక్టర్ దగ్గరకు వెళ్ళి మందు తెచ్చుకునేవారా?

దంత వైద్యుణ్ణెప్పుడైనా సంప్రదించారా?

పళ్ళు తోముకోడానికొక బ్రష్, టూత్‌పేస్ట్, సబ్బు, షాంపూ వంటి అత్యవసర వస్తువులుండేవా?

మీకొక కారుండేదా?

టెలివిజన్ చూసేవారా? ఫోన్ వుండేదా? మీ ఇంట్లో ఎలక్ట్రిసిటీ, నీటి సదుపాయం వుండేవా?

ఈ వసతులన్నింటికీ డబ్బు కావాలి. కానీ మీ బాల్యంలో మీరేం డబ్బు ఖర్చు చెయ్యకుండానే అవన్నీ మీకు సమకూరాయి. ఇట్లా మీ బాల్యాన్నీ, యౌవన కాలాన్నీ వెనుతిరిగి చూస్తే ఎన్ని సౌకర్యాలు మీకు ఉచితంగా అమిరాయో తెలుస్తుంది. వీటన్నిటికీ కష్టపడి సంపాదించిన డబ్బే కదా కావాలి! కనుక మీరందుకున్న ఈ సౌకర్యాలన్నింటికీ కృతజ్ఞులై వుండండి. ఎందుకంటే గతంలో మీకు లభించిన డబ్బుకు మీరు ఇప్పుడు కృతజ్ఞులయి వుంటే, భవిష్యత్తులో మీకు అంతకన్న ఎక్కువ డబ్బు అందుతుంది. అదే కృతజ్ఞత చేసే మ్యాజిక్. అదొక సార్వజనిక సూత్రం. అదే మీ డబ్బుకు హామీ.

ఈ మ్యాజిక్ డబ్బు అనే అభ్యాసాన్ని కొనసాగించే క్రమంలో, ఒక రూపాయి నోటు (లేదా ఒక డాలర్ బిల్) తీసుకోండి. దానిపైన ఒక స్టిక్కర్ అంటించండి. స్టిక్కర్‌పైన ఇలా వ్రాయండి.

నా జీవితమంతా నాకు లభించిన డబ్బు మొత్తానికి కృతజ్ఞతలు

ఈ మ్యాజిక్ రూపాయి నోటుని ఈ రోజంతా మీతో వుంచుకోండి. దాన్ని మీ పర్సులోనో, జేబులోనో పెట్టుకోండి. కనీసం పొద్దునొకసారీ, మధ్యాహ్నమొకసారీ లేదా మీకు వీలున్నప్పుడల్లా దాన్ని తీసి చూస్తూ వుండండి. దానిపైన వ్రాసిన వాక్యాన్ని చదవండి. చదవడమే కాదు, నిజంగా కృతజ్ఞత చూపించండి. మీలో కృతజ్ఞత ఎంత హృదయపూర్వకమైనది అయితే అంత త్వరగా మీ ఆర్థిక పరిస్థితిలో అద్భుతమైన మార్పు వస్తుంది. కావాల్సినదల్లా మీ కృతజ్ఞత మనస్ఫూర్తిగా వుండడం.

మీ డబ్బు ఎట్లా పెరుగుతుందో మీకు ముందుగా తెలియకపోవచ్చు. కానీ మీకు డబ్బు వచ్చేలాగా పరిస్థితుల్లో మార్పు వస్తుంది. మీకు వుందని తెలియని డబ్బు మీకు అందవచ్చు. అనుకోకుండా నగదో, చెక్కులో రావచ్చు. కొనే వాటిల్లో రిబేట్లు దొరకచ్చు. డిస్కౌంట్లు రావచ్చు. లేదా ధరలు తగ్గవచ్చు. మీరు డబ్బు పెట్టి కొనకుండా వస్తువులు లభ్యం కావచ్చు. ఏదైనా జరగవచ్చు.

ఈ రోజు తరువాత మీ మ్యాజిక్ రూపాయి నోటుని మీకు తరుచు కనిపించే చోట పెట్టండి. అది మీకు ఎప్పటికప్పుడు మీరు కృతజ్ఞత చూపవలసిన విషయాన్ని గుర్తుచేస్తుంది. మీరు గతంలో అనుభవించిన ఆర్థిక సౌకర్యాలకు మీరు కృతజ్ఞత చెప్పుకునేలా చేస్తుంది. అందువలన మీకు మరింత ధనలాభం కలుగుతుంది. డబ్బు పట్ల ఎంత ఎక్కువ కృతజ్ఞత వుంటే అంత ఎక్కువ డబ్బు మీకు భవిష్యత్తులో లభిస్తుంది.

డబ్బు గురించి అసంతృప్తి గానీ, ఏదైనా ఫిర్యాదు గానీ మాటల ద్వారానో, చేతల ద్వారానో చెయ్యాలనుకుంటున్న పరిస్థితిలో మీరుంటే, మిమ్మల్ని మీరిలా ప్రశ్నించుకోండి. "ఇట్లా అనుకుంటున్నందుకు ఏర్పడే పర్యవసానాలను ఎదుర్కోడానికి నేను సిద్ధంగా వున్నానా?" అని ఎందుకంటే అసంతృప్తీ, మీ ఫిర్యాదూ మీకు రాబోయే అదృష్టాన్ని కూడా ఆపేస్తాయి.

ఇకముందునుంచీ మీకు మీరొక వాగ్దానం చేసుకోండి. మీకు ఎప్పుడు డబ్బు లభించినా, అంటే అది మీ వేతనమే కావచ్చు, లేదా ఏదైనా డిస్కౌంట్ కావచ్చు, రీఫండ్ కావచ్చు, ఏదైనా బహుమతి కావచ్చు. ఎలాంటిదైనా సరే దానికి మీరు మనస్ఫూర్తిగా కృతజ్ఞత చెప్పుకోవాలి. ఎప్పుడు మీకు ధనలాభం కలిగినా అది మీకొక కృతజ్ఞత చెప్పుకునే అవకాశంగా భావించాలి. కృతజ్ఞత యొక్క మ్యాజిక్ మీ అదృష్టాన్ని ఇనుమడింపజేస్తుంది. మరింత ధనలాభం చేకూరుతుంది. మీరు చేయవలసిందల్లా ఎప్పటికప్పుడు మీకు లభించినదానికి కృతజ్ఞులై వుండడమే.

మ్యాజిక్ అభ్యాసం 5

మ్యాజిక్ డబ్బు

1. మ్యాజిక్ అభ్యాసం ఒకటిలోని మూడు అంశాలనూ తిరిగి అభ్యాసం చెయ్యండి. మీ అదృష్టాలను లెక్కవేసుకోండి. ఒక పదింటి జాబితా వెయ్యండి. వాటికి మీరెందుకు కృతజ్ఞులో వ్రాసుకోండి. మీ జాబితాను మళ్ళీ చదువుకుని ప్రతి అదృష్టానికీ మూడుసార్లు కృతజ్ఞత చెప్పండి. నిజంగా కృతజ్ఞత కలిగి వుండండి.

2. నింపాదిగా కూచుని మీ బాల్యంలో మీరు ఒక పైసా ఖర్చు చెయ్యకుండా మీకు లభించిన సౌకర్యాలన్నింటినీ గుర్తు తెచ్చుకోండి.

3. ప్రతి జ్ఞాపకం తరువాతా దానికి కృతజ్ఞత చెప్పండి. హృదయపూర్వకంగా చెప్పండి.

4. ఒక రూపాయినోటు తీసుకుని దానిమీద ఒక స్టిక్కర్ అంటించండి. స్టిక్కర్ మీద పెద్ద అక్షరాలతో ఇట్లా వ్రాయండి :

   నా జీవితం అంతా నాకు లభించిన డబ్బుకు కృతజ్ఞతలు

5. ఈ రోజు ఆ మ్యాజిక్ నోటును మీతో తీసుకుపోండి. కనీసం పొద్దునొకసారీ, మధ్యాహ్నం ఒకసారీ, దాన్ని తీసి చూడండి. ఎన్నిసార్లు వీలైతే అన్నిసార్లు దాన్ని చేతిలో పట్టుకుని దానిమీద మీరు వ్రాసిన వాక్యాన్ని చదవండి. మీకు గతంలో లభించిన డబ్బుకు కృతజ్ఞత చెప్పుకోండి.

6. రేపటినుంచీ ఈ రూపాయినోటును మీరు ప్రతిరోజూ తరుచూ కనిపించేచోట పెట్టండి. అది మీకు మీ గతంలోని అదృష్టానికి కృతజ్ఞత చెప్పుకునేలా గుర్తు చేస్తుంది. అట్లా కృతజ్ఞతాభావం కొనసాగుతూ వుంటుంది.

7. ఇవాళ మీరు నిద్రకి ఉపక్రమించేముందు మీ మ్యాజిక్ శిలను గుప్పిట్లో వుంచుకుని, ఈరోజు మీకు జరిగిన అన్నింటికన్న మంచి విషయాన్ని తలుచుకుని దానికి కృతజ్ఞత చెప్పండి.

6వ రోజు

అద్భుతంగా పనిచేస్తుంది

"మీరెందులో ప్రవేశించినా, అంటే ఏ కళలోగానీ, ఏ నైపుణ్యంలోగానీ ఏ శిక్షణ తీసుకుంటున్నా ఏ శాస్త్రం అభ్యసించినా, దాని అంచులవరకూ సాగిపోండి. అంతవరకూ ఎవరూ చూడని తీరాలకు పోండి. ఎంత వెళ్ళగలిగితే అంత వెళ్ళండి. అప్పుడు మీరు దాన్ని అద్భుత సీమలలోకి మళ్ళిస్తారు."

టామ్ రాబిన్స్ (జ. 1936)
రచయిత

అతిపేదరికంలో దుర్భర దారిద్ర్యంలో జన్మించి అతితక్కువ చదువు చదివిన ఒక వ్యక్తి ఒక గొప్ప నాయకుడో, ప్రముఖ వ్యక్తో ఎట్లా అవగలడు? ఒక వ్యాపార సామ్రాజ్యం నిర్మించి, ప్రపంచంలోకెల్లా సంపన్నుడు కాగలడు? ఇద్దరు వ్యక్తులు ఒకే ఉద్యోగంలోనో, వృత్తిలోనో ప్రారంభిస్తే ఒకరు క్రమక్రమంగా నిచ్చెన మెట్లన్నీ ఎక్కి పైకి పోగా మరొకరు ఎంత ప్రయత్నించినా కొద్దిపాటి విజయంతో క్రింది మెట్టుమీదే వుండిపోవడం ఎందుకు? దీనికి కారణం కృతజ్ఞతారాహిత్యమే. ఆకర్షణసూత్రం ప్రకారం మీకు విజయం దక్కాలంటే మీలో కృతజ్ఞత వుండాలి.

అందువలన కృతజ్ఞత లేకపోతే శాశ్వత విజయం అనేది లేదు. కొనసాగే కృతజ్ఞతే కొనసాగే విజయం, అదృష్టం.

మీ వృత్తి ఉద్యోగాలలో కానీ, జీవితంలో కానీ విజయం లభించాలంటే (అంటే పదోన్నతి పొందడం, మంచి ఆలోచనలు రావడం, డబ్బు సమకూరడం, స్ఫూర్తి పొందడం, ప్రశంసలు లభించడం వంటివి రావాలంటే) మీ వృత్తి ఉద్యోగాల పట్ల మీకు కృతజ్ఞత వుండాలి. మీకెంత కృతజ్ఞత వుంటే, ఇంకా అంత కృతజ్ఞత వుండాల్సిన అవసరం వస్తుందన్న మాట. అంటే అంత లాభం చేకూరుతుందన్నమాట. ఈపాటికి మీకర్థం అయ్యే వుంటుంది. మీకు జీవితంలోని ఏం అంశంలోనైనా అభివృద్ధి కావాలంటే ఇప్పుడు మీకున్న అదృష్టాలపట్ల మీకు కృతజ్ఞత వుండాలని.

*"ఎవరికైతే **కృతజ్ఞత** (తమ పనిపట్ల) వుంటుందో, వారికి మరింత అదృష్టం అందుతుంది. అది కూడా పుష్కలంగా దక్కుతుంది. ఎవరికైతే **కృతజ్ఞత** (తమ పనిపట్ల) వుండదో వారికున్న అదృష్టం కూడా పోగొట్టుకుంటారు."*

మీ వృత్తి ఉద్యోగాలపట్ల మీకు కృతజ్ఞత వుంటే, మీరు దానిమీద శ్రద్ధపెట్టి మరింత కష్టపడతారు. అప్పుడు మీకు మరింత డబ్బూ, విజయం దక్కుతాయి. మీ ఉద్యోగంపట్లా, మీ వృత్తిపట్లా మీకు కృతజ్ఞతాభావం లేకపోతే మీరు దానిపట్ల శ్రద్ధ పెట్టరు. దానికి సరైన న్యాయం చెయ్యరు. అప్పుడు మీరు పొందేది కూడా తక్కువగానే వుంటుంది. అంటే మీకు రాబోయే ఫలితాలను మీకు మీరే తగ్గించుకుంటున్నారన్నమాట. మీరు ఎప్పుడూ సంతోషంగా మీ పని చెయ్యరు. మొక్కుబడిగా చేస్తారు. అప్పుడు మీ పని వున్నచోటే వుండిపోతుంది. దిగజారికూడా పోతుంది. అంటే ఉద్యోగం పోయే పరిస్థితి వస్తుందన్నమాట. గుర్తుపెట్టుకోండి ఎవరికైతే కృతజ్ఞత వుండదో వారికున్న కొద్దిపాటి అదృష్టం కూడా మాయమైపోతుంది.

కృతజ్ఞత ద్వారా మీరిచ్చే శక్తి ఎంతో, అంతే సమానమైన లాభం మీరు

ప్రతిగా పొందుతారు. ఎంతిస్తే అంతస్నమాట. ఆ విధంగా మీకొచ్చే అదృష్టాన్ని మీరు అదుపు చేస్తున్నారన్నమాట.

మీరొక వ్యాపారవేత్త అయితే మీ వ్యాపారపు విలువ మీకుండే కృతజ్ఞతను బట్టి హెచ్చుతూనో తగ్గుతూనో వుంటుంది. మీ వ్యాపారం పట్ల, మీ ఖాతాదారుల పట్ల, మీ ఉద్యోగుల పట్ల మీరెంత కృతజ్ఞతతో వుంటే మీ వ్యాపారం అంత అభివృద్ధి చెందుతుంది. వ్యాపారస్తులు తమ వ్యాపారానికి కృతజ్ఞత చూపకుండా దానిపట్ల దిగులూ విచారమూ చూపినప్పుడే అది నష్టాలపాలౌతుంది.

మీరు పిల్లల్ని పెంచుతూ ఇంటిదగ్గరే వున్నట్లయితే, ఆ సమయంలో మీరెంత కృతజ్ఞులుగా వుండాలో ఆలోచించండి మీ జీవితంలో ఈ అవకాశం ఒక్కసారే వస్తుంది. ఈ అవకాశం పట్ల మీలో నిజంగా కృతజ్ఞత వుంటే మీకు కుటుంబం నుంచీ మరింత సహకారం మరింత మద్దతూ వస్తాయి. ఎంతో అందమైన కాలంగా ఆ జీవన భాగం మిగులుతుంది. గొప్ప జ్ఞాపకాల ఖజానా అమరుతుంది.

మీ ఉద్యోగం ఏదైనా సరే మీరు దానిని ప్రేమించి గౌరవించాలి. ఆ పని చేస్తున్నందుకు ఉత్సాహంతో ఉండాలి. ఇప్పుడు మీరు చేస్తున్న ఉద్యోగం మీరు కలలు కన్న ఉద్యోగం కాకపోయినా, మీరు కలలు కనే ఉద్యోగం రావాలంటే ముందు ప్రస్తుత ఉద్యోగాన్ని ఇష్టపడాలి. ఆ ఉద్యోగమైనా ఉన్నందుకు దానికి కృతజ్ఞత చూపించాలి అప్పుడే మీరు కోరుకున్న ఉద్యోగం మీకు వచ్చే అవకాశాలు మిమ్మల్ని వెతుక్కుంటూ వస్తాయి.

ఈరోజు మీరు చెయ్యవలసిన పనేమిటంటే, ఒక అదృశ్య మేనేజరు మీ ఆలోచనలనూ మీ భావాలనూ రికార్డు చేసుకుంటున్నాడని ఊహించండి. ఆయన ఈ రోజు ఒక కాగితం కలం పట్టుకుని మీరెక్కడికి వెడితే అక్కడికి మిమ్మల్ని వెంబడిస్తున్నాడని ఊహించండి. మీకు మీ ప్రస్తుత ఉద్యోగానికి కృతజ్ఞత చెప్పాలనిపించినప్పుడల్లా ఆయన దానిని నమోదు చేస్తున్నాడనుకోండి. మీరేం చెయ్యాలంటే మీ ప్రస్తుత ఉద్యోగంలో వీలైనన్ని సానుకూల

పరిస్థితులను గుర్తించి కృతజ్ఞత చూపించండి. అప్పుడు ఆ అదృశ్య మేనేజర్ వద్ద మీ కృతజ్ఞత తాలూకు పెద్ద జాబితా తయారౌతుంది. ఆ జాబితా పెద్దదైన కొద్దీ ఆయన మీ జీవితంలోకి పెద్ద మ్యాజిక్ తీసుకొస్తాడు. డబ్బు, విజయం, అవకాశాలూ, సాఫల్యం, సంతోషం అన్నీ మిమ్మల్ని వెతుక్కుంటూ వస్తాయి.

మీ పనిలో, అంటే మీ వృత్తి ఉద్యోగాలలో మీరు కృతజ్ఞత చూపించవలసిన విషయాలను గురించి ఆలోచించండి. ముందుగా ఒక విషయం గుర్తించండి. అదేమిటంటే మీకిప్పుడు ఏదో ఒక ఉద్యోగం వుంది. ఈ ప్రపంచంలో ఎంత మంది నిరుద్యోగులున్నారో ఒకసారి ఆలోచించండి. ఏదో ఒక ఉద్యోగం కోసం వారెట్లా పరితపిస్తున్నారో ఆలోచించండి. తరువాత మీ సమయాన్ని ఆదాచేసి పెట్టే సదుపాయాలు మీ దగ్గర ఎన్ని వున్నాయో ఒకసారి గుర్తించండి. అంటే టెలిఫోన్లు, ప్రింటర్లు, కంప్యూటర్లు ఇంటర్నెట్ లాంటివన్నమాట. మీసహోద్యోగులనూ వారితో మీ స్నేహ సంబంధాలనూ ఒకసారి తలుచుకోండి. మీకు ఉద్యోగంలో సహాయపడుతూ మీ పనిని సులువు చేసేవారిని తలుచుకోండి. మీ సహాయకులు, రిసెప్షనిస్టులు జానిటర్లు డెలివరీ బాయ్స్ లాంటివాళ్లను తలుచుకోండి. మీ జీతం అందుకోగానే మీకెంత సంతోషంగా వుంటుందో ఒకసారి ఆలోచించండి. మీ ఉద్యోగంలో మీరు ప్రేమతో చేసే పనులను తలుచుకోండి.

మీరివన్నీ తలుచుకుంటున్నప్పుడు మీ అదృశ్య మేనేజరు ఇవన్నీ నోట్ చేసుకుంటూ వుంటాడు. మీరిలా అనండి :

నేను చాలా కృతజ్ఞుడిని/కృతజ్ఞురాల్ని ____ఎందుకు?____.

మీ కృతజ్ఞత ఎంత గాఢమైనదో మీ మేనేజర్ అర్థం చేసుకోగానే అతను మీ మీద తన మ్యాజిక్ ప్రయోగిస్తాడు. మరిన్ని అద్భుతాలు జరుగుతాయి. ఒక్క రోజులోనే మీ ఉద్యోగం పట్ల మీరు ఎంతో కృతజ్ఞతా భావాన్ని ప్రకటించవచ్చు. ఆ వెంటనే మీ పరిస్థితుల్లో మార్పు కూడ మీరు గమనించవచ్చు. అదృష్టం తెచ్చే పదోన్నతులు యాదృచ్ఛికంగా రావు. అవి మీలో వుండే కృతజ్ఞతాభావానికి పర్యవసానాలే!

ఈ అభ్యాసం వారాంతంలో వచ్చినట్లయితే మీకు సెలవు అయితే మరునాటి అభ్యాసానికి వెళ్ళండి. తరువాత మీ పనిదినం మొదలకాగానే మళ్ళీ వెనక్కి వెళ్ళి ఈ అభ్యాసం చెయ్యండి.

మ్యాజిక్ అభ్యాసం 6

అద్భుతంగా పనిచేస్తుంది

1. మ్యాజిక్ అభ్యాసం ఒకటిలోని మూడు అంశాలనూ అభ్యాసం చెయ్యండి. మీ అదృష్టాలను లెక్కించుకోండి. పది అదృష్టాలను జాబితా వెయ్యండి. వాటికి మీరెందుకు కృతజ్ఞతాబద్ధులో వ్రాయండి. జాబితాను మళ్ళీ చదవండి. ప్రతి దానికీ మనస్ఫూర్తిగా మూడుసార్లు కృతజ్ఞత చెప్పండి.

2. ఈ రోజు మీరు ఉద్యోగానికి వెళ్ళినప్పుడు మీ వెనక ఒక అదృశ్య మేనేజర్ ఉన్నట్టు ఊహించండి. మీరెప్పుడు ఏ విషయంలోనైనా కృతజ్ఞతాభావం చూపించినప్పుడు ఆ విషయాన్ని ఆయన నోట్ చేసుకుంటున్నట్టు ఊహించండి. ఈ రోజు మీరు మీ ఉద్యోగంలో కృతజ్ఞులై వుండవలసిన విషయాలన్నింటినీ తలుచుకోండి.

3. ప్రతిసారీ మీలో కృతజ్ఞతాభావం జనించినప్పుడల్లా నేను కృతజ్ఞుడిని కృతజ్ఞురాలిని ___ఎందుకు?___ అనుకోండి. మనస్ఫూర్తిగా కృతజ్ఞత చూపండి.

4. ఈరోజు రాత్రి నిద్రకు ఉపక్రమించబోయే ముందు మీ మ్యాజిక్ శిలను గుప్పెట్లో పెట్టుకుని ఈ రోజు జరిగిన మంచి విషయానికి మనస్ఫూర్తిగా కృతజ్ఞత చెప్పుకోండి.

7వ రోజు

ప్రతికూలతలో నుంచీ బయటకు వచ్చే మ్యాజిక్

"కృతజ్ఞతాభావం మనసులో వుండే వ్యక్తి ఏ పరిస్థితుల్లోనైనా కృతజ్ఞుడుగానే వుంటాడు."

బహా ఉల్లా (1817-1892)

బహాయ్ మత పర్షియన్ స్థాపకుడు

సన్నిహిత బాంధవ్యాలు సంక్షోభంలో చిక్కుకున్నాయన్నా, ఆర్థికపరిస్థితి క్లిష్టంగా వుందన్నా, ఆరోగ్యం సరిగ్గా లేకపోయిందన్నా, ఉద్యోగంలో సమస్యలున్నాయన్నా, ఇటువంటి ప్రతికూల సందర్భాలు ఏర్పడడానికి కారణం చాలాకాలంగా కృతజ్ఞతారాహిత్యంతో వుండడమే. మన జీవితంలో మనకి ఇప్పటికే సమకూరివున్న సౌకర్యాలపట్ల కృతజ్ఞతాభావం లేకపోవడం అంటే మనం ఆ వసతులని ఏదో హక్కు కింద పొందినట్లు భావిస్తున్నామన్న మాట. అట్లా భావించడం మనలో వుండే ప్రతికూలతకు చిహ్నం. ఎందుకంటే మనం మనకు అందిన సౌకర్యాలను మన హక్కుల క్రింద భావించినప్పుడు వాటిపట్ల కృతజ్ఞత చూపించము. అప్పుడు మనంతట మనమే మనకు లభించబోయే మ్యాజిక్‌ను అడ్డుకుంటున్నామని అర్థం. మనం ఇంకొకరికి కృతజ్ఞత చెప్పినప్పుడు మన జీవితంలో అభివృద్ధి వచ్చిన విధంగానే మనకి లభించిన వాటికి చెప్పకపోతే వున్న అభివృద్ధి కూడా దిగజారిపోవడం ఖాయం.

మీ ఆరోగ్యం బాగున్నప్పుడు దానికి ఎప్పుడైనా కృతజ్ఞత చెప్పారా? లేకపోతే మీకేదైనా గాయం అయినప్పుడో, జబ్బు చేసినప్పుడో మాత్రమే శరీరం గురించి తలుచుకుంటున్నారా? మీ ఉద్యోగంపట్ల ఎప్పుడైనా కృతజ్ఞత చూపించారా, లేదా అందులో ఏదైనా తగ్గింపు వచ్చినప్పుడు మాత్రమే దాన్ని గురించి ఆలోచిస్తారా? మీరు జీతం అందుకున్నప్పుడు ఎప్పుడైనా దానికి కృతజ్ఞత చెప్పారా, లేదా అది మీ హక్కుగా భావించి పట్టించుకోరా? మీ జీవితం సాఫీగా సాగిపోతున్నప్పుడు మీకు ప్రేమాస్పదులైన వారికెప్పుడైనా కృతజ్ఞత చెప్పారా, లేక ఏదైనా సమస్య వచ్చినప్పుడు మాత్రమే వారి గురించి ఎవరితోనైనా చెబుతారా? మీ కారు నల్లేరుమీద నడకలాగా సాగిపోతున్నప్పుడు ఎప్పుడైనా దానికి కృతజ్ఞత చెప్పారా, లేక దానికేదైనా సమస్య వచ్చి నడవనని మొరాయించినప్పుడే దాన్ని గురించి ఆలోచిస్తారా?

ప్రతిరోజూ జీవించివున్నందుకు మీలో కృతజ్ఞతాభావం వుందా? లేక దాన్ని కూడా ఒక హక్కుగా భావిస్తున్నారా?

అట్లా మనకు దక్కిన సౌకర్యాలన్ని మనకి విధిగా దక్కాల్సినవేనని భావిస్తే అది ఫిర్యాదులలోకి, ప్రతికూల ఆలోచనలకూ, సంభాషణలకూ దారితీస్తుంది. మీరు ఫిర్యాదులు చెయ్యడం మొదలుపెడితే ఆకర్షణ సూత్రం ప్రకారం మరిన్ని ఫిర్యాదులు మిమ్మల్ని వెతుక్కుంటూ వస్తాయి. మీకు మరిన్ని ఫిర్యాదులు చెయ్యవలసిన అవసరం ఏర్పడుతుంది.

మీరు వాతావరణం గురించి, ట్రాఫిక్ గురించి, మీ పై అధికారి గురించి, మీ భాగస్వామి గురించి, మీ కుటుంబం గురించి, స్నేహితుల గురించి, అపరిచితుల గురించి, మీకొచ్చే బిల్లుల గురించి, దేశపు ఆర్థికపరిస్థితి గురించి, ఒక కంపెనీ సేవల గురించి, ఇట్లా ఫిర్యాదులు చేస్తూ పోతే మీకసలు కృతజ్ఞత అనేదే లేదన్నమాట. ప్రతి ఒక్క ఫిర్యాదుతోనూ మీరు కలలుకనే జీవితాన్ని మీ చేతుల్తోనే వెనక్కి నెట్టేస్తున్నారన్నమాట.

ఫిర్యాదులు చెయ్యడం, ప్రతికూల ఆలోచనలు చెయ్యడం, మాట్లాడడం అన్నీ మన హక్కుగా భావించడం మనకి జరగవలసిన మంచిని అడ్డుకుంటాయని

మీకిప్పుడు అర్థం అయిందనుకుంటాను. ఏదైనా మనం అనుకున్నది వికటించినప్పుడు మీరు అర్థం చేసుకోవలసిందేమిటంటే మీలో వుండవలసిన కృతజ్ఞత లోపించిందనీ ఆ విషయం మీరు తెలుసుకోలేకపోయారనీ!

మీలో నిజంగా కృతజ్ఞతాభావం అనేది వుంటే మీకు ప్రతికూలత అనేది సంభవించదు. మీలో నిజంగా కృతజ్ఞతాభావం వుంటే మీరు ఇతరులని విమర్శించడం కానీ, నిందించడం కానీ చెయ్యరు. అది అసంభవం. అంతేకాదు మీలో నిజంగా కృతజ్ఞతాభావమే వుంటే దిగులు, ప్రతికూల ఆలోచనలు అసలుండవు. ఇంకొక మంచివార్త ఏమిటంటే ప్రస్తుతం మీకు ఏమైనా ప్రతికూల పరిస్థితులున్నా, మీలో కృతజ్ఞత వున్నప్పుడు అవి ఎంతోకాలం వుండవు. కృతజ్ఞత వాటిని పొగలాగా ఊదిపారెయ్యగలదు. మ్యాజిక్ చెయ్యగలదు.

మీరు క్లిష్టపరిస్థితుల్లో వున్నప్పుడు కృతజ్ఞత చూపించవలసిన విషయాలకోసం వెతుక్కోడం మొదట్లో కష్టమే. అయితే పరిస్థితి ఎంత క్లిష్టంగా వున్నా మీకు అనుకూలమైనదీ, మీరు కృతజ్ఞులుగా వుండవలసినదీ ఏదో ఒక విషయం మీకు దొరకడం కష్టమేమీ కాదు. ఎందుకంటే కృతజ్ఞతాభావం ఆ ప్రతికూల పరిస్థితిని మార్చగలదనీ, మ్యాజిక్ చెయ్యగలదనీ మీకు తెలుసు గనుక. జీవితం ఎంత అద్భుతమైనదో తెలిసిన వాల్ట్ డిస్నీ ఆ అద్భుతాన్ని ఎట్లా సాధించాలో తన సినిమా “పోలియన్నా”లో చూపించాడు.

నా బాల్యంలో 1960లో వచ్చిన డిస్నీ సినిమా “పోలియన్నా” నన్ను బాగా ప్రభావితం చేసింది. ఆ సినిమాలో “గ్లాడ్ గేమ్” అనే అంశం ఉంటుంది. ఈ గేమ్‌ని నేను ఎప్పుడూ ఆడుతూ వుండేవాడిని. ఈ ఆట ఆడ్డానికి మనం ఆనందించవలసిన విషయాలు ఎన్ని వున్నాయో వెతుక్కోవాలి. ముఖ్యంగా మనం కష్టాల్లో వున్నప్పుడు. అట్లా సంతోషించవలసిన విషయాలను కనుక్కున్నప్పుడు మన సమస్యకు పరిష్కారం దొరుకుతుంది.

పోలియన్నాలో వాల్ట్ డిస్నీ కృతజ్ఞత యొక్క మ్యాజిక్ శక్తిని చూపించాడు. అంతకు వేల సంవత్సరాలకు ముందు గౌతమబుద్ధుడు కూడా ఈ విషయాన్ని ఇట్లా చెప్పాడు:

“ఇప్పటికైనా మనం మేలుకుని కృతజ్ఞత చూపిద్దాం. ఎందుకంటే మనం ఇప్పుడు చాలా నేర్చుకోవాలి. కొంచెమైనా నేర్చుకోవాలి. కొంచెమైనా నేర్చుకుంటే మనం రోగగ్రస్థులం కాకుండా వుంటాం. రోగగ్రస్థులమైనా మరణించకుండానైనా వుంటాం. కనుక మనందరం కృతజ్ఞత కలిగివుందాం.”

గౌతమబుద్ధ (క్రీ.పూ. 563-483)
బౌద్ధమత వ్యవస్థాపకుడు

బుద్ధుని వాక్యాలే మనకి ప్రేరణ కావాలి. కనుక ఈ రోజు మీరు పరిష్కరించి తీరవలసిన ఒక సమస్యో, ప్రతికూల పరిస్థితో వున్నదనుకోండి. మీరు కృతజ్ఞులై వుండవల్సిన పది విషయాలను గుర్తుతెచ్చుకోండి. ఈ అభ్యాసం మొదలుపెట్టడం ఒక సవాలు వంటిదే కానీ బుద్ధుడు మనకి దానికి మార్గం చూపిస్తున్నాడు. మీ కంప్యూటర్ మీదో, మీ కృతజ్ఞతల జాబితా వ్రాసుకునే పుస్తకంలోనో ఆ జాబితా వ్రాసి పెట్టుకోండి.

ఉదాహరణకి మీ సమస్య ప్రస్తుతం మీకు ఉద్యోగం లేకపోవడం అనుకోండి. మీరెంత శ్రద్ధగా ప్రయత్నించినా మీకు ఉద్యోగం దొరకలేదనుకోండి. ఈ పరిస్థితిని మార్చాలంటే మీరు చాలా శ్రద్ధగా కృతజ్ఞతను అభ్యాసం చెయ్యాలి. మీరు చెప్పుకోవాల్సిన విషయాలకు కొన్ని ఉదాహరణలు :

1. *నా కుటుంబంతో గడపడానికి నాకు కావలసినంత సమయం దొరుకుతున్నందుకు కృతజ్ఞుడిని/కృతజ్ఞురాలిని.*

2. *నాకు తగినంత సమయం దొరకడం వలన నా జీవితాన్ని ఒక క్రమపద్ధతిలో వుంచుకోగలుగుతున్నాను.*

3. *నా జీవితంలో చాలాకాలం నాకొక ఉద్యోగం ఉండినందుకు నాకు సంతోషంగా వుంది. అది నాకు ఉద్యోగానుభవాన్ని ఇచ్చింది.*

4. *ఇదే నా మొదటి నిరుద్యోగ సమయం అయినందుకు కృతజ్ఞత చెప్పుకుంటున్నాను.*

5. బయట చాలా ఉద్యోగాలున్నందుకు ఆనందిస్తున్నాను. రోజురోజుకూ ఉద్యోగావకాశాలు మెరుగవుతున్నాయి.

6. ఉద్యోగాలకు దరఖాస్తులు పెడుతూ, ఇంటర్వ్యూలకు హాజరవుతూ నేను చాలా విషయాలు తెలుసుకుంటున్నందుకు సంతోషపడుతున్నాను.

7. నేనింకా ఆరోగ్యంగా వుండి ఉద్యోగం చెయ్యగలుగుతున్నందుకు కృతజ్ఞుడిని/కృతజ్ఞురాలిని.

8. నా కుటుంబం ఇస్తున్న ప్రోత్సాహానికి, మద్దతుకూ కృతజ్ఞతలు చెప్పుకుంటున్నాను.

9. ఇప్పుడు నాకు దొరుకుతున్న విశ్రాంతికి కూడా నేను కృతజ్ఞతలు చెప్పుకుంటున్నాను.

10. ఉద్యోగం పోయినాక దాని విలువేమిటో తెలిసింది. ఇప్పటిదాకా నేనా విషయమే ఆలోచించలేదు.

ఒక నిరుద్యోగికి ఉన్న కృతజ్ఞతాభావం వలన అతను లేదా ఆమె వివిధ పరిస్థితులనూ ఆకర్షిస్తారు. వారి పరిస్థితి అనూహ్యంగా అద్భుతంగా మారిపోతుంది. కృతజ్ఞతకున్న గొప్ప శక్తి ముందు ఎటువంటి ప్రతికూలతలైనా తలవంచవలసిందే! ఆ ప్రతికూల పరిస్థితి మారడానికి ఎన్నో మార్గాలు కనపడతాయి. మీరు చెయ్యవలసినదల్లా కృతజ్ఞతాభావాన్ని అభ్యాసం చెయ్యడమే! అప్పుడే మ్యాజిక్ పనిచేస్తుంది.

మరొక ఉదాహరణ చూద్దాం. ఒక తండ్రికీ, కొడుక్కీ మధ్య సయోధ్య చెడిపోయిందనుకుందాం. తనేం చేసినా అందులో తన తండ్రికి మంచి అనేది కనపడడం లేదని కొడుకు అనుకుంటున్నాడు.

1. నా జీవితంలో ఇతరులతో వున్న సంబంధాలు చాలావరకూ బాగున్నాయి.

2. నా తండ్రి ఎంతో కష్టపడి తనకు లేని చదువు నాకు చెప్పించినందుకు నేనెప్పటికీ కృతజ్ఞత కలిగివుంటాను.

3. నా బాల్యం మొదలు ఇప్పటివరకూ నా తండ్రి మా కుటుంబానికి చేసిన సేవకు నిజంగా చాలా కృతజ్ఞతలు. ఎంత కష్టపడి ఎంత డబ్బు సంపాదిస్తే కుటుంబం నడుస్తుందో నాకప్పుడు నిజంగా తెలియదు.

4. నా చిన్నప్పుడు మా నాన్న ప్రతి శనివారమూ బాస్కెట్‌బాల్‌కి తీసుకుపోయినందుకు ఎంత కృతజ్ఞుడినో, కృతజ్ఞురాలినో.

5. మా నాన్న నాపట్ల అదివరకున్నంత కఠినంగా ఇప్పుడుండనందుకు సంతోషంగా వుంది.

6. మా నాన్న నన్ను గురించి చాలా శ్రద్ధ తీసుకుంటున్నందుకు చాలా సంతోషం నాకు. శ్రద్ధ వుండడం మూలంగానే కఠినంగా వుంటాడు.

7. మా నాన్న మాపై చూపుతున్న శ్రద్ధాసక్తులనుంచీ మా పిల్లలను ఎట్లా చూసుకోవాలో నేను నేర్చుకుంటున్నాను.

8. పిల్లలు సంతోషంగా ఆత్మవిశ్వాసంతో పెరగడం ఎంత ముఖ్యమో అందుకు పెద్దవాళ్ల ప్రోత్సాహం ఎంత అవసరమో తెలియచేస్తున్నందుకు మా నాన్నకు కృతజ్ఞతలు.

9. మా నాన్నతో కలసి నవ్వులు పంచుకుంటున్నందుకు చాలా ఆనందంగా వుంది. చాలామంది పిల్లలకి ఆ అదృష్టం వుండదు. ముఖ్యంగా తండ్రి లేని పిల్లలకి జీవితం మొత్తం మీద అటువంటి అవకాశమే దొరకదు.

10. నాకు మా నాన్న వున్నందుకు చాలా సంతోషం. ఇప్పుడు కాస్త కష్టకాలం వచ్చినా, అదివరకు ఎంతో మంచికాలం వుండేది. ముందు ముందు కూడా మంచికాలం వుంటుందనే విశ్వాసం వుంది నాకు.

ఆ కొడుకు హృదయపూర్వకమైన కృతజ్ఞతాభావం వలన, వారిద్దరిమధ్య సంబంధాలు మెరుగవుతాయి. కొడుకు తండ్రిని చూసి తీరు మార్చుకున్నాడు. అప్పుడు వెంటనే పరిస్థితి మారిపోతుంది. అతని తండ్రినుంచీ వచ్చే భావాలు కూడా మారతాయి.

కొడుకులోని కృతజ్ఞతాభావం అతని తండ్రి మనసుమీద గొప్ప ప్రభావం చూపిస్తుంది. వాళ్ల మధ్య వుండే అనుబంధంలో అద్భుతమైన మార్పు వస్తుంది. ఇదే కృతజ్ఞతాభావాన్ని కొడుకు మనసులో నిలుపుకుంటే ఆకర్షణ సూత్రం ప్రకారం తండ్రినుంచీ ఇంకా మంచి ప్రవర్తననూ, ప్రేమనూ పొందుతాడు. వెంటనే వారిద్దరి మధ్య అనుబంధం మెరుగుపడుతుంది.

గుర్తుంచుకోండి, మీలోవుండే కృతజ్ఞతాభావం ఎట్లా పనిచేస్తోందో మీకు కలిగే భావాలను బట్టి మీకే అర్థం అవుతుంది. ఎందుకంటే మీలో కృతజ్ఞత కలిగిన వెంటనే మీరు పూర్వం కన్న కులాసాగా వుంటారు. కృతజ్ఞత యొక్క మ్యాజిక్ శక్తికి అదే నిదర్శనం. అట్లా మీకు కులాసాగా అనిపించినప్పుడు పరిస్థితులు కూడా బాగవుతాయని మీకు అనిపిస్తుంది. సమస్యలకు పరిష్కారాలు కూడా దొరుకుతాయి. కనుక ఏ సమస్యనుగానీ, ప్రతికూల పరిస్థితినిగానీ మీరు పరిష్కరించాలనుకుంటే, దానికి మార్గం కృతజ్ఞతాభావం మీద మనసును కేంద్రీకరించడమే అప్పటివరకూ అంటే మీలో ఒక కులాసా భావం అంకురించేవరకూ. అప్పుడు ఆ మ్యాజిక్ నిజంగా అద్భుతాలు చేస్తుంది.

మీ కృతజ్ఞతల జాబితా వ్రాసుకునేటప్పుడు, మీరు నిజంగా కృతజ్ఞత చూపవల్సిన పది ముఖ్యమైన విషయాలనూ మర్చిపోకుండా వ్రాయండి.

నేను కృతజ్ఞుడిని/కృతజ్ఞురాలిని ___________ఇందుకు.
లేదా, నేను నిజంగా కృతజ్ఞుడిని/కృతజ్ఞురాలిని ___________ ఇందుకు.

అని ఆ వాక్యాన్ని మీరెందుకు కృతజ్ఞత చూపుతున్నారో ఆ కారణంతో పూరించండి. మీకు సులభమని తోస్తే వాల్ట్ డిస్నీ మ్యాజికల్ పద్ధతిని ఉపయోగించండి.

నాకు చాలా ఆనందంగా వుంది ___________ ఇందుకు.

మీకెందుకు ఆనందంగా వుందో ఆ విషయంతో వాక్యాన్ని పూర్తిచెయ్యండి.

మీరు కృతజ్ఞత చూపవల్సిన పది అంశాల జాబితా పూర్తయినాక, ప్రతికూలతలో నుంచీ బయటకు వచ్చే మ్యాజిక్ పద్ధతిని ఈ వాక్యాలతో ముగించండి :

పరిపూర్ణమైన పరిష్కారాలకి థాంక్యూ, థాంక్యూ, థాంక్యూ.

ఇవాళ ఒక్కరోజూ మీరే ప్రతికూలమైన విషయమూ మాట్లాడకుండా చూసుకోండి. ఇది నిజంగా మీకొక సవాలే. కానీ ఈ ఒక్కరోజుకూ అలా జాగ్రత్త పడండి. ఇట్లా చెయ్యడానికి ఒక ముఖ్యమైన కారణం వుంది. ఎందుకంటే మనలో చాలామందికి మనం రోజూ ఎన్ని ప్రతికూలమైన మాటలు మాట్లాడతామో తెలియదు. గుర్తుంచుకోండి. ప్రతికూల సంభాషణలూ, ఫిర్యాదులూ మనకి మరింతగా అటువంటి పరిస్థితిని తెచ్చిపెడతాయి. మీరేం మాట్లాడుతున్నారో మీకు ఎరికలో వుంటే, ఆ ప్రతికూల సంభాషణలను ఆపవచ్చు. వాటి పర్యవసానాలు మీకు తెలుసు కనుక... మీరు ఏదైనా ప్రతికూలమైన విషయం మాట్లాడుతూ వుంటే ఈ లైఫ్‌లైన్ ఉపయోగించండి. మీరు మాట్లాడబోయే మాటలు వెంటనే ఆపి ఇలా అనుకోండి :

కానీ నేను చెప్పాల్సిందేమిటంటే నేను నిజంగా చాలా కృతజ్ఞుడిని/ కృతజ్ఞురాలిని ____________ ఇందుకు.

తక్కిన వాక్యాన్ని మీరెందుకు కృతజ్ఞులో ఏదో ఒక కారణంతో పూరించండి. ఈ మ్యాజిక్ లైఫ్‌లైన్ మీతో వుంచుకోండి. అవసరమైనప్పుడల్లా వాడుకోండి.

భవిష్యత్తులో ఏ చిన్న సమస్య వచ్చినా ఆ నిప్పు రాజుకోకుండా కృతజ్ఞతాభావంతో దాన్ని ఆర్పివేయండి. మంటలు చెలరేగకముందే! అదే సమయంలో మీ జీవితంలో మ్యాజిక్‌ను వెలిగిస్తారు మీరు.

మ్యాజిక్ అభ్యాసం 7

ప్రతికూలతలో నుంచీ బయటకు వచ్చే మ్యాజిక్

1. మీ అదృష్టాలను లెక్కవేసుకోండి. ఒక పదింటి జాబితా వెయ్యండి. వాటికి మీరెందుకు కృతజ్ఞులో వ్రాయండి. ఆ జాబితాను మళ్ళీ చదవండి. ప్రతి అదృష్టాన్ని చదివిన తరువాత దానికి *థాంక్యూ, థాంక్యూ, థాంక్యూ* అని మూడుసార్లు చెప్పండి. మనస్ఫూర్తిగా చెప్పండి.

2. మీ జీవితంలో తప్పకుండా పరిష్కరించవలసిన ఒక సమస్యను ఎన్నుకోండి.

3. ఆ పరిస్థితుల్లో మీరు కృతజ్ఞులుగా వుండే **పది** అంశాలను జాబితా వెయ్యండి.

4. మీ జాబితా చివర ఇలా వ్రాయండి :
థాంక్యూ, థాంక్యూ, థాంక్యూ సరైన తీర్మానాలకు

5. ఈ ఒక్కరోజుకూ ఎటువంటి ప్రతికూల పదమూ వాడకుండా చూసుకోండి. మీరు అటువంటి పదాలు వాడుతున్నట్టు తోస్తే, వెంటనే మ్యాజిక్ లైఫ్‌లైన్ వాడండి. మీ మాటలు వెంటనే ఆపి ఇలా అనుకోండి. *కానీ నేను చెప్పాల్సిందేమిటంటే : నేను నిజంగా చాలా కృతజ్ఞుడిని లేదా కృతజ్ఞురాలిని ____________ ఇందుకు.*

6. ఈ రోజు రాత్రి మీరు నిద్రకి ఉపక్రమించబోయేముందు మీ మ్యాజిక్ శిలను గుప్పిట్లో పట్టుకుని, ఈ రోజు మీకు జరిగిన అన్నిటికన్న మంచి విషయాన్ని తలుచుకుని దానికి కృతజ్ఞత చెప్పండి.

8వ రోజు

మ్యాజిక్ దినుసు

"కృతజ్ఞత నిండిన హృదయానికి ఎప్పుడూ విందు భోజనమే."

డబ్ల్యూ.జె. కామెరాన్ (1879-1953)

వ్యాపారవేత్త, రచయిత

మనం భోజనం చేయబోయే ముందు కృతజ్ఞత చెప్పడం అనేది ప్రాచీన ఈజిప్షియన్ల నాటి నుంచీ, వేలాది సంవత్సరాలుగా వస్తున్న సంప్రదాయం. ఈ ఇరవైఒకటో శతాబ్దపు అతివేగపు జీవనవిధానంలో ఇలా ప్రతిసారీ తినేముందు కృతజ్ఞత చెప్పడాన్ని చాలామంది మర్చిపోతున్నారు. అయితే మనకి తినడానికీ, తాగడానికీ సరిపడ దొరుకుతున్నందుకు మనలో కృతజ్ఞతాభావం వుంటే మన జీవితంలో మ్యాజిక్ విలక్షణంగా పనిచేస్తుంది.

మీకు నిజంగా బాగా ఆకలి వేసినప్పుడు, మీరు సరిగ్గా పనిచేయలేక నీరసపడిపోతారు. మీకు వణుకు వస్తుంది, మీ మనసు అయోమయం అయిపోతుంది, మీరు మానసికంగా కృంగిపోయినట్టుంటుంది. ఇదంతా కూడా కొన్ని గంటలపాటు మాత్రమే ఆహారం లేకపోతే కలిగే పరిణామం. మనం బ్రతకడానికి ఆహారం కావాలి.

కులాసాగా వుండడానికి ఆహారం కావాలి. కనుక మన ఆహారానికి మనం తప్పకుండా కృతజ్ఞులమై వుండాలి.

మీరు తినే ఆహారానికి కృతజ్ఞత చెప్పే క్రమంలో మీకు వేళకు ఆహారం అందే విషయంలో ఎంతమంది పాత్ర వుందో ఒకసారి ఆలోచించండి. మీకు తాజా కూరగాయలూ, పళ్ళూ అందడానికి రైతులు ఆ మొక్కలను నాటి, నీళ్ళుపోసి, పెంచి, పోషించి, నెలలతరబడి అవి ఫలాలనిచ్చేవరకూ వాటిని కాపాడుతూ వుండాలి. తరువాత ఆ కాయగూరలనూ, పళ్ళనూ కోసేవారు, ప్యాక్ చేసేవారు, వాటిని ఎంతో దూరాలకు రవాణా చేసేవారు, అమ్మేవారు వీరంతా ఎంతో సామరస్యంతో వారి పనులు చేస్తే అవి మన బల్ల మీదకు వస్తున్నాయి. పైగా సంవత్సరం అంతా అవి మనకు తాజాగా దొరుకుతున్నాయి.

ఇంక మాంస విక్రేతలు, మత్స్యకారులు, పాల ఉత్పత్తిదారులు, ఆహారాన్ని నిలువచేసి విక్రయించేవారు, వీళ్ళంతా విరామం లేకుండా పనిచేసి మనకి ఆహారం అందిస్తున్నారు. ప్రపంచంలో ఆహార ఉత్పత్తి వ్యవస్థ ఎంతో ఆశ్చర్యజనకమైంది. ప్రపంచంలోని అన్ని దుకాణాలకి, సూపర్ మార్కెట్లకి, రెస్టారెంట్లకి, విమానాల్లోకి, పాఠశాలలకి, హాస్పిటల్స్‌కి, ఇంకా ఇంటింటికి ఆహారం సరఫరా చెయ్యడానికి ఎంతమంది మనుషులు రాత్రింబగళ్ళు శ్రమిస్తున్నారో ఆలోచించండి.

ఆహారం నిజంగా మనకొక కానుక. అది ప్రకృతి మనకిస్తున్న అపురూప కానుక. ప్రకృతే గనుక మట్టినీ అందులో వుండే పోషకాలనూ, నీటినీ మనకివ్వకపోతే మనకు తిండేలేదు. నీరు లేకపోతే ఆహారమే లేదు. చెట్లూ, మొక్కలూ లేవు. జంతువులూ, మనుషులూ లేరు. అన్నం వండడానికి నీళ్ళు కావాలి. ఆహారధాన్యాలను పండించడానికి నీళ్ళు కావాలి. తోటలకి నీళ్ళు కావాలి. స్నానాలకి, శుభ్రాలకి నీళ్ళు కావాలి.

కదిలే వాహనానికి, హాస్పిటల్స్‌కి, ఇంధనాలకి, గనులకి, పరిశ్రమలకి, రవాణా వ్యవస్థకి, రహదారుల నిర్మాణానికి, బట్టలకి, అన్ని ఇతర వినిమయ వస్తువులకి, అన్నింటి నిర్వహణకి నీళ్ళు కావాలి. ప్లాస్టిక్, గాజు, లోహం, మందులు వీటి తయారీలో, గృహనిర్మాణంలో అన్నింటిలో నీళ్ళు అవసరం. నీళ్ళే మన శరీరాలను కాపాడతాయి. నీళ్ళు! నీళ్ళు! పవిత్రజలాలు! ప్రాణాధారాలు!

"ఈ మన భూగ్రహంలో మ్యాజిక్ ఏదైనా వుందంటే అది నీరే."

లోరెన్ ఐసెలీ (1907-1977)

మానవశాస్త్రవేత్త, ప్రకృతిశాస్త్ర రచయిత

తిండీ, నీళ్ళు లేకపోతే మనమెక్కడుంటాం? అసలు వుండనే వుండం. మన కుటుంబమూ, స్నేహితులూ కూడా వుండరు. మనకి నేడూ వుండదు, రేపూ వుండదు. కానీ మనందరం ఈ సుందర ధరిత్రి మీద కలిసిమెలిసి వున్నాం సవాళ్లను ఎదుర్కొంటూ, సంతోషాలను పంచుకుంటూ. అవన్నీ కూడా ప్రకృతి ఇచ్చిన కానుకలవల్లే సాధ్యమైనాయి. కనుక మనం ఆహారం తీసుకునే ప్రతిసారీ ఈ సులువైన మ్యాజిక్ పదం "థాంక్యూ" అనండి. అది మనకి లభించిన ఆహారం, నీళ్ళూ అనే అద్భుతమైన వరాలకు ఒక గుర్తింపూ, ఒక కృతజ్ఞత.

మనం నమ్మలేని నిజమేమిటంటే, మనం మనకి లభిస్తున్న ఆహారానికీ, నీళ్లకీ కృతజ్ఞులమైనప్పుడు అది మన జీవితాలపై ప్రభావం చూపడమే కాక మన కృతజ్ఞత ప్రపంచంలోనే ఆహార వుత్పత్తిపై కూడా ప్రభావం చూపిస్తుంది. చాలినంతమంది తమకి దొరుకుతున్న తిండికీ, నీటికీ కృతజ్ఞత చూపితే అది ఆహార కొరతతో బాధపడేవారి అవసరాలు తీరుస్తుంది కూడా! ఆకర్షణసూత్రం ప్రకారమూ, న్యూటన్ క్రియ ప్రతిక్రియ సూత్రం ప్రకారము జనం యొక్క కృతజ్ఞత అదే పరిణామంలో పనిచేసి ఆహారకొరత లేని పరిస్థితి ఏర్పడవచ్చు.

ప్రపంచ ప్రజలందరి ఆహార అవసరాలు తీరతాయి. భూమి మీద ఆహారానికి కొరత వుండదు.

అంతేకాదు మీరు తినే తిండికీ, త్రాగే నీటికీ, మీరు చూపించే కృతజ్ఞత మీ జీవితంలోని ఇతర అంశాల మీద కూడా మ్యాజిక్ చూపిస్తుంది. మీకు ప్రియమైన అన్ని విషయాలచుట్టూ బంగారు జలతారు అల్లుతుంది. మీరు కోరుకునే అన్ని విషయాలనూ మీవైపు ఆకర్షిస్తుంది.

ప్రాచీనకాలంలో తమ ఆహారాన్నీ, నీటినీ ఉపయోగించబోయే ముందు దాన్ని తమ కృతజ్ఞతతో ఆశీర్వదించేవారు. అట్లా చేస్తే అవి పరిశుద్ధమౌతాయని వారు నమ్మేవారు. ఇటీవలి కాలంలో క్వాంటమ్ ఫిజిక్స్ యొక్క కొత్త ఆవిష్కరణలను చూడండి. అబ్జర్వర్ ఎఫెక్ట్ అనే సిద్ధాంతాన్ని గమనించండి. దీని ప్రకారం మన పూర్వీకులు చేసే పని ఎంత మంచిదో అర్థం చేసుకోండి. అబ్జర్వర్ సిద్ధాంతం ఏం చెబుతుందంటే మనం ఏ పదార్థాన్నైనా నిశితంగా పరిశీలించినప్పుడు, ఆ పరిశీలన ప్రభావం ఆ పదార్థం మీద వుంటుందట. మీ ఆహారం మీదా, నీటి మీదా మీ కృతజ్ఞతాదృక్కులను కేంద్రీకరించా రనుకోండి. అప్పుడు వాటి శక్తుల నిర్మాణంలో మార్పు వచ్చి అవి శుద్ధం కావచ్చేమో! అప్పుడు మీరు తినే ప్రతి పదార్థమూ మీ ఆరోగ్యానికి తోడుపడవచ్చు కదా!

మనలోని కృతజ్ఞతాభావపు ప్రభావాన్ని వెంటనే అనుభవించాలంటే మనం తీసుకునే ఆహారాన్ని ఆస్వాదించాలి. అప్పుడు వాటిపట్ల మీరు కృతజ్ఞత చూపుతున్నారన్నమాట. ఆహారపు రుచిని గ్రహిస్తూ తినండి. తాగే పానీయపు రుచినీ, పరిమళాన్నీ ఆస్వాదించండి. అంతేగానీ గబుక్కున నోట్లో పోసుకుని మింగకండి. మీరు వాటి రుచినీ, వాసననీ అనుభవిస్తూ తీసుకుంటే అవి మీకు మేలుచేస్తాయి. లేకపోతే పనిచెయ్యవు.

మీరు వాటిమీద ఎంత దృష్టిని కేంద్రీకరిస్తే వాటి రుచీ, పరిమళమూ అంత పెరుగుతాయి.

ఈ రోజు మీరేం తిన్నా, తాగినా అంటే భోజనం చేసినా, ఒక పండు తిన్నా, ఏదైనా చిరుతిండి తిన్నా, ఏదైనా పానీయం సేవించినా, ఆఖరికి మంచినీళ్ళు తాగినా ఒక్కక్షణం వాటికేసి చూడండి. చూస్తూ మీ మనసులో కానీ, బయటకు గానీ మన మ్యాజిక్ మంత్రం "థాంక్యూ" అనండి. వీలుంటే ఒక ముద్దని ఆస్వాదిస్తూ తినండి. అది మీ ఆనందాన్ని పెంచడమే కాదు, మీలో మరింత కృతజ్ఞత కలిగేలా చేస్తుంది.

మీరు నాలాగా కూడా చెయ్యవచ్చు. నేనేం చేస్తానంటే, నేను నా ఆహారానికీ, నీళ్లకీ కృతజ్ఞత చెప్పేటప్పుడు వాటిమీద మ్యాజిక్ ధూళి చల్లుతున్నట్లు వేళ్ళు ఆడిస్తాను. ఆ మ్యాజిక్ ధూళి నా ఆహారాన్ని శుద్ధం చేస్తుందని నేను ఊహిస్తాను. ఇట్లా చేసినప్పుడు నిజంగా కృతజ్ఞత అనేది ఒక మ్యాజిక్ దినుసు అనే భావం కలిగింది. నాకు నేను తినే ప్రతి పదార్థానికీ తాగే ప్రతి పానీయానికీ ఇట్లాగే చేస్తాను. మీకు కూడా ఇది ప్రభావవంతంగా కనిపిస్తే మీరు కూడా మీ చేతుల్లో ఒక మ్యాజిక్ ధూళికి చల్లే పరికరం వుందని ఊహించండి. దానిలోనుంచీ మీ ఆహారపదార్థాలన్నిటిమీదా, పానీయాలమీదా మ్యాజిక్ ధూళి చల్లుతున్నట్లు ఊహించండి.

రోజులో ఎప్పుడైనా ఆహారం తీసుకునేముందో, నీళ్ళు తాగేముందో "థాంక్యూ" అనే మ్యాజిక్ మంత్రం చెప్పడం మర్చిపోతే, ఆ విషయం గుర్తు రాగానే కళ్ళు మూసుకుని మర్చిపోయిన సమయంలోకి మానసిక ప్రయాణం చేసి అప్పుడు మళ్ళీ కృతజ్ఞత చెప్పండి. ఎక్కువసార్లు కనుక అట్లా ఆహారానికి కృతజ్ఞత చెప్పడం మర్చిపోతే మరునాడు ఈ అభ్యాసం చెయ్యండి. కానీ అట్లా మర్చిపోకూడదు.

ఒక్కరోజు కృతజ్ఞత చెప్పడం మర్చిపోయినా ఆ ప్రభావం మీ కలల సాకారం మీద వుంటుంది.

జీవితంలోని అతిసామాన్యమైన విషయాలకు అంటే తిండీ, నీళ్ళు వంటివి సామాన్యమైనవే అయినా అవి అత్యంత ముఖ్యమైనవి కనుక వాటికి చెప్పే కృతజ్ఞతలో గాఢత వుండాలి. ఆ స్థితిని మీరు పొందినప్పుడు తప్పకుండా మీ జీవితం మీద మ్యాజిక్ పనిచేస్తుంది.

మ్యాజిక్ అభ్యాసం 8

మ్యాజిక్ దినుసు

1. మీ అదృష్టాలను లెక్కించుకోండి. మీ జీవితంలోని పది అదృష్టాల జాబితా వెయ్యండి. వాటికి మీరెందుకు కృతజ్ఞులై వున్నారో వ్రాయండి. జాబితా మరొక్కసారి చదవండి. ప్రతి అదృష్టం చివరా మూడుసార్లు థాంక్స్ చెప్పండి. ఆ అదృష్టానికి మనస్ఫూర్తిగా కృతజ్ఞత చెప్పండి.

2. ఈ రోజు మీరు ఏం తిన్నా, తాగినా తినబోయేముందు, తాగబోయేముందు వాటివంక ఒక్కక్షణం పరిశీలనగా చూడండి. అప్పుడు మీ మనసులోగానీ, బయటకుగానీ "థాంక్యూ" అనే మ్యాజిక్ మంత్రం చెప్పండి. మీకు నచ్చితే మ్యాజిక్ ధూళి చల్లుతున్నట్లు అభినయించండి.

3. ఈ రోజు రాత్రి మీరు నిద్రకుపక్రమించబోయే ముందు మీ మ్యాజిక్ శిలను చేతిలో పట్టుకుని "థాంక్యూ" అనే మ్యాజిక్ మంత్రం అనండి. ఈ రోజు సంభవించిన అతిమంచి విషయాన్ని తలచుకుని మనసారా కృతజ్ఞత చెప్పుకోండి.

9వ రోజు

డబ్బు అనే అయస్కాంతం

"కృతజ్ఞతతోనే జీవితం సంపన్నమౌతుంది."

డీట్రిచ్ బోన్‌హోఫర్ (1906-1945)

లూథరన్ పాస్టర్

కృతజ్ఞత సంపదకి చిహ్నం - ఫిర్యాదులు పేదరికానికి చిహ్నం. మన జీవితంలోనే ఒక బంగారు సూత్రం అది. మీ ఆరోగ్యం కానీ, మీ ఉద్యోగం కానీ, డబ్బు విషయం కానీ, మీ బాంధవ్యాలు కానీ ఏ విషయంలోనైనా కృతజ్ఞతే ముఖ్యం. మీ దగ్గరున్న ఆ మాత్రం ధనానికే మీరెంత కృతజ్ఞులై వుంటే మీకు మరింత ధనం లభ్యమౌతుంది. అయితే మీరు మీకున్న ధనంపట్ల అసంతృప్తితో ఫిర్యాదులు చేస్తే అది కూడా తరిగిపోతుంది.

ఈనాటి మ్యాజిక్ అభ్యాసం ప్రపంచంలో చాలామంది డబ్బు గురించి చేసే పెద్ద ఫిర్యాదుని ఒక కృతజ్ఞతాప్రదర్శన కింద మారుస్తుంది. దానికి పరిస్థితులను మార్చే శక్తే కాకుండా మీ ఫిర్యాదు స్థానంలో మీచేత కృతజ్ఞత చెప్పించే శక్తి కూడా వుంది. మీ ఫిర్యాదు మిమ్మల్ని మరింత పేదరికంలోకి నెడుతుంది. దాని స్థానంలో మీరు కృతజ్ఞతని నిలబెట్టి లాభం పొందుతారన్నమాట.

చాలామందికి తాము డబ్బు గురించి ఫిర్యాదులు చేస్తున్నామని తెలియదు. కానీ జీవితంలో ధనలోపం వుంటే దానికి కారణం తెలుసుకోకుండా వారు

ఫిర్యాదులు చేస్తూనే వుంటారు. ఈ ఫిర్యాదులు వారి ఆలోచనల ద్వారానూ, వారి మాటల ద్వారానూ వెలువడుతుంటాయి. చాలామంది వారి బుర్రలోకి ఎలాంటి ఆలోచనలొస్తున్నాయో గమనించరు. ఫిర్యాదులూ, ప్రతికూల ఆలోచనలూ, దిగులుతో నిండిన ఆలోచనలూ, అసూయతో కూడినవీ, డబ్బును గురించిన అసంతృప్తులూ ఇవ్వన్నీ కూడా పేదరికానికి ఆహ్వానాలు. డబ్బు చెల్లించవలసి వచ్చినప్పుడు మన ఫిర్యాదులు ఇంకా పెద్దగా వుంటాయి.

మన దగ్గర సరిపడ డబ్బు లేనప్పుడు బిల్లులు చెల్లించడం నిజంగా కష్టమే! మన దగ్గరున్న డబ్బుకన్న అధికంగా బిల్లులు వచ్చి పడుతున్నట్టు అనిపిస్తుంది కూడా. అయితే వీటిపట్ల అసంతృప్తి కనపరచడం, ఫిర్యాదులు చెయ్యడం వలన మీరు మరింత పేదరికాన్నీ, మరింత ధనలోపాన్నీ ఆహ్వానిస్తున్నారన్నమట.

మీ దగ్గర అవసరమైనంత డబ్బు లేనప్పుడు, ఆ వచ్చిన బిల్లుల పట్ల కృతజ్ఞత చూపించడం మనవలన కాదు. కానీ మనం చెయ్యవలసిన పని అదే! అట్లా చేస్తేనే మరింత డబ్బు వచ్చే అవకాశం వుంది. సంపద కావాలంటే మీరు డబ్బుకు సంబంధించిన అన్ని అంశాలపట్ల కృతజ్ఞులుగా వుండాల్సిందే! కనుక బిల్లులు చూసి గొణిగితే మీకు డబ్బుపట్ల కృతజ్ఞత లేదని అర్థం. మీరు అట్లా సణగడం కాక సరిగ్గా దానికి వ్యతిరేకంగా ప్రవర్తించాలి. అంటే ఏ సేవలకు, సౌకర్యాలకు మీరా బిల్లులు అందుకున్నారో, ఆ సేవలకూ సౌకర్యాలకు మీరు కృతజ్ఞత చెప్పాలి. ఇది చాలా చిన్న విషయం. కానీ ఇందువలన పెద్ద ఫలితం అందుకుంటారు మీరు. మీరు యదార్థంగా ఒక డబ్బును ఆకర్షించే అయస్కాంతం అవుతారన్నమాట.

మీకొచ్చిన ఒక బిల్లుకు కృతజ్ఞత చెప్పడం అంటే ఆ బిల్లు మీరు ఎటువంటి సేవలూ, సౌకర్యాలూ పొందిన దాని ఫలితమో ఆలోచించండి. ఆ బిల్లు మీరు తీసుకున్న గృహఋణం తాలూకుది అనుకోండి. మీకొక ఇల్లు అమరినందుకు, అందులో వుంటున్నందుకు కృతజ్ఞత చెప్పుకోండి. మీ స్వంత ఇంట్లో వుంటూ డబ్బు ఆదా చేసుకునే మార్గం అదొక్కటే అయితే ఏం చేస్తారు? అందుకోసం డబ్బు కట్టడం అవసరం కాదా? అసలు ఇట్లా ఇల్లు

కొనుక్కోడానికి ఋణాలిచ్చే సంస్థలు గానీ, అద్దెకిచ్చే ఇళ్ళుగానీ లేవనుకోండి. మనలో చాలామందిమి వీధుల్లో వుండాల్సి వచ్చేది. కనుక ఋణదాతలకూ, సంస్థలకూ కృతజ్ఞత చెప్పుకోండి. ఎందుకంటే మీకొక ఇల్లో, అపార్ట్‌మెంటో సమకూర్చినది వాళ్ళే కనుక.

అదే గ్యాస్‌కో, ఎలక్ట్రిసిటీకో బిల్లు వచ్చిందనుకోండి. విద్యుత్తు వలన, గ్యాస్ వలనా మీ ఇంట్లో మీరు అనుభవిస్తున్న సౌకర్యాలను ఒకసారి తలుచుకోండి. మీ ఇంటిని చల్లబరిచేవి, మీకు వేడినీటి సదుపాయాన్నిచ్చేవి ఎన్ని సౌకర్యాలను అనుభవిస్తున్నారు మీరు! అట్లాగే ఫోన్ బిల్లో, ఇంటర్నెట్ బిల్లో వచ్చిందనుకోండి. అవి లేకపోతే మీకు భావప్రసారం ఎంత కష్టమయ్యేది? ఒక్కొక్కరితో మాట్లాడ్డానికి ఎంతదూరం ప్రయాణం చెయ్యవలసి వచ్చేది మీకు? ఆలోచించండి. ఈ సదుపాయాల మూలంగా మీరు మీ కుటుంబాన్ని, బంధువులను, స్నేహితులను ఎన్నిసార్లు పలకరించగలిగారో తలచుకోండి. మీరనుకున్న వెంటనే ఇతరులతో సమాచారాన్ని పంచుకోగల సదుపాయం ఇచ్చిన ఇంటర్నెట్ సర్వీస్ ప్రొవైడర్‌కి కృతజ్ఞత చెప్పండి. పై సౌకర్యాలన్నీ మీరు ఒక్క మీట నొక్కగానే అమరిపోతున్నాయి. అందుచేత వాటికి కృతజ్ఞత చెప్పండి. అంతేకాదు ఈ సౌకర్యాలన్నింటినీ ఆయా కంపెనీలు మీరు బిల్లు కట్టకముందే అందజేసి తరువాతే బిల్లు పంపిస్తున్నాయి కదా!

నేను కృతజ్ఞత యొక్క శక్తిని అర్థం చేసుకున్న తరువాత, ఒక్కొక్క బిల్లు కట్టినప్పుడల్లా దానిమీద "చెల్లించేశాను థాంక్యూ" అని వ్రాసుకుంటున్నాను. ఒక్క బిల్లుమీద కూడా అట్లా వ్రాయకుండా వుండను. నా దగ్గర బిల్లు కట్టడానికి సరిపడ డబ్బు లేనప్పుడు కూడా కృతజ్ఞత యొక్క మ్యాజిక్ శక్తిని వాడుకుంటాను. అప్పుడు బిల్లు మీద "థాంక్యూ డబ్బుకి" అని వ్రాసుకుంటాను. డబ్బు అందిన తరువాత "చెల్లించేశాను థాంక్యూ" అని వ్రాసుకుంటాను.

ఈ రోజు మీరుకూడా అలాగే చేయబోతున్నారు. మీరింకా చెల్లించని బిల్లులను తీసుకోండి. కృతజ్ఞత మ్యాజిక్‌ని ఉపయోగించుకుంటూ, వాటిమీద "థాంక్యూ డబ్బుకి" అని వ్రాయండి. బిల్లు చెల్లించడానికి డబ్బు అందినా

అందకపోయినా కూడా కృతజ్ఞత చూపండి. మీ బిల్లులు ఆన్‌లైన్‌లో చెల్లించే అలవాటుంటే మీకు బిల్లు రాగానే దానిని మీ ఈ-మెయిల్‌కి ఫార్వర్డ్ చెయ్యండి. సబ్జెక్ట్ అని వున్నచోట **"థాంక్యూ డబ్బుకు"** అని వ్రాసుకోండి.

తరువాత మీరదివరకే చెల్లించిన పది బిల్లుల్ని తీసుకోండి. వాటి మీద "చెల్లించేశాను, థాంక్స్" అని వ్రాయండి. అట్లా వ్రాసేటప్పుడు అవి కట్టగలిగినందుకు మనస్ఫూర్తిగా ఆ డబ్బుకు కృతజ్ఞత చెప్పుకోండి. బిల్లులు కట్టగలిగే డబ్బు వచ్చినందుకు మీలో ఎంత ఎక్కువ కృతజ్ఞత జనిస్తే అంతగా డబ్బుకు మీపట్ల ఆకర్షణ కలుగుతుంది.

ఈ రోజునుంచీ మీరు బిల్లులేవి చెల్లించినా, ఆ బిల్లుల వలన మీరెన్ని సౌకర్యాలు పొందగలిగారో వాటికి కృతజ్ఞత చెప్పుకోవడం అలవాటు చేసుకోండి. చెల్లించిన బిల్లుపైన "చెల్లించేశాను, థాంక్యూ" అని వ్రాసుకోండి. బిల్లు కట్టడానికి డబ్బు సమయానికి అందకపోయినప్పుడు కృతజ్ఞత యొక్క మ్యాజిక్ శక్తిని ఉపయోగించుకుంటూ బిల్లు మీద "థాంక్యూ డబ్బుకు" అని వ్రాయండి. డబ్బు వచ్చినట్టే భావించి కృతజ్ఞత చెప్పండి. అప్పుడు మీరు డబ్బును ఆకర్షిస్తారు.

మీరు చెల్లించిన డబ్బుకు మీలో కృతజ్ఞత వుంటే మీకు మరింత డబ్బు తప్పకుండా అందుతుంది. కృతజ్ఞత అనేది మీ డబ్బుకు కట్టిన ఒక మ్యాజిక్ బంగారుదారం లాంటిది. అందువలన మీరు దేనికైనా డబ్బు చెల్లిస్తే ఆ దారం మీ డబ్బును మీకు మళ్ళీ వెనక్కి లాక్కువచ్చేస్తుంది. ఒక్కొక్కసారి పదిరెట్లు ఎక్కువగా ఒక్కొక్కసారి వందరెట్లు ఎక్కువగా కూడా. అది మీరెంత డబ్బు ఇచ్చారనే దానిమీద ఆధారపడి వుంటుంది. మీరొక యాభై రూపాయలు చెల్లించేటప్పుడు మీలో వుండే కృతజ్ఞతను బట్టి మీకు తిరిగి వందలకొద్దీ రూపాయలు దక్కవచ్చు.

మ్యాజిక్ అభ్యాసం 9

డబ్బు అనే అయస్కాంతం

1. మీ అదృష్టాలను లెక్కించండి. ఒక పది అదృష్టాల జాబితా వెయ్యండి. వాటికి మీరెందుకు కృతజ్ఞతాబద్ధులో వ్రాసుకోండి. జాబితా మరొకసారి చదువుకోండి. ప్రతి అదృష్టం దగ్గరా మూడుసార్లు "థాంక్యూ" అని వ్రాసుకోండి. ఆ అదృష్టానికి మనస్ఫూర్తిగా కృతజ్ఞత చెప్పుకోండి.

2. మీ దగ్గరున్న ఇంకా చెల్లించవలసిన బిల్లునొకదాన్ని తీసుకోండి. కృతజ్ఞత యొక్క మ్యాజిక్ శక్తిని ఉపయోగిస్తూ దానిమీద "థాంక్యూ డబ్బుకి" అని వ్రాయండి. డబ్బు వున్నా, లేకపోయినా డబ్బు వున్నట్టే భావించుకుని దానికి కృతజ్ఞత చెప్పుకోండి.

3. గతంలో మీరు కట్టిన **పది** బిల్లుల్ని తీసుకోండి. వాటి మీద "చెల్లించేశాను థాంక్యూ" అని వ్రాయండి. అవి చెల్లించడానికి సరిపడ డబ్బున్నందుకు కృతజ్ఞత చెప్పండి.

4. ఈ రోజు రాత్రి మీరు నిద్రకి ఉపక్రమించబోయే ముందు మీ మ్యాజిక్ శిలను చేతిలోకి తీసుకోండి. ఈ రోజు మీకు సంభవించిన అతిమంచి సందర్భాన్ని గుర్తుతెచ్చుకుని "థాంక్యూ" అని మూడుసార్లు అనండి.

10వ రోజు

మ్యాజిక్ ధూళి అందరికీ

"కృతజ్ఞతకి బదులు చెప్పడం కన్న ముఖ్యమైన కర్తవ్యం లేదు."

సైంట్ ఆంబ్రోస్ (క్రీ.శ.340-397)
మతతత్త్వవేత్త, క్యాథలిక్ బిషప్

ప్రాచీన ఆధ్యాత్మిక గ్రంథాలన్నీ ఏమి చెబుతాయంటే మనం హృదయపూర్వకంగా ఎవరికేమిచ్చినా అది మళ్ళీ మనకి వందరెట్లు అధికంగా లభిస్తుందని. కనుక మనం ఎవరిపట్ల అయినా వారినుంచీ పొందిన ఏ విషయానికైనా కృతజ్ఞత చూపించి ధన్యవాదాలు చెప్పడం అత్యవసర కర్తవ్యమే కాక అది మన జీవన నాణ్యతను పెంచడానికి కూడా ముఖ్యమైన విషయం.

కృతజ్ఞత అనేది ఒక బలమైన శక్తి. అది మీరు ఎవరివైపుకు పంపితే అక్కడికి చేరుతుంది. ఆ శక్తిని మీరొక మెరిసే మ్యాజిక్ ధూళి అనుకుంటే, మీరెవరి నుంచైనా పొందిన ఉపకారానికి వారికి కృతజ్ఞత చెబుతున్నారంటే వారిమీద ఈ మెరుపుధూళి చల్లుతున్నారన్నమాట. అందులో వుండే శక్తి వారిని ప్రభావితం చేస్తుంది.

మనలో చాలామందిమి రోజుకి ఎంతోమందితోనో వ్యవహరిస్తాము. ముఖాముఖీ కానీ, ఫోన్లో కానీ, ఇంటర్నెట్‌లో కానీ, షాపుల్లో, రెస్టారెంట్లలో, బస్సుల్లో, రైళ్ళల్లో, లిఫ్టుల్లో. మన దగ్గర పనిచేసే ఉద్యోగులతో అనేక సేవలందించేవారితో అట్లా. వీళ్లందరినుంచీ మనం ఏదో ఒక ఉపకారం పొందుతాం కనుక మన కృతజ్ఞతకి వీరంతా అర్హులే.

ఒక సామాన్యమైన రోజు మీరు సేవలు పొందేవారిని తలచుకోండి. షాపుల్లో పనిచేసేవారు, రెస్టారెంట్లలో పనిచేసేవారు, బస్సు లేదా టాక్సీ డ్రైవర్లు, క్లీనర్లు, కస్టమర్ సర్వీస్‌వాళ్ళు, మీ సహోద్యోగులు, కొంతమంది మీకు సేవలు అందిస్తున్నారు. మీరు ఆ సేవని పొందుతున్నారు. దానికి ప్రతిగా వారికి మీరు "థాంక్స్" చెప్పకపోతే మీలో కృతజ్ఞతాభావం లేనట్లే కదా! అంటే మీ జీవితంలోకి ముందుముందు రాబోయే మంచికి మీరే అడ్డుకట్ట వేసుకుంటున్నారన్నమాట.

మన రవాణాసంస్థను భద్రంగా నడపడానికి అహరహమూ కృషిచేసే సంరక్షణ సిబ్బందిని తలుచుకోండి. అట్లాగే మనము నిత్యమూ ఉపయోగించే గ్యాస్, విద్యుత్తు, నీరు, రహదార్లు వీటిని ఎప్పుడూ మనకి అందుబాటులో వుంచే ఉద్యోగులను తలుచుకోండి. వీరందరికీ మనం ఎంతగా ఋణపడివున్నామో చూడండి.

మన వీధులను శుభ్రపరిచేవారు, పబ్లిక్ టాయిలెట్లను శుభ్రపరిచేవారు, రైళ్ళను, బస్సులను, విమానాలను, రెస్టారెంట్లను, సూపర్‌మార్కెట్లను శుభ్రపరిచేవారు, కార్యాలయ భవనాలను శుభ్రపరిచేవారు, ఇట్లా ప్రపంచంలోని అనేకమంది పారిశుధ్య కార్మికులకు మనం ఎంత కృతజ్ఞులమై వున్నామో చూడండి. వీరందరికీ మనం వ్యక్తిగతంగా "థాంక్స్" చెప్పలేకపోవచ్చు, కానీ వారిపైన మనం మ్యాజిక్ ధూళి చల్లవచ్చు వారిలో ఏ ఒక్కరు మనకెదురైనా "థాంక్స్" చెప్పడం ద్వారా. మీరు శుభ్రమైన పేవ్‌మెంట్ మీద నడిచేటప్పుడు, మెరిసిపోయే మీ ఆఫీస్ టేబిల్ ముందు కూచున్నప్పుడు, నీడలు తేలే నేలమీద నడిచినప్పుడు ఆ అదృశ్య హస్తాలకు "థాంక్స్" చెప్పండి. కృతజ్ఞతాభావం చూపించండి.

మీరొక రెస్టారెంట్‌కి వెళ్ళినప్పుడు అక్కడ మీకు సేవలందించేవారిపై మ్యాజిక్ ధూళి చల్లండి. మీ టేబిల్ శుభ్రం చేసేవారైనా, మీకు మెనూ అందించినవారైనా, మీ గ్లాసులో నీళ్ళు నింపేవారైనా, మీరు చెప్పిన ఆహారం తెచ్చిపెట్టినవారైనా, మీకు బిల్లు తెచ్చిచ్చినవారైనా, మీరు తిన్నాక టేబిల్ శుభ్రం చేసినవారైనా, ఎవరికైనా సరే "థాంక్స్" చెప్పడం మర్చిపోకండి. మీరు సూపర్‌మార్కెట్‌కు వెళ్ళినప్పుడు అక్కడ మీ సరుకులను ప్యాక్ చేసిన వ్యక్తికి థాంక్స్ చెప్పి అక్కడ పనిచేసేవారందరిపై మ్యాజిక్ ధూళి చల్లండి.

మీరు విమానంలో ప్రయాణిస్తున్నట్లయితే చెక్‌ఇన్ వారిపై, సెక్యూరిటీ వారిపై, మీరు విమానంలో ప్రవేశించేముందు మీ టికెట్ పరీక్షించేవారిపై, మీకు అభివాదం చేసే క్యాబిన్ క్రూ పై మ్యాజిక్ ధూళి చల్లండి. ప్రయాణంలో మీరు తిన్న ప్లేట్లు, తాగిన గ్లాసులు తీసుకెళ్ళడం కూడా మీకు చేసిన సేవే! మీరు వారి విమానంలో ప్రయాణం చేసినందుకు ఆ సంస్థ మీకు కృతజ్ఞతలు చెబుతుంది. కెప్టెన్ దగ్గర్నుంచి అందరు మీరు దిగిపోయేముందు మీకు థాంక్స్ చెబుతారు. కనుక మీరు కూడా విమానం ఎక్కేముందూ దిగేముందూ కూడా "థాంక్స్" చెప్పండి. మీరిలా గాలిలో ప్రయాణం చెయ్యడం ఒక అద్భుతం కదా!

మీ ఉద్యోగంలో, పనిలో మీకు సహాయం చేసేవారు, వారు గుమాస్తాలయినా రిసెప్షనిస్ట్‌లైనా, క్యాంటీన్‌వారైనా, పారిశుద్య పనివారైనా, ఎవరైనా సరే మీతో మీ ఆఫీసులో పనిచేసే వారందరిపట్ల కృతజ్ఞత చూపించండి. "థాంక్స్" అనే మాటతో వారిపై మ్యాజిక్ ధూళి చల్లండి. వారందరూ మీకేదో ఒక సేవ చేసేవారే! దానికి ప్రతిగా మీ కృతజ్ఞతకి వారు అర్హులు.

షాపుల్లో గుమాస్తాలు, రెస్టారెంట్లలో వెయిటర్లు వీరంతా కష్టపడి పనిచేస్తూ మనకి సేవలు అందిస్తున్నారు. వాళ్ళు ప్రజాసేవ చేసే ఉద్యోగం ఎంచుకున్నారు. ప్రజాసేవ చెయ్యడం అంటే ఎన్నో రకాలైన వ్యక్తులనీ, వారి రకరకాల స్వభావాలనీ ఎదుర్కోవడం అన్నమాట.

మనలో కొంతమంది బొత్తిగా కృతజ్ఞతలేనివారు కూడా వుంటారు. ఈసారి మీకెవరైనా ఇటువంటి సేవ అందిస్తుంటే ఒక విషయం మర్చిపోకండి. వాళ్ళు కూడా తమ తల్లిదండ్రులకు విలువైన బిడ్డలు. తమ తోబుట్టువులకు అమూల్యమైనవారు. వారి పిల్లలకు ప్రేమాస్పదులైన తల్లో, తండ్రో, తమ స్నేహితులకు అత్యంత ప్రేమపాత్రులో అని గుర్తుపెట్టుకోండి. వారు మీ గౌరవానికీ, కృతజ్ఞతకీ అర్హులు.

ఒక్కొక్కసారి ఇలాంటి ప్రదేశాల్లో అంటే రెస్టారెంట్లలో, షాపుల్లో మీకు సేవలందించే కొందరు మీతో అమర్యాదగా, కఠినంగా ప్రవర్తించవచ్చు. మీరాశించే శ్రద్ధ మీమీద చూపకపోవచ్చు. ఇటువంటి సందర్భాలలో అట్లాంటివారిపట్ల కృతజ్ఞత చూపించడం ఒక సవాలులాంటిదే. అయితే మీ కృతజ్ఞతాభావం ఎప్పుడూ అవతలివారి ప్రవర్తనను బట్టి వుండకూడదు. అవతల వ్యక్తి ప్రవర్తనతో సంబంధం లేకుండా మీరు కృతజ్ఞత చూపించాలి. ఎందుకంటే అవతలి వ్యక్తి ఆ సందర్భంలో ఎటువంటి కష్టంలో వున్నాడో మనకి తెలియదు కదా! వారికి ఒంట్లో బాగుండకపోయి వుండచ్చు. ఏ ప్రేమాస్పదుడినో, ప్రేమాస్పదురాలినో పోగొట్టుకుని వుండవచ్చు. వారి జీవన భాగస్వామితో వివాదాలుండి వివాహానికి ముప్పు వచ్చే పరిస్థితి ఏర్పడివుండొచ్చు. మీరు వారి వైపుకి పంపే కృతజ్ఞత, చూపించే కరుణా, ఆ రోజు వారి జీవితాలలో అద్భుతం సృష్టించవచ్చేమో!

> *"దయగా వుండండి, ఎందుకంటే మనం కలిసే ప్రతివారూ ఒక యుద్ధంగా పరిణమించవచ్చు."*
>
> ఫిలో ఆఫ్ అలగ్జాండ్రియా (క్రీ.పూ. 20–క్రీ.శ. 50)
> తత్వవేత్త

మీరు ఎవరికైనా వారు మీకు చేసిన సహాయానికి కృతజ్ఞత చెప్పేటప్పుడు "థాంక్యూ" అని ఊరుకోకండి. ఎందుకు కృతజ్ఞత చెబుతున్నారో ఆ విషయాన్ని కూడా ప్రస్తావించండి. ఉదాహరణకి, "నువ్వు చేసిన సహాయానికి

కృతజ్ఞతలు." "నీ శక్తికి మించి నాకు సాయం చేసినందుకు చాలా థాంక్స్." "నాకోసం చాలా సమయం వెచ్చించినందుకు నిజంగా చాలా థాంక్స్." "నా సమస్యకు ఒక పరిష్కారం సూచించినందుకు చాలా కృతజ్ఞుడిని/కృతజ్ఞురాలిని." అట్లా చెప్పినప్పుడు అవతల వ్యక్తి నుంచీ వచ్చే స్పందనకు మీరు ఆశ్చర్యపోతారు. మీరీ చిన్న పని చేసినందువల్ల వారికి మీ నిజాయితీ అర్థం అవుతుంది.

ఎవరినైనా కలిసి కృతజ్ఞత చెప్పేటప్పుడు ఆ వ్యక్తి మొహంలోకి సూటిగా చూస్తూ చెప్పండి. అట్లా సూటిగా చూస్తూ చెప్పకపోతే మీలో నిజంగా వున్న కృతజ్ఞతను వాళ్ళు అర్థం చేసుకుని స్వీకరించలేరు. మీరు చల్లే మ్యాజిక్ ధూళిని కూడా స్వీకరించలేరు. ఊరికే గాల్లోకి చూస్తూ "థాంక్స్" అంటే మీరు ఆ వ్యక్తికి సాయపడలేరు. మీ జీవితాన్నీ మార్చుకోలేరు. నేలవైపు చూస్తూనో, సెల్‌ఫోన్లో మాట్లాడుతూనో చెప్పిన థాంక్స్ కూడా మీ నిజాయితీకి చిహ్నాలు కావు.

కొన్నేళ్ళ కిందట నా సోదరికోసం బహుమతిని కొనడానికి నేనొక షాపుకు వెళ్ళాను. ఆ షాపులో పనిచేసే గుమాస్తా నేను అడిగింది విని నాకు సరిపడే చక్కని బహుమతికోసం షాపంతా వెతికింది. తన సోదరికోసం ఎట్లా వెతుకుతుందో అట్లా వెతికింది. ఆమె నాకు ఒక చక్కని బహుమతి ఎంపిక చేసి దానిని చక్కగా ప్యాక్ చేసి తెచ్చి నాచేతికిస్తున్నప్పుడు నా సెల్‌ఫోన్ మోగింది. నేను ఫోన్లో మాట్లాడుతూనే షాపు బయటికి వస్తున్నాను. అప్పుడు హఠాత్తుగా నాలో ఒక అసంతృప్త భావన కలిగింది. వెంటనే నేను వెనక్కి తిరిగి నాకు బహుమతి ఎంపిక చేసిచ్చిన ఆమె దగ్గరకు వెళ్ళాను. వెళ్ళి ఆమెకు నా కృతజ్ఞత చెప్పాను. అంతేకాదు నేనెందురు ఆమెకు అత్యంత కృతజ్ఞురాలనో కూడా చెప్పాను. నాకు తను చేసిన సహాయాన్ని మెచ్చుకున్నాను. ఆమెమీద నా కృతజ్ఞతా మ్యాజిక్ ధూళి అభిషేకించాను. ఆమె కళ్ళు చెమ్మగిల్లడమే కాదు, నేనెన్నడూ చూడనంత ప్రకాశవంతమైన చిరునవ్వు మొలిచింది ఆమె మొహం మీద.

ప్రతి చర్యకీ దానితో సమానమైన ప్రతిచర్య వుంటుంది కదా! మీరెవరికైనా "థాంక్స్" చెప్పినప్పుడు మీ మనసులో నిజంగా కృతజ్ఞతాభావం వుంటే అది ఎదుటి వ్యక్తికి తప్పకుండా తెలుస్తుంది. వారికి ఒక కులాసా భావన కలుగుతుంది. మీరు నిజంగా మరొక వ్యక్తిలో అటువంటి ఆనంద భావన కలుగచేయగలిగితే మీలో కూడా ఒక మాటలకందని ఆనందం కలుగుతుంది. ఆ రోజు నేను అలాగే మాటలకందని ఆనందంతో షాపునుంచీ బయటకొచ్చాను.

నాకేదైనా ఒక సేవ అందించిన వారిమీద మాత్రమే నేను మ్యాజిక్ ధూళి చల్లను. దాన్ని నేను అనేక సందర్భాల్లో వాడతాను. నా కూతురు తన ఇంటికి వెళ్ళడానికి కారు ఎక్కగానే ఆమె మీద మ్యాజిక్ ధూళి చల్లుతాను. ఆమె తన ఇంటికి భద్రంగా చేరినందుకు కృతజ్ఞత చూపిస్తాను. ఆమెమీదా, ఆమె కారు మీదా మ్యాజిక్ ధూళి చల్లేలాగా వేళ్ళు ఆడిస్తాను. ఒక్కొక్కసారి కొత్త ప్రాజెక్ట్ ప్రారంభించేముందు నా కంప్యూటర్ మీద కూడా మ్యాజిక్ ధూళి చల్లుతాను. ఒక్కొక్కసారి ఏదో ఒక ప్రత్యేకమైన వస్తువు కొనడానికి షాపులోకి వెడుతూ నాముందు మ్యాజిక్ ధూళి చల్లుతాను. నా కూతురు కూడా డ్రైవింగ్ చేసేటప్పుడు అట్లాగే చేస్తుంది. చాలా వత్తిడిలో అధిక వేగంతో కారు నడిపే ఇతర డ్రైవర్ల మీద కూడా తను మ్యాజిక్ ధూళి చల్లుతుంది, వాళ్ళు భద్రంగా గమ్యం చేరాలని కోరుకుంటూ.

ఈరోజు మీరు మ్యాజిక్ ధూళిని మీతో వుంచుకోండి. మీకు సేవలందించిన ప్రతివారిమీదా చల్లే అవకాశం కోసం చూడండి. వారికి థాంక్స్ చెప్పండి. వారిమీద మ్యాజిక్ ధూళి చల్లండి. ఎవరి సేవలవల్ల మీరు ఉపకారం పొందుతున్నారో వారొక పదిమందిని ఎంచుకోండి. వారికి మీరు వ్యక్తిగతంగా కృతజ్ఞతలు చెప్పే అవకాశం రాకపోయినా ఫరవాలేదు, మనసులోనే వారిని గుర్తించి కృతజ్ఞత చెప్పండి. అప్పుడు కూడా మీ మ్యాజిక్ ధూళి వారిపై పడుతుంది. ఉదాహరణకి, మీ మనసులో ఇట్లా అనుకోండి :

తెల్లవారకముందే లేచి వీధులన్నీ శుభ్రం చేసే పారిశుధ్య కార్మికులకు నేనెంతో కృతజ్ఞురాలిని/కృతజ్ఞుడిని. వీధుల్లో ఒక్క పిసరు చెత్త లేకుండా చూసే వీరికి ఎంత కృతజ్ఞత చూపిస్తే సరిపోతుంది. ఈ సంగతి నేనెప్పుడూ గుర్తించలేదు. థాంక్యూ.

మీకు సేవలు అందించే చాలామందికి మీరు కృతజ్ఞులై వుండాలి. వారిని గుర్తుపెట్టుకోండి. మీరు పదిమంది విభిన్న వ్యక్తులకు వారివారి సేవలకు కృతజ్ఞత చెప్పినప్పుడు మీరు చల్లే మ్యాజిక్ ధూళి వీరిపైన కూడా పడుతుంది. మీరు మీ వేళ్లతో ఆ మ్యాజిక్ ధూళి చల్లే దృశ్యాన్ని ఊహించండి. అది వారిపై రాలడాన్ని కూడా ఊహించండి. వారికి మీరు కృతజ్ఞత చెప్పేటప్పుడు మీకు కనపడకుండా ఏం జరుగుతుందో ఊహించండి. ఆ ఊహాదృశ్యాన్ని మీ మనసులో వుంచుకుంటే ఆ మ్యాజిక్ ధూళి నిజంగా వారిపై రాలుతుందనే నమ్మకం కలుగుతుంది మీకు. అది వారి జీవితాలలో మెరుగుదలకు తోడ్పడుతుందని కూడా నమ్మకం కలుగుతుంది. అంతేకాదు మీరు ఇతరుల మీద మ్యాజిక్ ధూళి చల్లినప్పుడల్లా అది మళ్ళీ మీ దగ్గరకు వచ్చి మీ జీవితాలలో కూడా వెలుగులు చిమ్ముతుంది.

ఈ రోజు మీరు ఇంట్లో వుంటే, ఒక కలమూ, కాగితమో లేదా కంప్యూటరో తీసుకుని కూచోండి. సేవారంగాలలో పనిచేసే ఎంతమంది వ్యక్తులు మీకు ఎట్లా వారి పరిధిని మించి సాయపడ్డారో ఒకసారి తలుచుకోండి. ఒక వ్యాపారో లేదా ఫోన్లో మాట్లాడిన ఒక వ్యక్తో మీ సమస్యను ఎట్లా పరిష్కరించారో గుర్తుతెచ్చుకోండి. బహుశా మీ పోస్ట్ పర్సన్ మీకు చాలా సేవ చేసి వుంటారు. అట్లాగే మీ ఇంటినుంచీ చెత్త సమీకరించేందుకు వెళ్ళే వ్యక్తులు, రీసైక్లింగ్ కంపెనీల షాపుల్లో పనిచేసే గుమాస్తాలు, వీళ్ళంతా ఎప్పుడెప్పుడు మీకెట్లా సాయపడ్డారో గుర్తుతెచ్చుకోండి. ఇట్లాంటి రంగాలలో మీకు సాయపడ్డవారిని పదిమందిని జాబితా వెయ్యండి. పది సందర్భాలను గుర్తించండి. వీరిలో ప్రతి ఒక్కరికీ కృతజ్ఞత చెబుతూ వారిపై మ్యాజిక్ ధూళి చల్లండి.

మ్యాజిక్ రిమైండర్

రేపటి అభ్యాసాన్ని గురించి ఈ రోజే చదివి వుంచుకోండి. ఎందుకంటే పదకొండవరోజు అభ్యాసం నిద్రలేచీ లేవగానే ప్రారంభించాల్సి వుంటుంది.

మ్యాజిక్ అభ్యాసం 10

మ్యాజిక్ ధూళి అందరికీ

1. మీ అదృష్టాలను లెక్కించుకోండి. ఒక పదింటి జాబితా వ్రాసి వాటికి మీరెందుకు కృతజ్ఞతాబద్ధులో వ్రాయండి. ఆ జాబితా మళ్ళీ ఒకసారి చదవండి. ప్రతి అదృష్టాన్ని తలుచుకుని దానికి *థాంక్యూ, థాంక్యూ, థాంక్యూ* అని మూడుసార్లు చెప్పండి. ఊరికే చెప్పడం కాదు, మనస్ఫూర్తిగా చెప్పండి.

2. ఈ రోజు మీకు సేవలందించే ఒక **పది**మంది మీద మ్యాజిక్ ధూళి చల్లండి. వీలుంటే వ్యక్తిగతంగా థాంక్యూ చెప్పండి. లేదంటే మనసులోనే చెప్పుకోండి. వారు అందించే సేవలకు మనస్ఫూర్తిగా కృతజ్ఞులు కండి.

3. ఈ రాత్రి నిద్రకు ఉపక్రమించబోయేముందు ఒక చేతిలో మీ మ్యాజిక్ శిలను పట్టుకుని ఈ రోజు మీకు జరిగిన అతిమంచి విషయాన్ని తలుచుకుని దానికి *థాంక్యూ* చెప్పండి.

4. రేపటి అభ్యాసాన్ని ఈ రోజే క్షుణ్ణంగా చదివి వుంచుకోండి. ఎందుకంటే 11వ రోజు అభ్యాసం నిద్ర లేవగానే ప్రారంభం అవుతుంది.

11వ రోజు

ఒక మ్యాజిక్ ఉదయం

"మీరు ప్రతి ఉదయం నిద్ర లేవగానే ఆ రోజు జీవించి వుండడం ఎంత అద్భుతంగా వుందో తలుచుకోండి. జీవించి వుండడం ఆలోచించగలిగి వుండడం ఆనందించగలిగి వుండడం ఎంత అదృష్టమో కదా."

మార్కస్ అరేలియస్ (క్రీ.శ.121-180)
రోమన్ చక్రవర్తి

మీకు ఆ రోజంతా ఆనందంగా గడవాలంటే మీరు చెయ్యవలసిన అతిసులభమైన పని, ఉదయం లేవగానే మీ మనసును కృతజ్ఞతాభావంతో నింపుకోవడం. మీ ఉదయపు కార్యక్రమాలలో కృతజ్ఞతను కలుపుకుంటే, దాని మ్యాజిక్ ప్రభావం మీకు రోజంతా తెలుస్తూనే వుంటుంది.

ప్రతి ఉదయమూ మీకు కృతజ్ఞత ప్రకటించే అవకాశాలు చాలా వస్తాయి. అది మీ పనులకు ఏమీ అడ్డం రాదు, మీ సమయాన్ని దోచుకోదు. మీరు మీ పని చేసుకుంటూనే కృతజ్ఞత ప్రకటించవచ్చు. మీ ఉదయపు దినచర్యలో కృతజ్ఞతాభావాన్ని కలపడం వల్ల మీకు ఒక అదనపు లాభం కూడా చేకూరుతుంది. ఎలా అంటే ఉదయంవేళ పని రద్దీలో మీకు ప్రతికూల ఆలోచనలు వచ్చే అవకాశం ఎక్కువగా వుంటుంది. అందువలన మీకు తెలియకుండానే మీకు మీరే హాని కలిగించుకుంటారు. మీరు కృతజ్ఞత

చూపవలసిన విషయాల గురించీ ఆలోచిస్తే ప్రతికూల భావాలకు ఆస్కారమే వుండదు. ఉదయం ఇలా అభ్యాసం చేసినప్పుడు మీ రోజువారీ కార్యక్రమాలలోకి మీరు సంతోషంగానూ ఆ రోజు మీకు చాలా బాగుంటుందనే ఆత్మవిశ్వాసంతోనూ జొరబడవచ్చు. అప్పుడు మీమీద మ్యాజిక్ ఎలా పనిచేస్తుందో మీరే ప్రత్యక్షంగా చూడవచ్చు.

ఈ రోజు మీరు నిద్ర లేవగానే ఏ పనీ మొదలుపెట్టకముందూ, ఎవరితో ఏ మాటా మాట్లాడకముందూ మ్యాజిక్ మంత్రం "థాంక్యూ" అనండి. ఆ రోజు మీరు జీవించివున్నందుకు కృతజ్ఞత చెప్పండి. మరొకరోజు లభించినందుకు కృతజ్ఞత చెప్పండి. మీ జీవితం ఒక కానుక అయితే అందులో ప్రతిరోజూ కూడా ఒక కానుకే. ఈ విషయం అర్థం చేసుకున్నప్పుడు మనం మనకి కానుకగా వచ్చే ప్రతి ఉదయానికీ కృతజ్ఞులం కాకుండా వుండలేం. అదేం వుంది? ఇవాళ వుండటం, రేపు అనేది రావడం ఒక గొప్ప సంగతా? అనుకోకండి. ఒకరోజు లేకపోయినా కష్టమే! మీరు ఉదయం నిద్ర లేవగానే ఎంత మత్తుగా వున్నా సరే, పనితొందర వున్నదని మీ అలారం చెప్పినా సరే వారాంతంలో ఎక్కువసేపు నిద్రపోయినా సరే, ఏది ఏమైనా లేవగానే తప్పకుండా ఈ జీవితానికి మరొక రోజు కలిసినందుకు "థాంక్యూ" అనుకోండి.

రాత్రి బాగా నిద్రపోయినందుకు "థాంక్యూ" అనుకోండి. పడుకోడానికి ఒక మంచం, ఒక పరుపూ, దిళ్ళు వున్నందుకు కృతజ్ఞులవండి. లేస్తూనే నేలమీద కాలుమోపి భూమికి కృతజ్ఞతలు చెప్పండి. మీకొక స్నానాలగది వుంది. అందుకు థాంక్స్. అందులో పంపు తిప్పగానే ప్రతి ఉదయం శుభ్రమైన నీళ్ళొస్తున్నాయి. థాంక్యూ. మీ దేశంలోని పట్టణాలలో నేలను తవ్వి పైప్‌లైన్లు వేసి మీకు పరిశుభ్రమైన వేన్నీళ్ళు చన్నీళ్ళు వచ్చేలా చేసిపెట్టిన శ్రామికులకి థాంక్యూ. టూత్‌బ్రష్‌కి, పేస్ట్‌కి "థాంక్యూ". ఇవేవీ లేకపోతే మీ ఉదయం ప్రశాంతంగా వుండదు. అట్లాగే మీరు వాడే సబ్బుకి, తువాళ్లకి "థాంక్యూ".

బాత్‌రూమ్‌లో అద్దానికి, ఇంకా మిగతా సౌకర్యాలకి కూడా "థాంక్యూ" ఉదయం లేవగానే మిమ్మల్ని తాజాగా తయారుచేసి దినచర్యకి సంసిద్ధపరిచే అన్నిటికీ కృతజ్ఞతలు చెప్పుకోండి.

అట్లాగే మీరు బట్టలు ధరించేటప్పుడు, మీకు సరిపడ బట్టలున్నందుకూ, అందులోనుంచీ ఆరోజు మీకు అనువైన బట్టలు ఏరుకునే అదృష్టం వున్నందుకూ *థాంక్స్* చెప్పుకోండి. మీరు ధరించే వివిధ దుస్తుల తయారీలో ఎంతమంది శ్రమ వుందో ఒకసారి తలుచుకోండి. అట్లాగే అవి ఎన్నెన్ని దేశాలనుంచీ వస్తున్నాయో కూడా గమనించండి. *వారందరికీ* కృతజ్ఞతలు చెప్పండి. మీరు ధరించే పాదరక్షలు, అవి లేకపోతే ఎంత కష్టమో ఆలోచించండి. అందుకే వాటికి కృతజ్ఞత చెప్పుకోండి.

> *"ఒక కొత్త ఉదయాన్ని చూడగలగడం నాకెంతో ఆహ్లాదానిస్తుంది. ఎప్పుడూ ఒక కొత్త ప్రయత్నం, ఒక తాజా ప్రారంభం. ఈ ఉదయంలో ఎక్కడో ఒక మ్యాజిక్ మనకోసం ఎదురుచూస్తూ వుంటుంది."*
>
> జె.బి. ప్రీస్ట్ లీ (క్రీ.శ. 1894-1984)
> రచయిత, నాటక రచయిత

కృతజ్ఞతాభావాన్ని గుండెనిండా నింపుకొని దానిని అభ్యాసం చేస్తూ ఈ రోజుని వీలైనంత మంచిరోజుగా మలుచుకోండి. మీ ఉదయపు కార్యక్రమాల్లో మ్యాజిక్‌ను జోడించండి. నిద్రనుంచీ కళ్ళు తెరిచింది మొదలు మీ ఉద్యోగానికి వెళ్ళేవరకూ మీరు వాడే ప్రతి సౌకర్యానికీ థాంక్స్ చెప్పండి. మీరు పొద్దున ఏ పనితో మీ దినచర్య ప్రారంభించినా ఫరవాలేదు. దానికో కృతజ్ఞత చెప్పండి. ఈ మ్యాజిక్ అభ్యాసాన్ని మీ మార్గదర్శిగా భావించండి. లేవగానే బ్రేక్‌ఫాస్ట్ చేస్తే, అందులో ప్రతి పదార్థానికీ *థాంక్స్* చెప్పండి. మీ ఉదయపు కాఫీకి, టీకి, పళ్ళరసాలకి, బ్రేక్‌ఫాస్ట్‌కి అన్నింటికీ *థాంక్స్* చెప్పండి. అవి మీకు రోజంతటికీ సరిపోయే శక్తినీ, ఆనందాన్నీ ఇస్తాయి.

మీ వంటింటి పరికరాలకు కూడా కృతజ్ఞత చెప్పండి. మీ ఫ్రిజ్‌కి, ఓవెన్‌కి, టోస్టర్‌కి, కాఫీ మేకర్‌కి, కప్పులకి అన్నింటికీ!

ప్రతిరోజూ నిద్రలేచి మంచం మీదనుంచీ ఒక పాదం నేలకానించగానే నేను "థాంక్స్" అనుకుంటాను. రెండో పాదం నేలమీద పెడుతూ "నీకు" అనుకుంటాను. అంటే రెండు పాదాలూ నేలమీద ఆనించేసరికి "థాంక్యూ" పూర్తవుతుంది. అప్పుడు బాత్‌రూమ్‌కి దారితీస్తూ ప్రతి అడుగుకూ థాంక్యూ అనుకుంటాను. బాత్‌రూమ్‌లో నేను ఏ వస్తువును ముట్టుకున్నా "థాంక్యూ" అనుకుంటాను. నేను స్నానం చేసి దుస్తులు వేసుకుని నా పని ప్రదేశానికి వెళ్ళడానికి సిద్ధయే వేళకు నేను చాలా ఆనందంగా వుంటాను. చెప్పాలంటే సంతోషంతో గంతులు పెట్టాలన్నట్టుంటుంది. నేనంత ఆనందంగా వున్నానంటే నాలోవుండే కృతజ్ఞతాభావం తన ప్రభావం చూపించిందన్న మాట. ఇంక నాకు ఈ రోజు ఒక అద్భుతమైన దినం అవుతుందని విశ్వాసం కలుగుతుంది. ఇంక నా దినచర్యలో నేను నిమగ్నం అయినప్పుడు నాతో ఒక మ్యాజిక్ వుందనే భావం కలుగుతుంది. ఎందుకంటే ఆ రోజంతా ఒకదానివెంట ఒక మంచి జరుగుతూ వుంటుంది. ఇప్పుడు మనకి అంతా బాగా జరిగిపోతున్నదని అనిపించడం లేదూ మీకు? మీ మ్యాజిక్ ఉదయం అభ్యాసం క్రమం తప్పకుండా చేస్తే అట్లాగే అనిపిస్తుంది.

మ్యాజిక్ అభ్యాసం 11

ఒక మ్యాజిక్ ఉదయం

1. మీరు నిద్ర లేవగానే ఏ పని మొదలుపెట్టకముందే మీ మ్యాజిక్ మంత్రం *థాంక్యూ* అనుకోండి.

2. కళ్ళు తెరిచిన దగ్గర్నుంచి మీరు మీ ఉద్యోగానికి బయలుదేరేవరకూ మీరు వాడిన ప్రతి వస్తువుకూ, మీరు తినే ఆహారపదార్థాలకీ మీ మనసులో *థాంక్యూ* చెప్పుకోండి.

3. మీ అదృష్టాలను లెక్కించండి. ఒక పది అదృష్టాల జాబితా వెయ్యండి. వాటికి మీరెందుకు కృతజ్ఞులో వ్రాయండి. ఆ జాబితా మళ్ళీ చదవండి. ప్రతి అదృష్టానికీ *థాంక్యూ, థాంక్యూ, థాంక్యూ* అని చెప్పుకోండి. మనస్ఫూర్తిగా చెప్పుకోండి.

4. ఈ రోజు రాత్రి నిద్రకి ఉపక్రమించబోయే ముందు మీ మ్యాజిక్ శిలను చేతిలో పట్టుకుని ఈ రోజు మీకు జరిగిన అతిమంచి అనుభవానికి కృతజ్ఞత చెప్పండి.

12వ రోజు

మీ జీవితాన్ని వెలిగించిన అద్భుత వ్యక్తులు

"ఒక్కొక్కసారి మన అంతరంగ దీపం ఆరిపోయి, మరొక వ్యక్తినించీ వచ్చే ఒక చిన్న వెలుగురవ్వతో తిరిగి ప్రకాశిస్తుంది. అట్లా మనలో దీపాన్ని వెలిగించినవారందరికీ మనం కృతజ్ఞులమై వుండాలి."

ఆల్బర్ట్ ష్వైట్జర్ (1875-1965)
నోబెల్ శాంతి పురస్కార గ్రహీత
మెడికల్ మిషనరి, తత్త్వవేత్త

మనందరం మనకి అత్యవసర పరిస్థితుల్లో ఎప్పుడో ఒకప్పుడు ఎవరో ఒకరి సలహా సహాయం తప్పకుండా అందుకుని వుంటాము. ఒక్కొక్కసారి సరైన సమయానికి మన దగ్గరుండి వారి ప్రోత్సాహంతో మార్గదర్శకంతో మన జీవనగమనాన్నే మార్చినవారుంటారు. తరువాత మన జీవితం యధావిధిగా సాగిపోతూ వుంటుంది. మనం మనకు వెలుగుదారి చూపించిన వాళ్లని మర్చిపోతాం. ఒక్కొక్కసారి చాలాకాలం తరువాత ఆ వ్యక్తులు మనకు చేసిన ఉపకారం గుర్తు వస్తుంది.

అప్పుడు మన జీవితం ఇట్లా సుగమమార్గంలో సాగడానికి ఆ వ్యక్తులిచ్చిన అద్భుతమైన మార్గదర్శకత్వం గుర్తొస్తుంది.

ఆ వ్యక్తి మీ ఉపాధ్యాయుడే కావచ్చు, మీకు క్రీడలకు తర్ఫీదు యిచ్చిన కోచ్ కావచ్చు. ఒక మేనత్తో, మేనమామో, బాబాయో, పిన్నో, పెద్దనాన్నో, పెద్దమ్మ కావచ్చు. మీ తోబుట్టువులే కావచ్చు. మీ తాతో, నాయనమ్మో, అమ్మమ్మో కావచ్చు. లేదా ఒక డాక్టరో, నర్సో, స్నేహితుడో, స్నేహితురాలో కావచ్చు. వాళ్ళు మీకొక మంచి వ్యావృత్తిని పరిచయం చేసి వుండొచ్చు. లేదా మీ కాబోయే జీవనభాగస్వామిని పరిచయం చేసి వుండొచ్చు. వాళ్ళు మీకు అపరిచితులు కూడా కావచ్చు. మీ జీవితంలో ఎప్పుడో ఒక మెరుపులా తారసపడి మీ హృదయాన్ని స్పృశించే ఒక ప్రేమపూరితమైన మాట అని వుండొచ్చు, ఒక సలహా ఇచ్చి వుండొచ్చు.

మా అమ్మమ్మ నాకు పుస్తకాలమీద ప్రేమను, వంట చేయడంపై అభిలాషనూ, గ్రామీణ వాతావరణంపై మక్కువనూ కలుగచేసింది. ఆమెకు వాటిమీద వుండే ప్రేమను పంచుకోవడం ద్వారా నేను నా జీవనగమనాన్నే మార్చుకున్నాను. ఇరవై ఏళ్ళుగా వంట చెయ్యడం అంటే నాకు చాలా అనురక్తి. పుస్తకప్రేమ నన్నొక రచయిత్రిని చేసింది. ఇంక గ్రామసీమలపై మక్కువ నేనుంటున్న చోటును నిర్ణయించింది.

మా అమ్మమ్మ నాకు "థాంక్యూ" చెప్పడం చాలా గట్టిగా నేర్పింది. ఆవిడ అలా చెప్పేటప్పుడు కేవలం నాకు సభ్యత నేర్పుతున్నదనుకునేదాన్ని. కానీ ఆమె నాకు అట్లా నేర్పడం ఆమె నాకిచ్చిన అద్భుతమైన కానుక అని తరువాత తెలుసుకున్నాను. ఆమె ఇప్పుడు లేదు. కానీ నా జీవితంపై ఆమె ప్రభావానికి నేనెప్పుడూ కృతజ్ఞతాబద్ధురాలినై వుంటాను. *థాంక్యూ అమ్మమ్మా!*

ఈరోజు మీరు మీ జీవితాన్ని ప్రభావితం చేసిన ఆ అద్భుతమైన వ్యక్తుల్ని తలుచుకోబోతున్నారు. ఈ రోజు పగలు కొంచెం మంచి సమయం చూసుకుని ప్రశాంతంగా, ఏకాంతంగా ఒకచోట కూచోండి. కూచుని మీ

జీవితాన్ని మలుపుతిప్పిన ముగ్గురు వ్యక్తుల్ని స్మరించుకోండి. ఒక్కొక్క వ్యక్తి గురించి ఒకసారి తలుచుకోండి. వారు మీ ఎదురుగా కూచున్నట్టు ఊహించుకుని వారితో గట్టిగా పైకి మాట్లాడండి. మీరు వారికెందుకు కృతజ్ఞులో వారికి చెప్పండి. వారు మీ జీవితగమనాన్ని ఎట్లా మార్చారో చెప్పండి. ఒక్కొక్క వ్యక్తితో ప్రత్యేకంగా మాట్లాడండి. వారికి మీరెందుకు కృతజ్ఞులో, వారు మీ జీవితంలో ఎట్లా వెలుగులు నింపారో, మీ జీవనగతిని ఎట్లా మార్చారో వారితో చెప్పండి.

ఈ ముగ్గురితో ఒకే సందర్భంలో మాట్లాడే ఈ అభ్యాసాన్ని తప్పకుండా చెయ్యండి. అట్లా చేస్తే మీ కృతజ్ఞతాభావం మరింత లోతుకు చేరుతుంది. అట్లా కాకుండా ముగ్గురితో వేరువేరుగా వేరేవేరే సమయాల్లో ఈ అభ్యాసం చేస్తే మీలో ఇంత గాఢమైన కృతజ్ఞతాభావం జనించదు. మీకు అద్భుతమైన ఫలితాలు రావు.

మీరు ఎలా మాట్లాడాలో తెలియడానికి ఇక్కడ ఒక ఉదాహరణ ఇస్తున్నాను :

సారా! నువ్వు నాకు ఒకప్పుడు నా మనస్సాక్షి చెప్పినట్లు వినమని సలహా ఇచ్చి ఎంతో సహాయం చేశావు. అందుకు నీకు చాలా కృతజ్ఞతలు. ఆ రోజు నేను చాలా అయోమయావస్థలో వున్నాను. అప్పుడు నీ మాటలు నన్ను నిరాశ అనే మబ్బుల్లోనుంచీ బయటకి తెచ్చాయి. నీ మాటలు నాకెంతో ధైర్యాన్నిచ్చాయి. నా కలల్ని అనుసరించిపోవాలనే నిర్ణయానికి వచ్చి ఫ్రాన్స్ వెళ్ళాను. అక్కడ ఒక అప్రెంటిస్ చెఫ్‌గా పనిచేస్తున్నాను. నా కలలు సాకారమయ్యాయి. చాలా ఆనందంగా వున్నాను. ఇదంతా ఈ రోజు నువ్వు చెప్పిన మాటలవల్లే సాధ్యమైంది. థాంక్యూ సారా! థాంక్యూ వెరీ మచ్.

మీరెందుకు కృతజ్ఞత చెబుతున్నారో ఆ కారణం చెప్పడం చాలా ముఖ్యం ఇక్కడ. మీరు మరీ ఎక్కువగా ఏమీ చెప్పలేరు. అయితే మీరు ఎక్కువగా మాట్లాడిన కొద్దీ మీలో కృతజ్ఞతాభావం గాఢమౌతుంది. కృతజ్ఞతాభావం గాఢమైనకొద్దీ దాని ఫలితం అద్భుతంగా వుంటుంది. మీ జీవితంలో మ్యాజిక్ విస్ఫోటనాన్ని చూస్తారు. ఇది మీరు చేసే అన్ని అభ్యాసాల కన్న శక్తివంతమైనది.

మీరు బయటకు మాట్లాడలేని పరిస్థితిలో వుంటే మీరు ఈ ముగ్గురితో చెప్పాలనుకున్నదంతా కాగితం మీద వ్రాసి పెట్టండి. వారిని సంబోధిస్తూ ఒక ఉత్తరం వ్రాసినట్లు వ్రాయండి.

ఈ అభ్యాసం పూర్తయినాక మీలో చాలా గొప్ప మార్పు వచ్చినట్టు అనిపిస్తుంది. కృతజ్ఞతాభావం యొక్క శక్తి మీపై పనిచేస్తున్నదనడానికి మొదటి ఋజువు మీకు ఆనందం కలగడమే! రెండవది మీరు అద్భుతమైన విషయాలను ఆకర్షిస్తారు. అంతేకాక మీరు కృతజ్ఞత ప్రకటించిన తరువాత మీకు కలిగే తృప్తి, ఆనందం మరిన్ని అద్భుతాలను మీవైపు ఆకర్షిస్తుంది. అందువలన మీకు మరింత ఆనందం కలుగుతుంది. అదే జీవితంలోని మ్యాజిక్. అదే కృతజ్ఞతాభావం యొక్క మ్యాజిక్ శక్తి.

మ్యాజిక్ అభ్యాసం 12

మీ జీవితాన్ని వెలిగించిన అద్భుత వ్యక్తులు

1. మీ అదృష్టాలను లెక్కించుకోండి. ఒక పదింటి జాబితా వ్రాసి వాటికి మీరెందుకు కృతజ్ఞతాబద్ధులో వ్రాయండి. ఆ జాబితా మళ్ళీ ఒకసారి చదవండి. ప్రతి అదృష్టాన్ని తలుచుకుని దానికి *థాంక్యూ, థాంక్యూ, థాంక్యూ* అని చెప్పండి. ఊరికే చెప్పడం కాదు, మనస్ఫూర్తిగా చెప్పండి.

2. ఒక ప్రశాంతమైన ఏకాంత స్థలం చూసుకుని కూచోండి. గతంలో మీ జీవితాన్ని వెలిగించిన **ముగ్గురు** వ్యక్తుల్ని ఎంచుకోండి.

3. ఒక్కొక్కరికి ఒక్కొక్కసారి కృతజ్ఞత చెప్పండి. పైకి గట్టిగా చెప్పండి. వారికి ఏ కారణంవల్ల మీరు కృతజ్ఞతాబద్ధులో ఆ కారణం చెప్పండి. వారు మీ జీవితగతిని మార్చిన విధానాన్ని వివరించండి.

4. ఈ రోజు రాత్రి మీరు నిద్రకు ఉపక్రమించబోయే ముందు మీ మ్యాజిక్ శిలను చేతిలో పట్టుకుని *థాంక్యూ* అనే మ్యాజిక్ మంత్రం మూడుసార్లు అనండి. ఈరోజు సంభవించిన అతిమంచి విషయాన్ని తలచుకుని మనసారా కృతజ్ఞత చెప్పుకోండి.

13వ రోజు

మీ కోరికలన్నీ సాకారం కానివ్వండి

"ఊహే ఒక మాయ తివాచి."

నార్మన్ విన్సెంట్ పీల్ (1898-1993)
రచయిత

ప్రతిరోజూ మీరు ఈ మ్యాజిక్ అభ్యాసాలు చేస్తూ వుండి వుంటే ఈపాటికి మీరు పొందిన ప్రతి మంచి ఫలితానికీ, సౌకర్యానికీ కృతజ్ఞత చెప్పడం ద్వారా మీ జీవితానికి ఒక మంచి పునాది వేసుకుని వుంటారు. ఈరోజు చాలా ఉత్సాహభరితమైన రోజు. ఎందుకంటే మీరు కృతజ్ఞత యొక్క మ్యాజిక్ శక్తిని మీ కోరికల, కలల సాకారానికి ఉపయోగించబోతున్నారు.

వందలాది ప్రాంతీయ సంస్కృతులలో తాము కోరుకున్నది అందుకోకముందే కృతజ్ఞత తెలపడం వున్నది. వారు చాలా వివరమైన దీర్ఘమైన వేడుకలు జరపడం ద్వారా చాలా శ్రమకి ఓర్చి కృతజ్ఞత ప్రకటించడం చూస్తూ వుంటాం. ఈజిప్షియన్లు ప్రాచీనకాలం ఉంచీ నైలునది వరదలప్పుడు ఉత్సవం జరుపుకుంటారు. ఆ నదిలో సర్వకాలాలలోనూ నీరు ప్రవహించాలని కోరుకుంటూ... అమెరికన్ ఇండియన్లూ, ఆస్ట్రేలియన్ మూలవాసులూ వర్షంలో నాట్యం చేస్తారు. కొందరు ఆఫ్రికన్ తెగలవారు వేటకు వెళ్ళేముందు కొన్ని క్రతువులు చేస్తారు.

ప్రతి మతంలోనూ, సంస్కృతిలోనూ ప్రార్థన అనేది ముందు అందుకోబోయే కోరికల సాఫల్యం కోసమే కదా!

ఆకర్షణసూత్రం ప్రకారం సజాతి ధృవాలు ఒకదానినొకటి ఆకర్షించుకుంటాయి. దాని అర్థం ఏమిటంటే మీరు ఏదైతే కోరుకుంటున్నారో దానిపట్ల ఇష్టాన్నీ దాని ప్రతిబింబాన్ని మీ మనసులో నిలుపుకోవాలి. తరువాత మీరు కోరిన అంశాన్ని మీవైపు ఆకర్షించుకునే క్రమంలో ఆ అంశం అప్పటికే మీ స్వంతం అయినట్లు భావించాలి. అది అందినప్పుడు ఎలా భావిస్తారో అలా భావించాలి. ఈ పనిచేయడానికి ఒక సులువైన మార్గమేమిటంటే, మీకు ఆ కోరిక నెరవేరకముందే దానికి కృతజ్ఞత ప్రకటించడం. మీకు పూర్వం ఇలా కోరిక తీరక ముందే దానికి కృతజ్ఞత చెప్పవచ్చని తెలియకపోతే ఇప్పుడు కృతజ్ఞత యొక్క మ్యాజిక్ శక్తిని మరొకదాన్ని గురించి తెలిసిందన్నమాట. పవిత్రగ్రంథంలోని ఈ వాక్యాలు దీన్నే వాగ్దానం చేస్తున్నాయి.

*"ఎవరికైతే **కృతజ్ఞత** (ఇప్పుడు) వుంటుందో వారికి మరింత (భవిష్యత్తులో) లభిస్తుంది. అతనికి/ఆమెకు పుష్కలంగా లభిస్తుంది."*

కృతజ్ఞత అనేది ఏదైనా *అందుకోకముందే* వుండాలి. కానీ *అందుకున్నాక* కాదు. చాలామందికి ఏదైనా పొందినప్పుడే కృతజ్ఞత మొలకెత్తుతుంది. కానీ మీ కోరికలు నెరవేరాలంటే మీ కలలు నిజం కావాలంటే, ఈ జీవితంలోని ప్రతి అంశమూ సంపద్వంతం కావాలంటే మీరు అవి తీరకముందూ, తీరిన తరువాతా కూడా కృతజ్ఞులై వుండాలి.

మీ కోరిక *తీరకముందే* చిత్తశుద్ధితో కృతజ్ఞత చెప్పడం వలన మీ మనసులో మీకది దక్కినట్టే ఒక భావం ఏర్పడుతుంది. అది మీ స్వంతమైనట్లే అనిపిస్తుంది. మీ కర్తవ్యం మీరు నిర్వహించినట్లే అనిపిస్తుంది. మీరా భావానికి అంటిపెట్టుకుని వుంటే, మీ కోరిక అద్భుతంగా నెరవేరుతుంది. అది నిజం అవుతుంది. మీరెట్లా ఫలితం సాధిస్తారో మీకు తెలియదు. తెలుసుకోవడం కూడా మీ పని కాదు.

మీరు ఉదయపు నడకకు వెళ్ళినప్పుడు భూమ్యాకర్షణ శక్తి మిమ్మల్ని నేల మీద ఎలా నిలబెడుతుందో మీరు తెలుసుకోవాలనుకోరు కదా? ఆ విషయాన్ని మీరు విశ్వసించారు. ఆ ఎరుకతోనే పాదాలు భూమిమీద ఆనించి నడకకు బయలుదేరారు. అదే విధంగా కృతజ్ఞత ప్రభావాన్ని గురించి మీలో విశ్వాసం వుండాలి. మీరు కోరుకునే విషయంపట్ల మీకు కృతజ్ఞత వుంటే ఆ విషయం మంత్రం వేసినట్టు మీ దగ్గరకు వస్తుంది. ఎందుకంటే అది ఒక సార్వజనీన సూత్రం.

ఈ క్షణాన మీరు గాఢంగా ఏం కోరుకుంటున్నారు?

ఈ పుస్తకం ప్రారంభంలోనే నేను మిమ్మల్ని ఒక ప్రశ్న అడిగాను. మీ జీవితంలోని ప్రతి అంశంలోనూ మీరు ఏం కావాలనుకుంటున్నారో స్పష్టంగా వుండమని అడిగాను. (అప్పుడు మీరా పని చెయ్యకపోతే ఇప్పుడు చెయ్యండి) మీరు వేసుకున్న జాబితానొక్కసారి ఇప్పుడు చూడండి. దాంట్లోని ముఖ్యమైన పది కోరికల్ని ఈ మ్యాజిక్ అభ్యాసం కోసం ఎంచుకోండి. మీ జీవితంలోని విభిన్న అంశాలనుంచీ పదింటిని ఏరుకోండి. డబ్బు, ఆరోగ్యం, బాంధవ్యాలు ఇట్లా. లేదా ఒకే అంశం నుంచీ కూడా పది కోరికల్ని ఎంచుకోవచ్చు. మీ ఉద్యోగం గురించి అందులో విజయం గురించి. మీరు గాఢంగా ఏమి కోరుకుంటున్నారో ఆ విషయంపై స్పష్టంగా వుండండి. అట్లా చేస్తే ఈ మ్యాజిక్ అభ్యాసం వల్ల మీ జీవితంలో వచ్చే మార్పుల్ని కూడా స్పష్టంగా గమనించవచ్చు. మీ పది కోరికల సాకారం కోసం మీరు ప్రపంచం ముందు ఒక మ్యాజిక్ అభ్యర్థన పెడుతున్నట్టు ఊహించండి. నిజానికి ఆకర్షణ సూత్రం ప్రకారం మీరు చేస్తున్నది అదే!

ఒక పెన్నూ, కాగితమూ తీసుకుని గానీ, కంప్యూటర్ ముందు కానీ కూచోండి. మీ అత్యంత ముఖ్యమైన పది కోరికలను జాబితా వెయ్యండి. *వాటిని ఇప్పటికే సాకారం చేసుకున్నట్లు ఇలా వ్రాయండి :*

థాంక్యూ, థాంక్యూ, థాంక్యూ అంటూ ____________ మీ కోరికను ఈ ఖాళీలో వ్రాయండి వ్రాసి అందుకు మూడుసార్లు కృతజ్ఞత చెప్పండి.

ఉదాహరణకు :

థాంక్యూ, థాంక్యూ, థాంక్యూ నా పరీక్షలలో వచ్చిన అత్యున్నతమైన మార్కులకు, ఆ మార్కులు నేను కోరుకున్న కాలేజీలో సీటు తెచ్చిపెట్టాయి.

థాంక్యూ, థాంక్యూ, థాంక్యూ మనకొక బిడ్డ కలుగబోతున్నదన్న గొప్ప వార్తకు.

థాంక్యూ, థాంక్యూ, థాంక్యూ మనం కలలు కన్న ఇల్లు కట్టుకోగలిగినందుకు, అందులో మనం కావాలనుకున్న సదుపాయాలన్నీ ఒక్క లోపం కూడా లేకుండా అమిరాయి.

థాంక్యూ, థాంక్యూ, థాంక్యూ మా నాన్నతో మాట్లాడిన అద్భుతమైన ఫోన్ కాల్‌కి, దానితో నాకూ, ఆయనకూ మధ్య సత్సంబంధాలు ఏర్పడ్డాయి.

థాంక్యూ, థాంక్యూ, థాంక్యూ నేను అంతా బాగున్నాననీ ఆరోగ్యంగా వున్నాననీ చూపించిన ఆరోగ్య పరీక్షా ఫలితాలకు.

థాంక్యూ, థాంక్యూ, థాంక్యూ నాకు లభించిన అయాచిత ధనలాభానికి, నా ఐరోపా పర్యటనకు సరిగ్గా అంతే డబ్బు అవసరం.

థాంక్యూ, థాంక్యూ, థాంక్యూ ఈ నెలలో నా విక్రయాలు రెట్టింపయినందుకు.

థాంక్యూ, థాంక్యూ, థాంక్యూ మాకు చాలా పెద్ద క్లయింట్లను లభింపజేసిన మా ఆలోచనలకు.

థాంక్యూ, థాంక్యూ, థాంక్యూ నాకు సరిపోయే జీవిత భాగస్వామి లభించినందుకు.

థాంక్యూ, థాంక్యూ, థాంక్యూ మన ఈ మార్పు ఇంత సులభంగా కష్టం లేకుండా జరిగిపోయినందుకు.

మూడుసార్లు వరసగా థాంక్యూ చెప్పడం చాలా శక్తివంతమైనది ఎందుకంటే అది మీ దృష్టినీ, మనసునీ కృతజ్ఞత మీదే కేంద్రీకరించేలా చేస్తుంది. మూడుసార్లు థాంక్యూ చెప్పడం అనేది ఒక మ్యాజిక్ సూత్రం కూడా. ఎందుకంటే ఈ విశ్వంలో కొత్త సృష్టికి అదొక మ్యాజిక్ అంకె. ఉదాహరణకి ఒక శిశువు సృష్టికి ఒక స్త్రీ ఒక పురుషుడూ కావాలి. స్త్రీ, పురుషుడూ, శిశువూ కలిసి ముగ్గురు ప్రపంచంలో ప్రతి సృష్టికార్యానికీ ఈ మూడు లెక్క వర్తిస్తుంది. చివరికి మీ కోరికల సృష్టికి కూడా - అందుచేత వరసగా మూడుసార్లు మీరు *థాంక్యూ* చెబితే, మీరు ఈ సృష్టి రహస్యాన్నీ, సూత్రాన్నీ అనుసరిస్తున్నట్లన్నమాట.

మీ కోరికలన్నింటినీ సాకారం చేసుకోవడానికి అనుసరించవలసిన రెండవ మెట్టు ఏమిటంటే, మరింత కృతజ్ఞతాభావంతో మీ కోరికలను గాఢతరం చేసుకోవడం. ఈ రోజు ఏదో ఒక సమయంలో మీరీ పని చేయవచ్చు. మీ అతిముఖ్యమైన కోరికల జాబితా వేసే సమయంలో కానీ లేదా రోజు మొత్తంలో ఏదో ఒక సమయంలో కానీ.

కృతజ్ఞత యుక్క మ్యాజిక్ శక్తితో మీ కోరికలను గాఢతరం చేసుకోవడానికి ముందు మీ కోరికల జాబితాలో మొదటిదానితో ప్రారంభించండి. మీ ఊహాశక్తిని ఉపయోగించి, ఆ కోరిక తీరినట్లే భావించి మీ మనసులో ఈ క్రింది ప్రశ్నలకు జవాబులు చెప్పండి.

1. మీ కోరిక తీరినప్పటి మీ భావాలెలా వున్నాయి.

2. మీ కోరిక నెరవేరిన సంగతి ముందుగా ఎవరితో చెప్పారు? ఏ విధంగా చెప్పారు.

3. మీ కోరిక తీరగానే మీరు చేసిన మొదటి గొప్ప పని ఏమిటి? ఈ ప్రశ్నలకి సమాధానాలు వీలైనంత వివరంగా ఇవ్వండి.

చివరగా ప్రతి కోరికనీ మళ్ళీ ఒకసారి చదవండి. మీ మ్యాజిక్ మంత్రం థాంక్యూ మీద మనసు కేంద్రీకరించండి. అప్పుడు మీరు నిజంగా కృతజ్ఞతాభావాన్ని అనుభవించగలుగుతారు.

మీకు ఇంకా శక్తివంతమైనదీ, వినోదాత్మకంగా వుండేదీ అయిన అభ్యాసం చెయ్యడం ఇష్టముంటే ఒక మ్యాజిక్ బోర్డ్ తయారుచెయ్యండి. దానిమీద మీ కోరికలను తెలిపే బొమ్మలు అంటించండి. ఈ బోర్డును మీకు తరచూ కనబడే ప్రదేశంలో పెట్టండి. ఆ బోర్డు మీద పెద్ద పెద్ద అక్షరాలతో **థ్యాంక్యూ, థాంక్యూ, థాంక్యూ** అని వ్రాసి అంటించండి. అసలు మీ రిఫ్రిజిరేటర్‌నే మీ మ్యాజిక్ బోర్డుగా ఉపయోగించుకోవచ్చు. మీకొక కుటుంబం వుంటే మీరు కుటుంబపు మ్యాజిక్ బోర్డు తయారుచేసుకోవచ్చు. పిల్లలకి ఇలాంటివి చాలా ఇష్టంగా వుంటాయి. అది నిజంగా మ్యాజిక్ బోర్డేనని ఊహించండి. ఆ బోర్డు మీద మీరు ఏ బొమ్మ అంటిస్తే అది మీ దగ్గరకు జరుగుతూ వస్తుంది. మీలో నిరంతరం వుండే కృతజ్ఞత యొక్క అయస్కాంత శక్తి మీ కోరికని మీవైపు ఆకర్షిస్తుంది. మీ జీవితమంతా అట్లా కొనసాగుతూ వుంటుంది.

మ్యాజిక్ అభ్యాసం 13

మీ కోరికలన్నీ సాకారం కానివ్వండి

1. మీ అదృష్టాలను లెక్కించుకోండి. ఒక పదింటి జాబితా వ్రాసి వాటికి మీరెందుకు కృతజ్ఞతాబద్ధులో వ్రాయండి. ఆ జాబితా మళ్ళీ ఒకసారి చదవండి. ప్రతి అదృష్టాన్ని తలుచుకుని దానికి *థాంక్యూ, థాంక్యూ, థాంక్యూ* అని మూడుసార్లు చెప్పండి. ఊరికే చెప్పడం కాదు, మనస్ఫూర్తిగా చెప్పండి.

2. ఒక కాగితం, కలం తెచ్చుకుని గానీ, కంప్యూటర్ ముందుగానీ కూచోండి. మీ అత్యంత ముఖ్యమైన **పది** కోరికలని జాబితా వెయ్యండి. అవి ఇప్పటికే నెరవేరినట్లు ఊహిస్తూ ప్రతి దానిముందూ మూడుసార్లు *థాంక్యూ* అని వ్రాయండి. ఉదాహరణకు: *థాంక్యూ, థాంక్యూ, థాంక్యూ* ___అందుకు___.

3. మీ ఊహాశక్తిని ఉపయోగించి ఈ క్రింది ప్రశ్నలకు మీ మనస్సులో సమాధానం చెప్పుకోండి. ఆ కోరికలన్నీ తీరినట్లే ఊహించండి.

    1. మీ కోరిక తీరినప్పటి మీ భావాలెలా వున్నాయి?

    2. మీ కోరిక నెరవేరిన సంగతి ముందుగా ఎవరితో చెప్పారు? ఏ విధంగా చెప్పారు?

    3. మీ కోరిక తీరగానే మీరు చేసిన మొదటి గొప్ప పని ఏమిటి? ఈ ప్రశ్నలకి సమాధానాలు వీలైనంత వివరంగా ఇవ్వండి.

4. చివరగా ప్రతి కోరికనీ మళ్ళీ ఒకసారి చదవండి. మీ మ్యాజిక్ మంత్రం *థాంక్యూ* మీద మనసు కేంద్రీకరించండి. అప్పుడు మీరు నిజంగా కృతజ్ఞతాభావాన్ని అనుభవించగలుగుతారు.

5. మీకు నచ్చితే ఒక మ్యాజిక్ బోర్డు తయారుచెయ్యండి. మీ కోరికలని సూచించే బొమ్మలను దానిమీద అతికించండి. ఆ బోర్డును మీకు తరచూ కనిపించే ప్రదేశంలో పెట్టండి. బోర్డు పైన శీర్షికలాగా పెద్ద పెద్ద అక్షరాలతో **థాంక్యూ, థాంక్యూ, థాంక్యూ** అని వ్రాయండి.

6. ఈ రోజు రాత్రి మీరు నిద్రకు ఉపక్రమించబోయే ముందు మీ మ్యాజిక్ శిలను చేతిలో పట్టుకుని *థాంక్యూ* అనే మ్యాజిక్ మంత్రం మూడుసార్లు అనండి. ఈ రోజు సంభవించిన అతిమంచి విషయాన్ని తలచుకుని మనసారా కృతజ్ఞత చెప్పుకోండి.

14వ రోజు

ఒక అద్భుతమైన రోజు

"సంకల్పాలన్నీ మాటల్లో సంక్షిప్తం అయినప్పుడు వాటిలో ఒక అద్భుతశక్తి నిక్షిప్తమై వుంటుంది."

దీపక్ చోప్రా (జ. 1946)
మెడికల్ డాక్టర్, రచయిత

మీ జీవితంలోకంతటికీ ఒక అద్భుతమైన రోజుని అనుభవించాలంటే ముందుగా ఒక రోజంతా దానికి మీరు కృతజ్ఞులై వుండాలి. ఆ అద్భుతమైన రోజు ఎలా వుండాలో ముందు ప్రణాళిక వేసుకుని మీ మ్యాజిక్ మంత్రం "థాంక్యూ" చెప్పండి. మీరు కోరుకున్న ప్రతిపనీ బాగా జరిగిపోయినందుకు ముందుగానే కృతజ్ఞత చెప్పండి. అదేం పెద్ద కష్టమైన పని కాదు. కొన్ని నిమిషాలు వెచ్చిస్తే చాలు. అందువల్ల వచ్చే ఫలితం మాత్రం నమ్మలేనంతగా వుంటుంది. రాబోయే అద్భుతమైన రోజుకు ముందుగానే కృతజ్ఞత చెప్పడం వల్ల ఆకర్షణసూత్రం పనిచేసి మీకోసం అటువంటి రోజును సృష్టిస్తుంది. మీరు ముందుగానే మీ పనులు బాగా జరిగినట్లు భావించి కృతజ్ఞత చెప్పడం వలన తప్పకుండా మీరు ఆ ఫలితాలను పొందుతారు.

ఇంత అద్భుతంగా నమ్మశక్యం కాని విధంగా మీ పరిస్థితులను మార్చుకోగల శక్తి మీకు వున్నదని మీరు నమ్మకపోతే మీరు అత్యంత నిరుత్సాహంగా నిద్రలేచిన ఒక ఉదయాన్ని గుర్తు తెచ్చుకోండి. ఆ రోజు మీరు మీ దైనందిన కార్యక్రమాలు

మొదలుపెట్టారు కానీ, ఒకదాని తరువాత ఒకటిగా అన్నీ అపజయాలే ఎదురయ్యాయి. చివరకి ఆ రోజు మీకు చాలా చెడ్డగా పరిణమించిందని వాపోయారు. అట్లా ఆ రోజు పరిణమించడం యాదృచ్ఛికమని అనుకున్నారు. కానీ నిజం అది కాదు. మీరు నిద్ర లేచినప్పుడు మీలో వున్న నిరుత్సాహాన్నీ, విసుగునీ రోజంతా మీతో వుంచుకున్నారు. అదే మీ రోజు పాడైపోవడానికి కారణమైంది. అందువల్లనే మీ పనులన్నీ ఒకదాని వెంట ఒకటి చెడిపోయాయి.

అయితే నిరుత్సాహంగా, విసుగ్గా నిద్రలేవడం కూడా యాదృచ్ఛికంగా జరగదు. మీరు మీకు తెలియకుండానే ప్రతికూలమైన ఆలోచనలతో నిద్రకు ఉపక్రమించడం అందుకు కారణం. అందుకనే మీకు మ్యాజిక్ శిల అభ్యాసాన్ని సూచించాను. అందువలన మీరు మంచి ఆలోచనలతో నిద్రపోతారనే ఉద్దేశంతో... రాత్రిపూట మ్యాజిక్ శిల అభ్యాసమూ, ప్రతి ఉదయమూ మన అదృష్టాలను లెక్కించుకోడమూ కలసి మనల్ని ఉదయమూ, రాత్రీ కూడా మంచి ఆలోచనలతో ఉత్సాహంగా ఉంచుతాయి. మీ దినచర్యలో ప్రవేశించేటప్పుడు మిమ్మల్ని ఉత్సాహంగా వుంచుతాయి. మీరు కులాసా భావనతో వుండడానికి అవి హామీలుగా పనిచేస్తాయి.

మీ రోజు అద్భుతంగా గడవాలంటే మీలో ఒక కులాసా భావం వుండాలి. మిమ్మల్ని తప్పకుండా అటువంటి మంచి భావనలతో వుంచడానికి కృతజ్ఞత తప్ప నేను చెప్పగల మరొక విధానమేదీ నాకు తెలియదు.

ఈరోజు మీ కార్యక్రమాలు పర్యటనలైనా, సమావేశాలైనా, మీ ఉద్యోగానికి సంబంధించిన ప్రాజెక్టులైనా, ఎవరితోనైనా మధ్యాహ్న భోజనమైనా, మీ యిల్లో బట్టలో శుభ్రం చేసుకోడమైనా, ఏదైనా ఆడుకోడమైనా, సినిమాకో నాటకానికో పోవడమైనా, పిల్లల స్కూలుకు పోవడమైనా, సరుకులు కొనుక్కోవడమైన, ఏదైనా ఈ రోజంతా అద్భుతంగా గడిచినందుకు ముందుగానే కృతజ్ఞత చెప్పండి. మీకు మీరు ఆ రోజు చేయవలసిన పనుల జాబితా వ్రాసుకునే అలవాటుంటే అట్లా వ్రాసుకోండి. అప్పుడు ఆ జాబితాలోని ప్రతి పనికీ ఆ పని చెయ్యకముందే అది బాగా జరిగిపోయినందుకు కృతజ్ఞత చెప్పండి. ఈ అభ్యాసాన్ని మీ మనసులో చేసినా ఫరవాలేదు. కాగితం మీద చేసినా

ఫరవాలేదు. ముఖ్యమైన విషయమేమిటంటే మీరనుకున్న ప్రతి పనీ చాలా బాగా జరిగిపోయినట్లు మీరు భావించి అందుకు ముందస్తు కృతజ్ఞత చెప్పుకోడం.

మీ రోజు అద్భుతంగా పరిణమించడంకోసం మీరు ముందుగానే కృతజ్ఞతా భావాన్ని ప్రకటించినప్పుడు, అనుకోకుండా వచ్చే సమస్యలు రాకుండా ఆపుకోవచ్చు. ఈ మ్యాజిక్ అభ్యాసాన్ని మీరెంతగా చేస్తే మీ రోజులు అంత బాగా గడుస్తాయి. స్వల్పమైన విషయాలనుంచీ ముఖ్యమైన విషయాల వరకు అన్నీ మంచిగా జరిగిపోతాయి. ఎగుడుదిగుళ్ళన్నీ సర్దుకుంటాయి. సమస్యలని సృష్టించేవీ, వేసట కలిగించేవీ అయిన సందర్భాలకు బదులు మీకీరోజు అన్నీ అద్భుతంగా జరుగుతాయి. ఈ రోజు మీ జీవితంలో ఒక మ్యాజిక్ ప్రవహిస్తుందన్నమాట. ఇంకనుంచీ అన్ని రోజులూ అట్లాగే వుంటాయి. ఎక్కువ శ్రమలేని, దిగుళ్ళూ సంశయాలూ, ఒత్తిళ్ళూ లేని సుగమమైన మార్గంలో ఆనందంగా సాగిపోతుంది మీ జీవిత పయనం.

ఒక అద్భుతమైన రోజు కోసం మొదటగా నేను కృతజ్ఞతని అభ్యాసం చేయడం ప్రారంభించినప్పుడు ఆ రోజు నేనెదుర్కోబోయే సందర్భాలకు, అవి బాగా జరిగిపోయినందుకు ముందుగానే కృతజ్ఞత చెప్పాను. నిజానికి ఆ సందర్భాలు నేనెక్కువ ఇష్టపడేవి కావు. అందులో ఒకటి సూపర్‌మార్కెట్‌కు వెళ్ళడం. ఆ రోజు సూపర్‌మార్కెట్‌కు వెళ్ళబోతూ "సూపర్‌మార్కెట్ సందర్శన బాగా జరిగిపోయినందుకు థాంక్స్" అని చెప్పుకున్నాను. అసలు సూపర్‌మార్కెట్‌కు వెళ్ళడం హాయిగా ఆనందంగా వుండగలదని నేనెప్పుడూ అనుకోలేదు. కానీ వెళ్ళి వచ్చాక మాత్రం నా సందర్శన చక్కని ఫలితమిచ్చినందుకు ఎంతో కృతజ్ఞత కలిగింది నాకు.

ముందుగా కృతజ్ఞత చెప్పుకున్నందుకు ఫలితంగా నాకు సూపర్‌మార్కెట్ ప్రవేశద్వారానికి దగ్గర్లో పార్కింగ్ దొరికింది. అంతేకాదు. లోపల నాకిద్దరు మిత్రులు కూడా కలిశారు. అందులో ఒకర్ని నేను చూసి చాలాకాలం అయింది కూడా. షాపింగ్ అయినాక ఇద్దరం కలిసి భోజనం చేశాం. అక్కడ కలిసిన రెండవ నేస్తం నాకు కాస్త తక్కువ ఛార్జి చేసే ఇల్లు శుభ్రపరిచే వారి చిరునామా ఇచ్చింది. ఇట్లాంటి వాళ్ళకోసం నేను చాలాకాలంగా

ఎదురుచూస్తున్నాను. అంతేకాదు సూపర్‌మార్కెట్లో నాకు కావలసిన వస్తువులు కూడా నేనెక్కువ వెతుక్కోకుండానే నా కళ్లకు కనిపించాయి. అన్నీ షెల్ఫ్‌ల నిండా వున్నాయి. ఒక వస్తువుకన్నా ఒకటి ప్రత్యేకంగా వున్నాయి. నేను ఎప్పుడూ లేనంత తొందరగా నా కొనుగోలంతా పూర్తిచేసి చెక్‌ఔట్ దగ్గరకొచ్చాను. అక్కడ కూడా పని వేగంగా అయిపోయింది. నేను అక్కడికి వెళ్ళే వేళకి అక్కడ మరో నడవ తెరిచారు. చెక్ చేసే ఆమె అనుకోకుండా అడిగింది "మీకు బ్యాటరీలేమైనా కావాలా?" అని ఎంత చిత్రం! నిజంగా అవి నాకు అవసరం. నేను కొనడం మర్చిపోయింది కూడా అవే! నా సూపర్‌మార్కెట్ సందర్శన ఆ విధంగా చాలా సులువుగా సంతోషంగా గడిచిపోయింది. నిజంగా ఎంతో అద్భుతంగా వుంది.

మీ రోజుని అద్భుతంగా వుండేలా చేసుకోడానికి కావలసింది, రోజు ఉదయమే మీలో కృతజ్ఞతాభావాన్ని నింపుకోడమే! ఆ రోజు మీరు చేయబోయే పనులన్నీ విజయవంతంగా ముగిసిపోయినట్లు మీరోజు అద్భుతంగా వున్నట్లూ ముందుగానే అందుకు కృతజ్ఞత చెప్పడం అన్నమాట. ఈ ఒక్క అభ్యాసమే మీ మొత్తం రోజును మార్చేస్తుంది. దాన్ని అద్భుతంగా మలుస్తుంది.

మీ రోజు అద్భుతంగా గడవాలంటే మీరు నిద్ర లేవగానే అంటే మీరు మంచం మీదనుంచీ లేవగానే అయినా సరే లేదా స్నానం చేసేటప్పుడైనా సరే, దుస్తులు వేసుకుంటున్నప్పుడైనా సరే, ఆ రోజు మీరు చేయవలసిన పనులను గురించి ఆలోచించండి. అప్పుడు ప్రతి ఒక్క పనీ బాగా నెరవేరినందుకు ముందుగానే దానికి కృతజ్ఞత చెప్పండి. కనుక తప్పకుండా మీ దినచర్య ప్రారంభించబోయే ముందే ఈ అభ్యాసం చేయండి. ఉదయమూ, మధ్యాహ్నమూ, సాయంత్రమూ, నిద్రపోయే వేళవరకూ కూడా ఏమేమి చెయ్యాలనుకుంటున్నారో మీ మనసులోనే ఒక పథకం వేసుకోండి. ప్రతి పని తరువాత అది బాగా జరిగిపోయిందనుకుని ముందుగా ప్రతి ఒక్కదానికీ విడివిడిగా కృతజ్ఞతలు చెప్పండి. మీరు అవి బాగా జరిగిపోయినందుకు అత్యంత కృతజ్ఞులై వున్నారని చెప్పండి.

మీకు చేతనైనన్ని ఉత్కృష్టమైన పదాలు వాడండి. అప్పుడు మీరు ఎంత కృతజ్ఞతాభావంతో వున్నారో అర్థమౌతుంది. ఉదాహరణకు, "ఈనాటి సమావేశం అనూహ్యమైన విజయం సాధించినందుకు *థాంక్స్*." "ఒక ఫోన్ కాల్ వలన వచ్చిన అద్భుతమైన ఫలితానికి *థాంక్స్*." "నా ఉద్యోగ జీవితంలో ఇవాళ అతిఉత్తమమైన దినం. అందుకు చాలా *థాంక్స్*." "రోమాంచితంగా సాగిన ఈనాటి ఆటకి చాలా *థాంక్స్*." "మన స్నేహితులతో గడిపిన ఈ రాత్రి ఇంత ఆనందాన్నిచ్చినందుకు చాలా *థాంక్స్*." "ఇవాళ ప్రయాణం చాలా హాయిగా జరిగినందుకు *థాంక్స్*." "ఇల్లు శుభ్రం చెయ్యడం ఇంత వినోదాన్నిచ్చినందుకు *థాంక్స్*." "ఇవాల్టి వ్యాయామంలో ఇంత గొప్ప శక్తి వచ్చినందుకు *థాంక్స్*." "ఇంతవరకూ ఎన్నడూ లేనంతగా ఈనాటి మన కుటుంబసభ్యుల కలయిక ఆనందంగా గడిచినందుకు *థాంక్స్*."

మీరు మీ మ్యాజిక్ మంత్రం "*థాంక్స్*"ను ప్రతి పని ముందూ గట్టిగా బయటికి అనగలిగితే ఇటువంటి మ్యాజికల్ అభ్యాసం చాలా శక్తివంతంగా పనిచేస్తుంది. అయితే అట్లా గట్టిగా అనలేని పరిస్థితుల్లో మీరుంటే మనసులో అనుకున్నా ఫరవాలేదు.

మీరు చేయబోయే ప్రతి పనికి ముందూ మీరిట్లా కృతజ్ఞత యొక్క అద్భుత శక్తిని ఉపయోగించుకున్నాక ఆ అభ్యాసాన్ని తప్పకుండా ఈ మాటలతో ముగించండి, "ఈరోజు నేను వినబోయే మంచి వార్తకు కూడా థాంక్స్" ఇది మర్చిపోవద్దు. నేను ప్రతి ఉదయం "ఒక అద్భుతమైన రోజు కోసం" కృతజ్ఞతాశక్తిని ఉపయోగించుకున్నాక నాకు రాబోయే మంచి వార్తకి తప్పకుండా కృతజ్ఞత చెప్పుకుంటాను. తత్ఫలితంగా నాకెప్పుడూ మంచి వార్తలు వస్తూనే వున్నాయి. రోజు తరువాత రోజు మంచి వార్తలు వింటూనే వున్నాను. అట్లా మంచి వార్త విన్న ప్రతిసారీ నేను మరింత కృతజ్ఞతతో నిండిపోతాను. ఎందుకంటే అటువంటి వార్తలు నాకు రావడానికి కారణం నేను కృతజ్ఞత యొక్క మ్యాజిక్ శక్తిని ఉపయోగించుకోవడమేనని నాకు తెలుసు. అందువలన నాకు మళ్ళీమళ్ళీ గొప్ప శుభవార్తలు వస్తూనే వున్నాయి. మీకు కూడా ఇప్పటికన్న మరింత మంచి వార్తలు రావాలంటే మీరు కూడా నేను నడిచిన దారినే నడవండి.

మ్యాజిక్ అభ్యాసం 14

ఒక అద్భుతమైన రోజు

1. మీ అదృష్టాలను లెక్కించుకోండి. వాటిలో ఒక పదింటి జాబితా వెయ్యండి. ఆ పదింటికీ మీరెందుకు కృతజ్ఞులో ఆ కారణాలు వ్రాయండి. ఆ జాబితా మళ్ళీ చదివి ప్రతి అదృష్టానికి విడివిడిగా *థాంక్యూ, థాంక్యూ, థాంక్యూ* అని మూడుసార్లు చెప్పండి. ఆయా అదృష్టాలపట్ల వీలైనంత కృతజ్ఞత అనుభూతించండి.

2. ఉదయానే ఈ రోజు పొద్దుటినించీ రాత్రి పడుకునే వరకూ మీ కార్యక్రమాలన్నిటినీ నిర్ధారించుకోండి. ప్రతి కార్యక్రమం చివరా అది బాగా జరిగిపోయినందుకు ముందుగానే *థాంక్యూ* చెప్పండి. రోజు ముగిసినాక ఆ రోజు అంత బాగా గడిచినందుకు కృతజ్ఞత చెప్పుకుంటున్నట్లు ఊహించండి.

3. ఈ రోజు మీ కార్యక్రమాలన్నీ అద్భుతంగా సాగిపోయినందుకు కృతజ్ఞత చెప్పిన తరువాత ఈ మ్యాజిక్ అభ్యాసాన్ని ఈ వాక్యంతో ముగించండి : *నాకు ఈ రోజు అందబోయే గొప్ప వార్తకు కూడా థాంక్యూ.*

4. ఈ రోజు మీరు నిద్రకి ఉపక్రమించబోయే ముందు మ్యాజిక్ శిలను గుప్పిట్లో వుంచుకుని ఈ మాటలు అనండి. "ఈ రోజు జరిగిన ఈ అతిమంచి విషయానికి *థాంక్యూ*".

15వ రోజు

మీ బాంధవ్యాలను అద్భుతంగా పునర్నిర్మించుకోండి

ఎవరితోనైనా మీకున్న సంబంధబాంధవ్యాలు బీటలు వారుతున్నట్లు అనిపించినా, మీ గుండె గాయపడినా, ఎవరిపట్ల అయినా మీకు కోపం వున్నా, ఆరోపణలున్నా దానిని మీరు కృతజ్ఞతాభావం ద్వారా మార్చుకోవచ్చు. కృతజ్ఞత ఎంత క్లిష్టతరమైన సంబంధాన్నైనా మార్చే మ్యాజిక్ శక్తి కలది, భార్య కానీ, భర్త కానీ, అన్నతమ్ములు కానీ, అక్కచెల్లెళ్ళు కానీ, సంతానం కానీ, వ్యాపార భాగస్వామి కానీ, సహోద్యోగి కానీ, క్లయింట్ కానీ, అత్తమామలు కానీ, తల్లిదండ్రులు కానీ, స్నేహితులు కానీ, పొరుగువారు కానీ, ఎవరితోనైనా మీ సంబంధాలలో తేడాలొస్తే దానిని సరిదిద్దగలది కృతజ్ఞత మాత్రమే.

మన సంబంధబాంధవ్యాలలో ఏదైనా క్లిష్టత సంభవించినప్పుడు మనలో చాలామంది అవతలి వ్యక్తిపట్ల అసలు కృతజ్ఞత చూపించము. మనం ఆ వ్యక్తిపై ఆరోపణలు చేయడంలో మునిగిపోతాము. మనకి వారితో వచ్చిన సమస్యల కన్నింటికీ వాళ్ళే కారణం అంటాము కూడా. అంటే వారిపట్ల మనకి ఈషణ్మాత్రం కృతజ్ఞత వుండదన్నమాట. అట్లా ఆరోపణలు చెయ్యడం వలన సంబంధాలు ఏమాత్రం మెరుగుపడవు. దానివలన మనం కూడా సుఖంగా వుండలేము కూడా. అంతేకాక మనం అవతలి వ్యక్తి మీద ఆరోపణలు పెంచిన కొద్దీ వాళ్ళకి

మనకీమధ్య వుండే సంబంధం పూర్తిగా చెడుతుంది. మన జీవితంలో అశాంతి మరింత పెరుగుతుంది. అవి పూర్వ సంబంధాలైనా, ప్రస్తుత సంబంధాలైనా, మనం మరొకరిపై చెడు భావాలను పెంచి పోషించుకుంటూ వుంటే, అలాంటప్పుడు రవ్వంత కృతజ్ఞతాభావం ఆ చెడుభావాలను తుడిచివేస్తుంది. అట్లా ఇతరులపై వుండే చెడు భావాలను మనం ఎందుకు తుడిచివేసుకోవాలి?

> *"ఎవరిమీదనైనా విసరాలని ఒక నిప్పుకణికని చేతిలో పెట్టుకుని కూర్చుంటే కాలిపోయేది మన చెయ్యే కదా! కోపానికి అంటిపెట్టుకుని వుండడం కూడా అలాంటిదే!"*
>
> గౌతమబుద్ధుడు (క్రీ.పూ. 563-క్రీ.పూ. 483)
> బౌద్ధమత వ్యవస్థాపకుడు

ఇతరులపై చెడు భావాలను పెంచి పోషించుకుంటే కాలిపోయేది మన జీవితమే. కానీ కృతజ్ఞత వుంటే ఆ భావాలు తొలిగిపోతాయి.

ఉదాహరణకు మీ మాజీ జీవన భాగస్వామికీ, మీకూ మీ పిల్లల ద్వారా సంబంధం వుంటుంది. కానీ మీ ఇద్దరి మధ్యా సయోధ్య లేదనుకోండి. అప్పుడు మీ పిల్లలనొకసారి గమనించండి. ఆ మాజీ జీవన భాగస్వామి వలనే ఆ పిల్లలు బ్రతికివున్నారని తెలుసుకోండి. మీ పిల్లలే మీకు అపురూపమైన కానుకలు. మీ పిల్లల జీవితం ప్రతి క్షణము ఆనందదాయకం కావడానికి కారణమైన అతనికి/ఆమెకు కృతజ్ఞత చెప్పండి. మీ బాంధవ్యంలో శాంతి సామరస్యాలను కలిగించినందుకు కూడా కృతజ్ఞతాభావం చూపించండి. అప్పుడు మిమ్మల్ని ఉదాహరణగా భావించి మీ పిల్లలు కూడా వాళ్ల జీవితంలో అతిముఖ్యమైన పనిముట్టు కృతజ్ఞత అని తెలుసుకుని ఆచరిస్తారు.

మీకు మీ ప్రియమైన వారితో వుండిన సంబంధం తెగిపోయి భగ్నహృదయంతో విషాదంగా వున్నారనుకోండి. ఆ వ్యధనుంచీ తేరుకోడానికి దాన్ని మార్చుకోడానికి మీరు కృతజ్ఞత యొక్క మ్యాజిక్ శక్తిని వాడుకోవచ్చు. కృతజ్ఞతాభావానికున్న మ్యాజిక్ శక్తి మానసిక వ్యధను నయం చేసి దానిని సంతోషంగా మార్చగలదు కూడా. అది కూడా చాలా త్వరగా. ఇందుకు ఉదాహరణ నా తల్లిదండ్రులే.

మా అమ్మా నాన్నా ప్రథమ వీక్షణంలోనే ప్రేమలో పడ్డారు. వాళ్ళిద్దరికీ పరిచయం అయినప్పటినించీ కూడా ఒకర్నొకరు కలిసినందుకు సంతోషపడ్డారు. ఒకరికొకరు కృతజ్ఞత చెప్పుకున్నారు. నేనెరిగినంతలో అది చాలా సుందరమైన శుభప్రదమైన వివాహం. తరువాత అనుకూల దాంపత్యం.

మా నాన్న చనిపోయినప్పుడు సహజంగానే మా అమ్మ శోకసముద్రంలో మునిగిపోయింది. కొన్ని నెలలు అట్లా శోకతప్త హృదయంతో బాధపడ్డాక ఆమెపై కృతజ్ఞత యొక్క మ్యాజిక్ శక్తి పనిచెయ్యడం మొదలుపెట్టింది. బాధను అట్లా భరిస్తూనే ఆమె తను కృతజ్ఞురాలై వుండవలసిన విషయాలను గురించి ఆలోచించింది. గతంలోకి వెళ్ళి మా నాన్నతో గడిపిన కొన్ని దశాబ్దాల కాలంలో ఆయనతో పంచుకున్న మధురక్షణాలను జ్ఞాపకం చేసుకోసాగింది. ఆ తరువాత ఒక పెద్ద నిర్ణయం తీసుకుంది. భవిష్యత్తులో తనెలా కృతజ్ఞత తెలియచెయ్యాలో ఆలోచించింది. అప్పుడామెకు ఒక్కొక్క విషయమే గోచరం అవుతూ వచ్చింది. తను చాలాకాలంగా చెయ్యాలనుకుని మా నాన్న వున్నప్పుడు సమయం లేక చెయ్యలేకపోయిన పనులు గుర్తుతెచ్చుకుంది. అట్లా ఇప్పుడు సమయం దొరికిన కృతజ్ఞతతో అవకాశాన్ని అందిపుచ్చుకుని ఆ పనులన్నీ చెయ్యడం మొదలుపెట్టింది. మళ్ళీ ఆమె జీవన ప్రాంగణంలోకి ఆనందం అడుగు పెట్టింది. జీవితం సంపన్నం అయింది. కృతజ్ఞత యొక్క అద్భుతశక్తి మా అమ్మకు మళ్ళీ ఒక నూతన జీవితాన్నిచ్చింది.

ఈనాటి మ్యాజికల్ అభ్యాసంకోసం మీ జీవితాన్ని కాలుస్తున్న నిప్పుకణిక నొకదాన్ని వెతకండి. కృతజ్ఞతాభావంతో దాన్ని బంగారపు కాసులా మార్చండి. ఉదాహరణకి, మీకు సమస్యగా తయారైన ఒక బాంధవ్యాన్ని ఎంచుకోండి. దాన్ని మీరు సరిదిద్దుకోవాలనుకుంటున్నారు. మీకు సమస్య సృష్టించిన ఆ వ్యక్తి ఇపుడు మీ జీవితంలో వున్నా, లేకపోయినా ఫరవాలేదు. అది పూర్వం ఒకప్పుడు బాగా సాగి ఇప్పుడు తెరమరుగైన బాంధవ్యమైనా కావచ్చు.

నింపాదిగా కూచుని ఆ వ్యక్తిపట్ల మీరు కృతజ్ఞత చూపవలసిన విషయాలేమైనా వుంటే వాటి జాబితా వ్రాసుకోండి. మీకు ఆ వ్యక్తితో పరిచయం నాటినుంచీ అతనిలో లేదా ఆమెలోని మంచి విషయాలను, గొప్ప విషయాలను గుర్తు

తెచ్చుకోండి, మీ బాంధవ్యం ద్వారా మీరు పొందిన మంచిని గుర్తుతెచ్చుకోండి. అట్లా మీ బాంధవ్యంలో బీటలు రాకముందూ, అది క్షీణించకముందూ జరిగిన మంచిని గుర్తుచేసుకోవడం సులువైన పద్ధతి. అయితే మీ ఇద్దరి మధ్యా వుండే బాంధవ్యం ఎప్పుడూ అంత గొప్పగా లేదనుకోండి. అప్పుడు బాగా ఆలోచించి ఆ వ్యక్తిలో ఏ కొన్ని మంచి లక్షణాలు వున్నా వాటిని పట్టుకోండి.

ఈ అభ్యాసం ప్రయోజనం ఎవరిది తప్పు, ఎవరిది ఒప్పు అని బేరీజు వేయడం కాదు. ఆ వ్యక్తి మీపట్ల ఎట్లా ప్రవర్తించినా మిమ్మల్ని గురించి ఎటువంటి మాటలు మాట్లాడినా, మాట్లాడకపోయినా, ఆ వ్యక్తి మీకేమీ ఉపకారం చెయ్యకపోయినా మీరు ఆ వ్యక్తితో వుండే సంబంధాన్ని మ్యాజికల్‌గా మెరుగుపర్చుకోగలరు. అట్లా ఆ సంబంధాన్ని పునర్నిర్మించడం మీవల్లే అవుతుంది, కానీ దానికి మరొకరి సహాయం అవసరం లేదు.

ప్రతి బాంధవ్యంలోనూ మేలిమి బంగారం వుంటుంది. ఆఖరికి సమస్యాత్మకమైన సంబంధాలలో కూడా. మీ జీవితాన్ని సుసంపన్నం చేసుకోవాలంటే మీరా బంగారాన్ని తవ్వి తియ్యాలి. అట్లా ఒక బంగారపు కణికను తవ్వి తీయగానే దాన్ని గురించి కాగితం మీద పెట్టండి. ఆ వ్యక్తిని పేరుతో సంబోధిస్తూ మీ కృతజ్ఞతా భావాన్ని వ్రాయండి.

___పేరు___, నీకు నా కృతజ్ఞతలు ___ఎందుకు?___.

1. *కృష్ణా! మనం కలిసి గడిపిన రోజులకు నీకు నేనెంతో కృతజ్ఞురాలిని. మన వివాహ సంబంధం ముగిసినప్పుడు, నేను చాలా నేర్చుకున్నాను. ఇప్పుడు నేను చాలా వివేకవంతురాలిని. మన వివాహబంధం నుంచీ నేర్చుకున్న ఈ వివేకాన్ని ఇప్పుడు నేను నాకు సంబంధించిన అనేక విషయాల్లో ఉపయోగించుకుంటున్నాను.*

2. *కృష్ణా! మన వివాహం నిలిచి వుండడానికి నువ్వు చేసిన ప్రయత్నాలన్నింటికీ కృతజ్ఞురాలిని. అందువల్లనే మన వివాహం పది సంవత్సరాలపాటు నిలిచింది.*

3. కృష్ణా! మన పిల్లల విషయంలో కూడా నేను నీకు కృతజ్ఞురాలిని. ఇప్పుడు వాళ్లనుంచీ నేను పొందుతున్న ఆనందం అంతా నీవు లేనిదే వచ్చి వుండేది కాదు కదా!

4. కృష్ణా! నేను పిల్లలకోసం ఉద్యోగం మానుకుని ఇంట్లోనే వుండిపోయినప్పుడు మన సంసారం కోసం నీవు పడిన అధికశ్రమ, ఎక్కువ పనిగంటలు నాకు తెలుసు. మా అందరి భారాన్ని నెత్తికెత్తుకుని నువ్వు నెరవేర్చిన బాధ్యత చాలా గొప్పది. అందుకు కృతజ్ఞురాలిని.

5. కృష్ణా! పిల్లలు పెరిగే సమయంలో వారితో పంచుకున్న అద్భుత క్షణాలకూ, అవి ఇచ్చిన ఆనందానికీ, వారి తొలి పలుకులను, తొలి అడుగులని చూసి ఆనందించే భాగ్యమూ, అవకాశమూ కూడా నాకే దక్కాయి. అందుకు నీకెంతో కృతజ్ఞురాలిని. నీకా అవకాశం లేకపోయిందని కూడా నాకు తెలుసు.

6. కృష్ణా! ఒక సందర్భంలో నాకు కష్టం సంభవించినప్పుడు నువ్విచ్చిన ఊతమూ, ఓదార్పూ నేనెప్పటికీ మర్చిపోలేను.

7. కృష్ణా! నాకు జబ్బు చేసినప్పుడు నువ్వు నన్నూ, పిల్లల్నీ ఎంత శ్రద్ధగా చూసుకున్నావో ఎట్లా మర్చిపోతాను? అందుకు కృతజ్ఞతలు.

8. కృష్ణా! మనం కలిసి పంచుకున్న ఎన్నెన్నో మధుర క్షణాలకు నా హృదయపూర్వక కృతజ్ఞతలు. నిజంగానే అటువంటి క్షణాలు ఎన్నో!

9. కృష్ణా! మన పిల్లలకు తండ్రిగా బాధ్యత తీసుకోడానికి నువ్వు ఇప్పుడు కూడా అంగీకరించినందుకు నా కృతజ్ఞతలు.

10. కృష్ణా! నువ్వు పిల్లలకిస్తున్న ఊతానికీ, వాళ్లతో గడుపుతున్న సమయానికీ మరీ మరీ కృతజ్ఞతలు.

మీ కృతజ్ఞతల జాబితాలోని పది విషయాలూ పూర్తయ్యేసరికి, ఆ వ్యక్తి గురించీ, తనతో మీ బాంధవ్యాన్ని గురించీ మీకు మెరుగైన అభిప్రాయం

వస్తుంది. అప్పుడు మీరు ఆ వ్యక్తిపై చెడు అభిప్రాయాలేవీ లేని స్థాయికి చేరుకుంటారు. ఎందుకంటే చెడు అభిప్రాయాల వలన చెడిపోయింది మీ జీవితమే అని మీకు అర్థం అవుతుంది. ప్రతి బాంధవ్యమూ భిన్నమైనది. అవసరమైతే ఈ మ్యాజికల్ అభ్యాసాన్ని మళ్ళీ చెయ్యండి. కొన్నిరోజులపాటు వరుసగా చెయ్యండి. ఎప్పటివరకూ అంటే ఆ వ్యక్తి మీద ఒక్క చెడు అభిప్రాయం కూడా తలెత్తకుండా వుండేదాకా.

ఇప్పుడు వున్న బాంధవ్యంలో ఈ మ్యాజిక్ సూత్రాన్ని అనుసరించారనుకోండి. మీరు చూస్తూ వుండగానే మీ అనుబంధం అద్భుతంగా పరిణమిస్తుంది. కనుక ఒక బాంధవ్యాన్ని పునర్నిర్మించుకోవాలన్నా, మెరుగుపరుచుకోవాలన్నా ఒక వ్యక్తి కృషి చాలు. ఆ వ్యక్తి కృతజ్ఞత యొక్క మ్యాజిక్ శక్తిని ఉపయోగిస్తే, జీవితకాల ప్రయోజనాన్ని సాధించగలరు.

ప్రస్తుతం మీకు దూరమైపోయిన ఒక పాత బాంధవ్యాన్ని సజీవం చెయ్యాలనుకుంటే, ఈ సూత్రం ఆచరిస్తే మీ మనసు ప్రశాంతతోనూ, ఆనందంతోనూ నిండిపోతుంది. ఆ ప్రభావం మీ ప్రస్తుత సంబంధాల మీద కూడా పడుతుంది. మీ జీవితం అద్భుతంగా మెరుగవుతుంది.

భవిష్యత్తులో మీకున్న ఏ బాంధవ్యమైనా ఒక సవాలుగా మారితే ఈ మ్యాజిక్ సూత్రాన్ని ఆచరణలో పెట్టడం మర్చిపోకండి. మీకొచ్చిన సమస్య మరింత పెరగకుండా ఆపగలుగుతారు. అంతేకాదు, మీ బాంధవ్యంలో మ్యాజిక్‌ని కూడా పెంచుకోగలుగుతారు. అందుకే ఈ మ్యాజిక్ అభ్యాసాన్ని విడవకుండా చెయ్యండి.

మ్యాజిక్ అభ్యాసం 15

మీ బాంధవ్యాలను అద్భుతంగా పునర్నిర్మించుకోండి

1. మీ అదృష్టాలను గుర్తుతెచ్చుకోండి. ఒక పది అదృష్టాలను జాబితా వెయ్యండి. వాటికి మీరెందుకు కృతజ్ఞతాబద్ధులో వ్రాయండి. ఆ జాబితాను మరొక్కసారి చదవండి. ప్రతి అదృష్టం చివరా *థాంక్యూ, థాంక్యూ, థాంక్యూ* అని మూడుసార్లు అనండి. ప్రతి అదృష్టాన్ని తలచుకొని వీలైనంత కృతజ్ఞతాభావాన్ని వెలిబుచ్చండి.

2. మీరు సరిదిద్దుకోవాలనుకున్న సమస్యాత్మకమైనదో లేదా తెగిపోయినదో అయిన **ఒక** బాంధవ్యాన్ని ఎంచుకోండి.

3. నింపాదిగా కూర్చుని ఆ బాంధవ్యంలోని వ్యక్తికి మీరు కృతజ్ఞత చెప్పవలసిన **పది** కారణాలు వ్రాయండి. ఇలా వ్రాయండి :

   ___*పేరు*___, నీకు నా కృతజ్ఞతలు ___*ఎందుకు?*___ .

4. ఈ రోజు రాత్రి మీరు నిద్రపోబోయే ముందు మీ మ్యాజిక్ శిలను చేతిలో పట్టుకుని, ఈ రోజు మీకు జరిగిన అతిమంచి విషయాన్ని తలుచుకుని దానికి మీ మ్యాజిక్ మంత్రం *థాంక్యూ* చెప్పండి.

16వ రోజు

ఆరోగ్యపు మ్యాజిక్, మహిమలు

"మహిమలు ప్రకృతి విరుద్ధాలు కావు. కానీ అవి ప్రకృతి గురించి మనకు తెలిసిన దానికి విరుద్ధంగా వుంటాయి."

సెంట్ ఆగస్టీన్ (క్రీ.శ. 354-430)
వేదాంతి, క్యాథలిక్ బిషప్

మనం ఎప్పుడూ ఆరోగ్యంగా శక్తివంతంగా సంతోషంగా వుండాలి. ఎందుకంటే సంపూర్ణారోగ్యం అనేది మన జన్మహక్కు. కానీ నిజం ఏమిటంటే చాలామంది ఎపుడూ ఇట్లా భావించరు. చాలామంది జబ్బులతో వుంటారు. వాళ్ల శరీరభాగాలు కొన్ని సక్రమంగా పనిచెయ్యవు. లేకపోతే అప్పుడప్పుడూ మానసికమైన సమస్యలతో సతమతమౌతూ వుంటారు. ఇవ్వన్నీ అనారోగ్య చిహ్నాలు.

మీకు మానసికంగా, శారీరకంగా వుండి తీరవలసిన సంపూర్ణారోగ్యం సాధించడానికి సత్వరమార్గం కృతజ్ఞత అని నా ఉద్దేశం. ఒకప్పుడు బాగా అనారోగ్యంగా వున్న కొందరి ఆరోగ్యం ఏదో ఒక అద్భుతం జరిగినట్లు ఉన్నట్లుండి చక్కబడడం మనం చూస్తూ వుంటాము.

ఒక్కసారిగా ఆరోగ్యం చక్కబడడం ఎలా సంభవం అంటారు? కృతజ్ఞత ఒక అద్భుతశక్తి అనీ, దానికి అనారోగ్యాలను మాపి స్వస్థత చేకూర్చే శక్తి వుందనీ మీరు నమ్మకపోతే సీక్రెట్ వెబ్‌సైట్‌లో వున్న వేలాది కథలు చదవండి : www.thesecret.tv/stories

కృతజ్ఞత యొక్క అద్భుతశక్తి మీ శరీరంలో మానసిక, శారీరక ఆరోగ్యాన్ని పెంపొందిస్తుంది. జబ్బులేవైనా వుంటే త్వరగా నయమయ్యేలా చేస్తుందని వేలాది ఉదంతాలు ఋజువు చేస్తున్నాయి. మీ శరీరాన్ని గురించీ మీరు తీసుకునే శ్రద్ధ, పోషకాహారం వీటితో కలిసి కృతజ్ఞత కూడా మీ ఆరోగ్య పరిరక్షణకు కృషిచేస్తుంది. మీరు చేయించుకునే వైద్యానికి కూడా సహకరిస్తుంది.

మీ శరీరంలో ఏదైనా ఒక అస్వస్థత వున్నప్పుడు, మీ ఆరోగ్య పరిస్థితి బాగుండనప్పుడు, మీలో మీ ఆరోగ్యాన్ని గురించి ప్రతికూల ఆలోచనలు వుండడం సహజమే. అంటే దిగులు, విసుగు వేసట భయం వంటి భావాలన్నమాట. ఇటువంటి ప్రతికూల భావనలు ఆరోగ్యం మెరుగుపడడానికి ఏమాత్రం సహకరించవు. మెరుగుపడనీయవు కూడా. నిజానికి అవి అందుకు వ్యతిరేకంగా అనారోగ్యాన్ని మరింత పెంచుతాయి. మీ ఆరోగ్యం బాగుపడాలంటే మీరు ఆ ప్రతికూల ఆలోచనల స్థానంలో మంచి భావనలను ప్రతిష్టించాలి. ముఖ్యంగా కృతజ్ఞతాభావాన్ని కలిగివుండాలి. మీ ఆరోగ్యం బాగుపడడానికి అదే సులభతరమైన మార్గం.

చాలామందికి తమ బాహ్య స్వరూపాన్ని గురించి అసంతృప్తి వుంటుంది. తమని తామే విమర్శనాత్మక దృష్టితో చూసుకుంటారు. దురదృష్టంకొద్దీ ఇలాంటి భావాలు కూడా ఆరోగ్యం మీద చెడు ప్రభావం చూపిస్తాయి. అనారోగ్యానికి దారితీస్తాయి. మీ శరీరంలో మీకు ఏదైనా ఒక పోలికో రూపమో నచ్చకపోవడం అంటే, మీరు మీ శరీరంపట్ల కృతజ్ఞులై లేరని అర్థం. ఒకసారి ఆకర్షణసూత్రాన్ని గుర్తుతెచ్చుకోండి. మీ రూపంపై మీకున్న ఫిర్యాదులు, అసంతృప్తులు మీకు మరిన్ని సమస్యలు తెచ్చిపెడతాయని మర్చిపోకండి. కనుక మీ బాహ్యస్వరూపం గురించో, మీ శరీరం గురించో మీరు చేసే ఫిర్యాదులు మీ ఆరోగ్యాన్ని మరిన్ని చిక్కుల్లో పడేస్తాయి.

"ఎవరికైతే (తమ ఆరోగ్యంమీదా శరీరంమీదా) ***కృతజ్ఞత*** *వుండదో, వారికి అప్పటికి వున్న ఆరోగ్యం కూడా దూరమౌతుంది."*

"ఎవరికైతే (తమ ఆరోగ్యంమీదా శరీరంమీదా) ***కృతజ్ఞత*** *వుంటుందో, వారికి మరింత మెరుగైన ఆరోగ్యం దక్కుతుంది. పుష్కలంగా దక్కుతుంది (శరీరపుష్టి ఆరోగ్యము)."*

ప్రస్తుతం మీకు అనారోగ్యంగా వున్నా, జబ్బు చేసి వున్నా, మరేదైనా బాధ వున్నా పై వాక్యాలు చదువుతూ వుండగానే మీకు ఆరోగ్యం మెరుగుపడడం ప్రారంభిస్తుంది. బాధలోనే జబ్బులో వున్నప్పుడు కృతజ్ఞత చూపడం కష్టమే కావచ్చు. కానీ ఏ కాస్త కృతజ్ఞతాభావం మీలో మొలకెత్తినా మీ ఆరోగ్యపు మ్యాజిక్ ప్రవాహం వేగం పుంజుకుంటుంది. కనుక కృతజ్ఞతా భావాన్ని పెంపొందించుకొనండి.

ఈ రోజు అభ్యాసం, ఆరోగ్యపు మ్యాజిక్, మహిమలు మీ ఆరోగ్యాన్ని, ఆనందాన్నీ మీరు ఊహించలేని విధంగా మెరుగుపరచడానికి తయారుచేయబడింది. సత్వర ఫలితాల సాధన కోసం ఒక త్రిశూలం వంటి అభ్యాసం మికోసం ఇది.

మొదటి మెట్టు 1 : పూర్వం మీకున్న ఆరోగ్యం (గతం)

మీ బాల్యంలోనూ, కౌమారంలోనూ, యవ్వనంలోనూ, ఇప్పటివరకు మీరు ఎంత ఆరోగ్యవంతంగా వున్నారో ఒకసారి ఆలోచించండి. మీరు అమిత శక్తివంతులుగా సంతోషంతో తుళ్ళిపడిన సమయాలు గుర్తు తెచ్చుకోండి. మీరు అత్యంత ఉత్సాహంతో అమిత శక్తితో ఆకాశపు అంచులలో విహరించామనుకున్న మూడు సమయాలను గుర్తుతెచ్చుకోండి. వాటికి "థాంక్స్" చెప్పండి. హృదయపూర్వకంగా నిజాయితీగా కృతజ్ఞత చూపండి. మీ గత జీవితంలోకి ఒకసారి తొంగిచూస్తే మూడు అద్భుత సమయాలను గుర్తించడం కష్టమేమీ కాదు. చాలా సులభం.

రెండవ మెట్టు 2 : ప్రస్తుతం మీ ఆరోగ్యం (వర్తమానం)

ఇప్పుడు మీ ఆరోగ్యం ఎలా వుందో చూసుకోండి. ప్రస్తుతం మీ శరీరంలో సక్రమంగా పనిచేస్తున్న ప్రతి అవయవానికీ, మీ శారీరక వ్యవస్థకీ అన్నింటికీ కృతజ్ఞత చెప్పుకోండి. మీ కాళ్ళు, చేతులు, చెవులు, కళ్ళూ, కాలేయమూ, మూత్రపిండాలు, గుండె, మెదడు వీటన్నిటికీ కృతజ్ఞత చెప్పుకోండి. మీ శరీరంలో చక్కగా సక్రమంగా పనిచేస్తున్న అయిదు వ్యవస్థల్ని తలుచుకుని ఒక్కొక్కదానికి విడివిడిగా మీ మనసులోనే మీ మ్యాజిక్ మంత్రమైన "థాంక్స్" చెప్పండి.

మూడవ మెట్టు 3 : మీరు కోరుకునే ఆరోగ్యం (భవిష్యత్తు)

మీ ఆరోగ్యంలో ఏఏ విషయాలు మెరుగుపడాలనుకుంటున్నారో ముందుగా వాటిలో ఒకదానిని ఈ రోజు మ్యాజిక్ అభ్యాసం కోసం ఎంచుకోండి. మీరు మీ కృతజ్ఞత యొక్క మ్యాజిక్ శక్తిని ఈ అభ్యాసం కోసం ఒక ప్రత్యేకమైన పద్ధతిలో ఉపయోగించబోతున్నారీ రోజు. మీరు మెరుగుపరుచుకోవాలనుకున్న విషయం, వుండవలసిన స్థితిని గురించి ఆలోచించండి. మీరు కోరుకునే ఏ విషయమైనా ఎలా వుంటే మీకు బాగా నచ్చుతుందో ఆ స్థితికి ముందే కృతజ్ఞత చెప్పుకుంటే, దాన్ని పొందే మార్గాన్ని ఏర్పరుచుకుంటున్నారన్నమాట.

ఎప్పుడైనా, ఎవరికైనా ఏదో ఒక జబ్బు చేసినట్లు నిర్ధారణ జరిగినప్పుడు, వాళ్ళు తమ జబ్బు గురించి ఎక్కువగా మాట్లాడడం సహజం. అంతేకాదు, వాళ్ళు ఆ జబ్బు యొక్క వివరాలన్నీ పరిశోధన చేసి తెలుసుకుంటారు. ఆ జబ్బులో తమకి రాబోయే అవస్థలు, భయంకరమైన పరిణామాలను గురించిన సమాచారమంతా సేకరిస్తారు. ఒక మాటలో చెప్పాలంటే వాళ్ళు తమ దృష్టినంతా తమ జబ్బుమీదే కేంద్రీకరిస్తారు. అయితే ఆకర్షణ సూత్రం ప్రకారం ఒక సమస్య మీద మనం దృష్టి కేంద్రీకరించి దాని గురించే తలుచుకుంటూ వుంటే, ఆ సమస్య పరిష్కారం కాకపోగా సమస్య మరింత ఉధృతంగా మారుతుంది. అందుకని మనం ఈ పరిస్థితికి వ్యతిరేకంగా పనిచెయ్యాలి. మనకి కావలసిన పరిస్థితి మీదే మన మనసు కేంద్రీకరించాలి.

మన శరీరంలో ఏ భాగంలో అస్వస్థత వుందో మన ఆలోచనలను దాని మీదే కేంద్రీకరించాలి. ఆ భాగం ఎలా పనిచేస్తే మనం పూర్ణ ఆరోగ్యవంతులంగా వుంటామో, ఆ స్థితికి మనం ముందుగానే కృతజ్ఞత చూపించాలి. అప్పుడే ఆ స్థితి మనపట్ల ఆకర్షితమై మనను వశం చేసుకుంటుంది.

మీ శరీరారోగ్యం ఎట్లా వుంటే మీకు సౌకర్యమో ఒకసారి ఊహించుకోండి. అట్లా వున్నప్పుడు మీరెంత సంతోషంగా వుంటారో మీ మనోనేత్రంతో దర్శించండి. అట్లా చూసి ఆ స్థితి ఇప్పటికే సాధించినట్లు భావించి దానికి కృతజ్ఞతలు చెప్పండి.

సమస్యాత్మకంగా వున్న మీ మూత్రపిండాలను మామూలు ఆరోగ్యస్థాయికి మ్యాజికల్‌గా తీసుకుపోవాలంటే మీరు మీ మూత్రపిండాలు చాలా శక్తివంతంగా వుండి శరీరంలోని వ్యర్థ పదార్థాలను వడబోస్తున్నందుకు వాటికి కృతజ్ఞత చెప్పండి (కోరుకున్న స్థితి). అట్లాగే మీ రక్తంలో ఏవైనా సమస్యలుంటే అవి తగ్గాలంటే మీ శరీరానికి ప్రాణవాయువును అందిస్తూ పోషకాలను సరఫరా చేస్తూ వుండే శుభ్రమైన ఆరోగ్యవంతమైన రక్తం ప్రవహిస్తున్నట్లు ఊహించుకుని దానికి ముందుగానే కృతజ్ఞత చెప్పండి. అట్లాగే మీ గుండెలో ఏదైనా సమస్య వుండి, అది తగ్గాలంటే మీ శరీరంలోని అన్ని అవయవాల సంక్షేమం చూసుకునే గట్టి గుండె మీకుందని అనుకుంటూ దానికి కృతజ్ఞత చెప్పండి.

మీ కంటిచూపును కూడా మ్యాజికల్‌గా మెరుగుపరుచుకోవాలంటే మీ పదునైన కంటిచూపుకు కృతజ్ఞత చెప్పండి. అట్లాగే వినికిడి శక్తి మెరుగుదలకు మీ చెవులకు కృతజ్ఞత చెప్పండి. మీ శరీరం మీ చెప్పుచేతల్లో వుండాలనుకుంటే అట్లా వున్నందుకు దానికి ముందుగానే కృతజ్ఞతలు చెప్పండి. మీ బరువులో మార్పు రావాలనుకుంటే ముందుగా మీరెంత బరువు వుండాలనుకుంటారో ఎందుకని అంత బరువే వున్నట్లు ఊహించుకుని, అది సాధించినట్లే భావించుకుని అందుకు ముందుగానే కృతజ్ఞత చెప్పండి.

మీరు మీ శరీరం తాలూకు ఏ విషయాన్ని మెరుగుపర్చుకోవాలనుకుంటే, ముందు మీరెలా వుండాలనుకుంటారో ఆ స్థితిని ఊహించుకోండి. ఆ తరువాత మీరా స్థితిని పొందినట్లే ఊహించుకుని దానికి కృతజ్ఞత చెప్పండి.

> *"మనలో వుండే సహజశక్తులే మన అనారోగ్యాలను నయం చేస్తాయి."*
>
> హిపోక్రేటస్ (క్రీ.పూ. 460–క్రీ.పూ. 370)
> పాశ్చాత్య వైద్య పితామహుడు

మీరు ఆరోగ్యానికి సంబంధించిన మ్యాజిక్ మహిమల అభ్యాసాన్ని అవసరమనుకుంటే ప్రతిరోజూ చెయ్యవచ్చు. ఇంకా వేగంగా ఆరోగ్యాన్ని మెరుగుపర్చుకోవాలనుకుంటే రోజుకు పలుసార్లు కూడా చెయ్యవచ్చు. అయితే మీరు ముఖ్యంగా చెయ్యవలసిందేమిటంటే మీ ఆరోగ్యాన్ని గురించి ఏమాత్రం ప్రతికూల ఆలోచనలు మీలో పొడసూపినా వెంటనే వాటి స్థానంలో మీరెలా వుంటే బాగుంటుందనుకుంటున్నారో ఆ స్థితిని గురించిన ఆలోచనలను ప్రతిష్టించండి. దాన్ని అప్పటికే పొందినట్లు భావించుకుని కృతజ్ఞతలు చెప్పేయండి.

మీ శరీరాన్ని గురించి తగు జాగ్రత్తలు తీసుకుంటూనే అదనంగా ఎప్పుడూ మీ ఆరోగ్యానికి కృతజ్ఞులై వుండడం మర్చిపోకండి.

మ్యాజిక్ అభ్యాసం 16

ఆరోగ్యపు మ్యాజిక్, మహిమలు

1. మీ అదృష్టాలను గుర్తుతెచ్చుకోండి. ఒక పది అదృష్టాలను జాబితా వెయ్యండి. వాటికి మీరెందుకు కృతజ్ఞతాబద్ధులో వ్రాయండి. ఆ జాబితాను మరొక్కసారి చదవండి. ప్రతి అదృష్టం చివరా *థాంక్యూ*, *థాంక్యూ*, *థాంక్యూ* అని మూడుసార్లు అనండి. ప్రతి అదృష్టాన్ని తలచుకొని వీలైనంత కృతజ్ఞతాభావాన్ని వెలిబుచ్చండి.

2. మీ జీవితకాలంలో అత్యంత సంతోషం అనుభవించిన **మూడు** విడివిడి సందర్భాలను తలుచుకోండి. వాటికి మనస్ఫూర్తిగా కృతజ్ఞతలు చెప్పుకోండి.

3. మీ శరీరంలో సక్రమంగా పనిచేస్తున్న **అయిదు** ధర్మాలను గురించి తలుచుకోండి. ప్రతిదానికీ విడివిడిగా కృతజ్ఞత చెప్పండి.

4. మీ శరీరంలోకానీ, మీ ఆరోగ్యంలోకానీ మీరు మెరుగుపరుచుకోవాలనుకుంటున్న **ఒక** విషయాన్ని ఎంచుకోండి. ఒక్క నిమిషం ఆ మెరుగైన స్థితి ఎట్లా వుండాలో ఊహించండి. ఆ స్థితిని ఇప్పటికే చేరుకున్నట్లు భావించి కృతజ్ఞులు కండి.

5. ఈ రోజు మీరు నిద్రకి ఉపక్రమించబోయే ముందు మ్యాజిక్ శిలను గుప్పిట్లో వుంచుకొని ఈ మాటలు అనండి. ఈ రోజు జరిగిన ఈ *అతిమంచి విషయానికి థాంక్యూ*.

17వ రోజు

మ్యాజిక్ చెక్

"ఈ అద్భుతమైన ప్రపంచంలో ఏ సంఘటనా కాకతాళీయం కాదు, ఆకస్మికంగానూ జరగదు. ఎవరో ఒకరం గట్టిగా కోరుకోనిదే ఏదీ సంభవించదు."

విలియమ్ ఎస్. బర్రోస్ (క్రీ.శ.1914-1997)
కవి, రచయిత

మనం మ్యాజిక్ యొక్క శక్తిని ఒక ప్రతికూల అంశంపైకి ప్రసరించినప్పుడు అది అక్కడున్న ప్రతికూల శక్తిని నిర్మూలించి మరొక కొత్త శక్తిని తయారుచేస్తుంది. అంటే మీకు డబ్బు లేదని బాధపడే సమయంలో, మీకు ఉన్న డబ్బుపట్ల కృతజ్ఞతాభావం వెలిబుచ్చితే అప్పుడు పాత భావాన్ని నిర్మూలిస్తూ కొత్త శక్తి ఉద్భవిస్తుంది. డబ్బు కొరత పోయి సరిపడ డబ్బు చేకూరుతుంది.

డబ్బును గురించి మీలో ఏర్పడే ప్రతికూల భావాలన్నీ మీనుంచీ డబ్బును దూరం చేస్తాయి. మీ జీవితంలో డబ్బు కొరత ఏర్పడుతుంది. డబ్బు గురించి ఇట్లా ప్రతికూలంగా ఆలోచించినప్పుడల్లా అది కాస్తకాస్తగా తగ్గిపోతూ వుంటుంది. డబ్బు విషయంలో అసంతృప్తి, అసూయ, లేదని దిగులు, పోతుందని భయం ఇలాంటి భావాలుంటే మీకు ఎప్పుడూ ధనలాభం వుండదు. ఆకర్షణ సూత్రాన్ని అనుసరించి మీకున్న డబ్బుపట్ల మీకు అసంతృప్తి

వుంటే మీకు అసంతృప్తి కలిగించే సందర్భాలే ఎదురౌతాయి. మీకు డబ్బు లేదన్న చింత వుంటే డబ్బు గురించి నిజంగా చింతించే పరిస్థితులు ఎదురౌతాయి. మీ డబ్బు గురించి మీరు భయపడితే మీకు మరింత భయం కలిగించే సందర్భాలు ఎదురౌతాయి.

అందుచేత ఎంత డబ్బు కష్టాల్లో వున్నాసరే, మీ ప్రస్తుత పరిస్థితిని, మీ అసంతృప్తినీ మీ మనసు వెనక్కి నెట్టండి. అట్లా చెయ్యడానికి కృతజ్ఞత ఒక్కటే మార్గం. ఎందుకంటే మీ మనస్సులో కృతజ్ఞతాభావమూ, అసంతృప్తీ కలిసి వుండడం అసంభవం. డబ్బును గురించి కృతజ్ఞతాభావం వుండడమూ, డబ్బు కొరత పట్ల అసంతృప్తీ ఎప్పుడూ ఒకేసారి కలగవు. అదే విధంగా మీలో కృతజ్ఞతాభావం వున్నప్పుడు భయమనేది కూడా వుండదు. మీలో కృతజ్ఞత వున్నప్పుడు అసలు డబ్బు అందుకునే మార్గాలను నిరోధించే ప్రతికూల భావనలు మీ దరికి చేరవు. మీరు మరింత డబ్బును పొందే మార్గాన్ని అనుసరిస్తున్నారన్నమాట కృతజ్ఞతాభావంతో

ఇంతవరకూ మీకు దక్కిన డబ్బుకి ఇప్పటికే మీరు కృతజ్ఞత తెలియచేసి వున్నారు. అందుకోబోయే డబ్బుకు కూడా తెలియచేసి వున్నారు. కనుక మీరు కోరుకునే సంపద పైకి మీ కృతజ్ఞత అనే మ్యాజిక్ శక్తిని ప్రసరించబోయేముందు, మీకు సరిపోయే సంపాదన మార్గాలు ఏమి వున్నాయో మీరు తెలుసుకోవాలి. మీకు సంపద సంప్రాప్తించిన ప్రతి సందర్భంలోనూ దానికి మీరు కృతజ్ఞత ప్రకటించకపోతే, రాబోయే సంపదను మీరు నిలువరిస్తున్నట్టే.

మీరు ఊహించని విధంగా ఏదో ఒక చెక్కు రూపంలో మీకు డబ్బు రావచ్చు. మీ వేతనం పెరగవచ్చు. లాటరీ తగలవచ్చు. లేదా ఏదైనా ట్యాక్స్ రిఫండ్ రావచ్చు. ఎవరి దగ్గర్నుంచైనా బహుమతి రూపంలో డబ్బు రావచ్చు. మీరు కాఫీకో, టీకో, లంచ్‌కో, డిన్నర్‌కో వెళ్ళినప్పుడు ఆ బిల్లు మరెవరైనా కట్టినా మీకు డబ్బు మిగిలినట్లే! అట్లాగే మీరు కొనాలనుకున్న ఏ వస్తువుకైనా డిస్కౌంట్ ఆఫర్ వచ్చినా డబ్బు తిరిగి వచ్చినా, ఆ వస్తువును మీకెవరైనా బహూకరించినా డబ్బు మిగిలినట్లే! అది మీకు అదనంగా వచ్చినట్లే! ఈ వ్యవహారాలన్నింటి ఫలతమూ ఒకటే. మీకు కొంత డబ్బు మిగల్చడం కనుక ఇటువంటి సందర్భం వచ్చినప్పుడు మిమ్మల్ని మీరు ప్రశ్నించుకోండి. ఇప్పుడు నాకు మరింత డబ్బు వస్తుందా అని. వస్తుంది కాబట్టి మీరు తప్పకుండా ఆ సందర్భంగా వచ్చిన డబ్బుకు కృతజ్ఞులై వుండాలి.

మీరొక వస్తువు కొనాలనుకున్నారు. ఆ సమయంలో ఒక స్నేహితుడో, స్నేహితురాలో ఆ వస్తువు తమ దగ్గరుందనీ, అది తాము వాడడంలేదు కనుక మీకు ఇస్తామంటారు. అట్లాగే మీరు ఒక పర్యటన చేయాలనుకున్నప్పుడు దానికయ్యే ఖర్చులో మీకు డిస్కౌంట్ దొరుకుతుంది. అట్లాగే మీకు అప్పు ఇచ్చే సంస్థ వడ్డీరేటు తగ్గించవచ్చు లేదా మీకు సేవలు అందించే సంస్థ వాటిపై రాయితీలు ప్రకటించవచ్చు. ఇవన్నీ కూడా మీకు డబ్బు మిగిలే మార్గాలే. వీటిలో ఏది జరిగినా మీ డబ్బు ఆదా అవడం ద్వారా అది మ్యాజికల్‌గా పెరిగినట్లే! కనుక మీకు ఇప్పుడు అర్థం అయిందనుకుంటాను. డబ్బు పెరగడానికి అపరిమితమైన అవకాశాలు, సందర్భాలూ వున్నాయని!

గతంలో మీకు కూడా ఇలాటి సందర్భాలు తగిలే వుంటాయి. మీకు అర్థం కాకపోయినా అటువంటి సందర్భాలు మీపట్ల అకర్షితమయ్యాయన్న మాట. కృతజ్ఞత మీ జీవన విధానం అయినప్పుడు మీ జీవితంలోకి ఎప్పుడూ మీరు అద్భుతమైన సందర్భాలను ఆకర్షిస్తూ వుంటారు. చాలామంది దీన్ని అదృష్టం అంటారు. కానీ అది అదృష్టం కానేకాదు. అదొక సత్యం. సార్వజనీనమైన సత్యం.

మీకు అధిక ధనలాభం కలిగే సందర్భం రావడమైనా, ఉచితంగా ఏదైనా లభించిన సందర్భమైనా కేవలం మీలో వుండే కృతజ్ఞత వల్లే సంభవిస్తుంది. అట్లా కృతజ్ఞతాభావంతో మీరీపని సాధించారని తెలిస్తే మీకు చాలా ఆనందం కలుగుతుంది. ఈ ఆనందానికి మరింత కృతజ్ఞత కలిస్తే అదొక పెద్ద అయస్కాంత క్షేత్రమే అవుతుంది. అది మరింత సంపదను ఆకర్షిస్తుంది.

చాలా ఏళ్ల కిందట నేను యునైటెడ్ స్టేట్స్‌కి రెండే రెండు సూట్‌కేసుల్తో వచ్చాను. సామాన్లేమీ లేని ఒక అపార్ట్‌మెంట్‌లో వుండేదాన్ని. కేవలం ల్యాప్‌టాప్ మాత్రమే వుండేది. కారు లేదు. ఎక్కడికైనా నడకే. కానీ వున్నవాటికి కృతజ్ఞత వుండేది నాలో. యునైటెడ్ స్టేట్స్‌కి రాగలిగినందుకు, నేను చేస్తున్న పనికి కృతజ్ఞత వుండేది. నాలుగు ప్లేట్లూ, నాలుగు చెంచాలూ, నాలుగు ఫోర్క్‌లూ, నాలుగు కత్తులూ మాత్రమే వున్న నా సీదాసాదా అపార్ట్‌మెంట్‌కు కృతజ్ఞురాలినై వుండేదాన్ని. అంతేకాదు చాలాచోట్లకి నడిచిపోగలుగుతున్నందుకూ, రోడ్డుకెదురుగా ఒక టాక్సీ స్టాండ్ వున్నందుకు కూడా కృతజ్ఞత చెప్పుకునేదాన్ని. అంతలోనే ఒక అద్భుతం జరిగింది. నాకు తెలిసిన ఒక వ్యక్తి కొద్దినెలలపాటు తన కారునూ, డ్రైవర్‌నూ నాకు ఉచితంగా ఇచ్చారు. నా కంప్యూటర్ తప్ప నా ఇంట్లో ఇతర సామాన్లేమీ లేవు. తరువాత అకస్మాత్తుగా నాకు నా స్వంత డ్రైవరూ, స్వంత కారూ సమకూడాయి. దానికి కారణం ఒకటే! నాకు వున్నవాటిపట్ల కృతజ్ఞత కలిగివుండడంవల్ల మరిన్ని లభించాయి. మనలో కృతజ్ఞతాభావం వుంటే సరిగ్గా ఇలాంటి అద్భుతాలే జరుగుతాయి.

ఈరోజు చెప్పబోయే డబ్బు తాలూకూ మ్యాజిక్ అభ్యాసం చాలామంది జీవితాలలో ఆశ్చర్యకరమైన ఫలితాలు ఇచ్చింది. ఈ అభ్యాసం చివరికి మీకు కృతజ్ఞతా బ్యాంక్ నుంచీ ఒక మ్యాజిక్ బ్లాంక్ చెక్ లభిస్తుంది. ఆ చెక్కుని మీకోసం మీరే వ్రాసుకోబోతున్నారు. మీకెంత డబ్బు కావాలో వ్రాసుకోండి దానిమీద. మీ పేరూ, ఇవ్వాళ్టి తేదీ కూడా వ్రాసుకోండి.

మీ అవసరం ఒకదానికి ఎంత డబ్బు కావాలో ఎంచుకోండి. ఆ డబ్బు ఆ అవసరానికి ఉపయోగపడుతున్నందుకు మీలో చాలా కృతజ్ఞత కలుగుతుంది. మీ కోరిక నెరవేరడానికి డబ్బు ఒక వాహిక. కానీ డబ్బే పరమావధి కాదు. అదే అంతిమ ఫలితం కాదు. కనుక మీరు డబ్బు గురించి మాత్రమే ఆలోచిస్తే మీలో కృతజ్ఞతాభావం ఉదయించదు. మీరు కోరుకున్నవి మీకు లభించినట్లు ఊహించుకుంటేనో, మీరు చేయాలనుకున్న పనులు మీరు చేసినట్లు ఊహించుకుంటేనో మీలో కృతజ్ఞతాభావం వెల్లివిరుస్తుంది. అది డబ్బు కన్న ఎక్కువ ఆనందాన్నీ, కృతజ్ఞతనీ కలుగచేస్తుంది.

ఈ పుస్తకం నుంచీ మీరు ఈ మ్యాజిక్ చెక్‌ను ఫోటోకాపీగానీ, స్కాన్‌గానీ తీసుకోవచ్చు. మీరు www.thesecret.tv/magiccheck నుంచి ఎన్ని బ్లాంక్ చెక్కులైనా కాపీ చేసుకోవచ్చు.

మీ మొదటి మ్యాజిక్ చెక్కు మీద కొంచెం తక్కువ మొత్తంతో ప్రారంభించండి. ఆ కొద్ది మొత్తం మీకు అందాక చెక్కుమీద మొత్తాన్ని పెంచుతూ పోండి. ముందు చిన్న మొత్తం వెయ్యడం ఎందుకంటే అది అందగానే మీకు అర్థం అవుతుంది. మీరు చేసిన పనికి ఫలితం దక్కిందని. కృతజ్ఞత యొక్క మ్యాజిక్ పనిచేసిందని మీకు తెలుస్తుంది. అప్పుడు కలిగిన ఆనందమూ, కృతజ్ఞతా కలిసి మీకు నమ్మదగిన ఎక్కువ మొత్తాలు లభిస్తాయి.

మ్యాజిక్ చెక్కును భర్తీచేసిన తరువాత దాన్ని చేతిలో పట్టుకుని మీకు ఏ అవసరానికి డబ్బు కావాలో ఆ అవసరాన్నో, వస్తువునో, సందర్భాన్నో తలుచుకోండి. దాని చిత్రాన్ని మీ మనసులో ఊహించుకోండి. ఆ డబ్బుని మీరు కోరుకున్న విషయంపై ఖర్చుచేస్తున్నట్లు ఊహించండి. అప్పుడు వీలున్నంత సంతోషాన్నీ, కృతజ్ఞతనూ ప్రకటించండి.

ఉదాహరణకి, మీకు కొత్త షూజ్ కొనుక్కోడానికో, కంప్యూటర్ కొనుక్కోడానికో లేదా కొత్త మంచం కొనుక్కోడానికో డబ్బు కావాలనుకోండి. మీరు దుకాణానికి వెళ్ళి ఆ వస్తువు కొంటున్నట్లు ఊహించండి. మీరు ఆన్‌లైన్‌లో ఏదైనా

కావాలనుకుంటే అది మీకు అందినట్లే ఊహించుకుని కృతజ్ఞత చూపండి. మీరు విదేశీయానం చేయడానికి డబ్బు కావాలన్నా, లేదా మీ బిడ్డ కాలేజీ చదువుకు డబ్బు కావాలన్నా, మీరేం చెయ్యాలి? మీరు విమానం టికెట్టు కొంటున్నట్టు ఊహించండి. కాలేజీ బ్యాంక్‌లో ఖాతా తెరిచినట్లు ఊహించండి. అవి నిజంగా సిద్ధించినంత సంతోషంతో వాటికి కృతజ్ఞత చెప్పండి.

పైన చెప్పిన అంచెలన్నీ పూర్తిచేశాక ఈ రోజు మీరెక్కడికి వెళ్ళినా మీతో మ్యాజిక్ చెక్‌ను తీసుకుపోండి. లేదా మీకు ఎక్కువసార్లు కనపడేచోట దాన్ని ఉంచండి. కనీసం రెండుసార్లయినా దాన్ని తీసుకుని ఆ డబ్బుని మీరు కోరుకున్న పనికి వాడుతున్నట్లు ఊహించండి. నిజంగా ఆ డబ్బుతో మీ పని నెరవేరినంత సంతోషంతో దానికి కృతజ్ఞత చెప్పండి. మీరు కావాలనుకుంటే అట్లా ఎక్కువసార్లు కూడా చెయ్యవచ్చు. ఇతర మ్యాజిక్ అభ్యాసాలతోపాటు కూడా దీనిని చెయ్యవచ్చు.

ఈ రోజు అయిపోయాక మీరు దానిని మీరు తరచూ చూసే ఏదైనా ఒక ముఖ్యమైన చోట వుంచండి. మీ స్నానాల గదిలోని అద్దంపైన దాన్ని అతికించవచ్చు. మీ ఫ్రిజ్‌కు అంటించవచ్చు లేదా మీ మ్యాజిక్ శిల అడుగున వుంచవచ్చు. మీ కార్లోనైనా పెట్టుకోవచ్చు. మీ పర్సులోనైనా వుంచుకోవచ్చు. మీ కంప్యూటర్ వెనకైనా సరే! ఆ మ్యాజిక్ చెక్‌ను చూసినప్పుడల్లా మీకు అందులోని డబ్బు అందినట్లే భావించి మీరు కోరుకున్న విధంగా ఆ డబ్బు ఉపయోగిపడినందుకు దానిపట్ల కృతజ్ఞులుగా వుండండి.

మీ మ్యాజిక్ చెక్ పైన మీరు వ్రాసుకున్న డబ్బు అందుకుని దాన్ని కోరుకున్న విధంగా ఉపయోగించుకున్న తరువాత, దాని స్థానంలో మరొక చెక్‌ను తయారుచేసుకోండి. మీరు కోరుకున్న మరొక వస్తువుకో, పనికో అవసరమయ్యే మొత్తంతో. అట్లా మీకు చేతనైనంత కాలం, లేదా మీరు కోరుకున్నంత కాలం ఈ అభ్యాసం చెయ్యండి.

మ్యాజిక్ అభ్యాసం 17

మ్యాజిక్ చెక్

1. మీ అదృష్టాలను గుర్తుతెచ్చుకోండి. ఒక పది అదృష్టాలను జాబితా వెయ్యండి. వాటికి మీరెందుకు కృతజ్ఞతాబద్ధులో వ్రాయండి. ఆ జాబితాను మరొక్కసారి చదవండి. ప్రతి అదృష్టం చివరా థాంక్యూ, థాంక్యూ, థాంక్యూ అని మూడుసార్లు అనండి. ప్రతి అదృష్టాన్ని తలచుకొని వీలైనంత కృతజ్ఞతాభావాన్ని వెలిబుచ్చండి.

2. మీ మ్యాజిక్ చెక్‌ను మీ పేరుతోనూ, ఈనాటి తేదీతోనూ, మీకు కావాలని కోరుకుంటున్న డబ్బు ఎంతో దానితోనూ భర్తీ చెయ్యండి.

3. ఆ చెక్‌ని మీ చేతిలో పట్టుకుని ఆ డబ్బుతో మీరు కోరుకున్న వస్తువును కొనుక్కుంటున్నట్లు భావించండి. అది కొనుక్కున్నప్పుడు ఎంత సంతోషమూ, కృతజ్ఞతా వెలిబుచ్చగలరో ఇప్పుడూ అంతా వెలిబుచ్చండి.

4. ఆ చెక్‌ను మీతో వుంచుకుని మీరెక్కువసార్లు దాన్ని చూడగలిగే ప్రదేశంలో వుంచండి. కనీసం **రెండు**సార్లో, అంతకన్న ఎక్కువసార్లో దాన్ని చేతిలోకి తీసుకుని మీరు కోరుకున్న విధంగా ఆ డబ్బు ఖర్చుపెడుతున్నట్లు ఊహించుకోండి. నిజంగా అట్లా ఖర్చుపెట్టి అనుకున్న పనిచేసినట్లే అనుకుని అంత సంతోషమూ, కృతజ్ఞతా వెలిబుచ్చండి.

5. ఈ రోజు తరువాత ఆ చెక్‌ను మీరు రోజూ తరచు చూసే ఒక ముఖ్యమైన ప్రదేశంలో పెట్టండి. దానిమీద మీరు వేసిన డబ్బు నిజంగా మీకు అందిన తరువాతనో లేదా మీరు కోరుకున్న వస్తువు కొనుక్కున్న తరువాతో ఆ చెక్కు తీసేసి మరొక అవసరానికి మీరు కోరుకున్న డబ్బు సంఖ్యతో మరో చెక్కు తయారుచేసి అక్కడ పెట్టండి. ఈ అభ్యాసాన్ని మీరు కోరుకున్నంతకాలం కొనసాగించండి.

6. ఈ రోజు మీరు నిద్రకి ఉపక్రమించబోయే ముందు మీ మ్యాజిక్ శిలను గుప్పిట్లో వుంచుకుని మీ మ్యాజిక్ మంత్రాన్ని ఇలా అనండి. ఈ రోజు జరిగిన ఈ అతిమంచి విషయానికి థాంక్యూ.

ఈ క్రింది చెక్‌ని ఫోటోకాపీ గానీ, స్కాన్ గానీ తీసి అందులో మీ పేరూ, ఇవ్వాల్టి తేదీ, మీకు అవసరమైన డబ్బు సంఖ్య నింపండి.

18వ రోజు

చేయవలసిన పనుల మ్యాజిక్ జాబితా

"మన వివేకానికి పదును పెట్టడానికి ఎదురుచూసే అద్భుత విషయాలు ఈ ప్రపంచం నిండా ఎన్నో వున్నాయి."

ఈడెన్ ఫిల్‌పోట్స్ (1862-1960)
కవి, నవలారచయిత

నిజంగా ఆలోచిస్తే కృతజ్ఞతే మీ అత్యుత్తమ నేస్తం. అది ఎప్పుడూ మీతోనే వుంటుంది. మీకు సాయం చేయడానికి ఎప్పుడూ సంసిద్ధంగా వుంటుంది. అది మిమ్మల్ని ఎప్పుడూ దగా చెయ్యదు. దానిమీద మీరెంత ఆధారపడితే అది మీకంత మేలుచేసి మీ జీవితాన్ని సంపద్వంతం చేస్తుంది. ఈ రోజు మనం చేయబోయే మ్యాజిక్ అభ్యాసం, మనం కృతజ్ఞత మీద ఎంతగా ఆధారపడాలో, అట్లా దానిమీద భరోసా పెట్టినప్పుడు అది మీ జీవితంలో అద్భుతాలను ఎట్లా సృష్టిస్తుందో తెలియచేస్తుంది.

మన జీవితంలో నిత్యమూ ఏవో సమస్యలు ఉత్పన్నమౌతేనే వుంటాయి. వాటిని పరిష్కరించుకోవలసిన అవసరమూ వుంటుంది. ఆ సమస్యల్ని పరిష్కరించుకోలేనప్పుడు మనం ఉక్కిరిబిక్కిరి అయిపోతూ వుంటాం కూడా. ఉదాహరణకి మనం చేయవలసిన పనులు ఎక్కువగా వుండి, అందుకు తగ్గ సమయం లేకపోవచ్చు. రోజుకి ఇరవైనాలుగు గంటలే వున్నందుకు కూడా

మీకు బాధగా వుంటుంది అప్పుడు. లేకపోతే పనిభారంతో మీరు సతమతమైపోతూ వుండొచ్చు. కాస్త తీరిక సమయం కావాలనిపించవచ్చు. అది దొరికే మార్గమే కనిపించకపోవచ్చు. మీరు ఇంట్లోవుండి పిల్లలను చూసుకుంటూ వుండేవారైతే వాళ్లతో వేసారిపోతూ వున్నప్పుడు కాసేపు మీకు విరామం ఇచ్చేవారెవరూ లేకపోతే, లేదా వెంటనే పరిష్కరించవలసిన సమస్యతో మీరు సతమతమౌతూ వుండి, అందుకు తగిన సమయం దొరక్క ఏం చెయ్యాలో తోచకుండా వుంటేనో లేదా ఏదో ఒక వస్తువు కనపడకుండా పోయి దాన్ని దొరికించుకోలేకపోతుంటే అట్లాగే ఒక మంచి పెంపుడు జంతువునో లేదా బేబీ సిట్టర్‌నో మంచి దంతవైద్యుడినో, హెయిర్ డ్రస్సర్‌నో కుదుర్చుకోలేకపోతేనో ఇట్లాగే ఎంత కష్టపడినా మీరనుకున్నది సాధించలేకపోతేనో, లేదా ఎవరైనా ఏదైనా సహాయం అడిగినప్పుడు అది చెయ్యలేకపోతేనో మీకు చాలా అసౌకర్యంగా వుంటుంది. ఒక్కొక్కసారి మీరు ఎవరితోనైనా వివాదంలో ఇరుక్కుని దాన్ని పరిష్కరించుకోలేకపోగా పరిస్థితి మరింత దిగజారినప్పుడు ఇటువంటివన్నీ మనం ఎదుర్కునే సమస్యలు.

ఇప్పుడు చెప్పబోయే మ్యాజికల్ జాబితా మీకు రోజువారి ఎదురయ్యే చిన్న చిన్న సమస్యల పరిష్కారానికి బాగా ఉపయోగపడుతుంది. మీరేదో ఒకటి చెయ్యవలసిన అవసరం వుండి, ఆ పని చెయ్యలేకపోయినప్పుడు ఇలా చెయ్యండి. ఫలితాలు మీకే ఆశ్చర్యజనకంగా వుంటాయి.

మీరు కృతజ్ఞత యొక్క మ్యాజిక్ శక్తికి ఆకర్షణ సూత్రాన్ని జోడిస్తే మీకోసం పరిస్థితులు మనుషులు కూడా మీకనుకూలంగా మారిపోతారు. ఇది ఎట్లా జరుగుతుందో మీకు తెలియదు. అది మీకోసం అట్లా జరిగిపోతుంది, అంతే! అది తెలుసుకునే అవసరం కూడా మీకు లేదు. మీ కర్తవ్యమల్లా కృతజ్ఞతాభావం కలిగి వుండడమే. మీకేం జరగాలని ఆశిస్తారో అది జరిగిపోయినట్లు భావించుకుని ముందుగానే కృతజ్ఞత చెప్పడం మాత్రమే మీరు చెయ్యవలసిన పని. తరువాత మ్యాజిక్ దానంతటది జరిగిపోతుంది.

ఈ రోజు మీరు చెయ్యవలసిన అభ్యాసం ఏమిటంటే మీరేం చెయ్యాలను కుంటున్నారో లేదా మీరు తప్పకుండా చేసి తీరవలసిన పనుల జాబితా వ్రాసి

పెట్టుకోండి. దానికి "చేయవలసిన పనుల మ్యాజిక్ జాబితా" అని శీర్షిక పెట్టండి. అందులో మీరు చెయ్యాలనుకుని సమయం లేక చెయ్యలేకపోయిన పనులు వ్రాయండి. చెయ్యవద్దనుకున్న పనులు కూడా వ్రాయండి. రోజువారీ స్వల్ప విషయాల దగ్గరనుంచీ జీవిత సమస్యల వరకూ అన్నీ వ్రాయండి. మీరు తీర్మానించుకుని తప్పకుండా చెయ్యాలనుకున్న ఒక విషయాన్ని గురించి ఆలోచించండి.

జాబితా వ్రాయడం పూర్తయినాక అందులోనుంచీ ఈ రోజు చెయ్యవలసిన మూడు పనులను ఎంచుకోండి. వీటిలో ఒక్కొక్కటీ మీకోసం మ్యాజికల్‌గా జరిగిపోయినట్టు ఊహించుకోండి. మీ పరిస్థితులు, మీతోటి వ్యక్తులు అందరూ కూడా మీకు అనుకూలంగా తిరిగిపోయినట్లూ ఆ పని జరిగిపోయినట్లూ ఊహించండి. అన్నీ పరిష్కరింపబడి అన్నీ సజావుగా జరిగిపోయినట్లు భావించండి. అట్లా జరిగినందుకు మీరు ఘనమైన కృతజ్ఞత చెప్పండి. ఈ మూడు పనులకూ ఒక్కొక్కదానికీ ప్రత్యేకంగా ఒక నిమిషం చొప్పున వివరంగా హృదయపూర్వక కృతజ్ఞత చెప్పండి. మరొకసారి జాబితాలోని తక్కినవాటికి కూడా ఇలాగే చెయ్యవచ్చు. అయితే ఈ మ్యాజిక్ జాబితాలో మీ పనులను చేర్చడంలోనే ఒక శక్తి వున్నది.

ఆకర్షణ సూత్రం ప్రకారం ఒకే రకం గుణాలు ఆకర్షించుకుంటాయని మీకు గుర్తే కదా! దాని అర్థం ఏమిటంటే మీ సమస్యలకు పరిష్కారాలు లభించినట్లే ఊహించుకుని మీరు కృతజ్ఞత చెప్పినప్పుడు, ఆ పరిష్కారాల సాధనకు అవసరమైన పరిస్థితులను మీరు మీవైపు ఆకర్షించుకుంటారన్న మాట. సమస్యలపైనే మీ దృష్టి కేంద్రీకరించడం మరిన్ని సమస్యలను ఆకర్షించడమన్న మాట. మీరు పరిష్కారాల పట్ల ఒక అయస్కాంతం కావాలి కానీ సమస్యల పట్ల కాదు. పరిష్కారం దొరికినట్లే అనుకుని దానికి కృతజ్ఞత చెప్పడం అనే చర్య నిజమైన పరిష్కారాన్ని ఆకర్షించి తెచ్చిపెడుతుంది.

ఈ మ్యాజిక్ అభ్యాసం ఎంత శక్తివంతమైనదో చెప్పేందుకు ఉదాహరణగా నా కూతురికి సంబంధించిన ఒక సంఘటన చెబుతాను. ఆమె తను పోగొట్టుకున్న పర్సును తిరిగి తనవైపు ఎట్లా ఆకర్షించుకున్నదో చూడండి.

ఒకరోజు రాత్రి బయటికి వెళ్ళొచ్చిన మా అమ్మాయి మరునాడు ఉదయం తన పర్సు పోగొట్టుకున్నట్టు గుర్తించింది. అది ఎక్కడ మర్చిపోయిందో ఎట్లా పోయిందో ఎవరైనా తస్కరించారో తెలియదు. ఆ రాత్రి తను భోజనానికి వెళ్ళిన రెస్టారెంట్‌కు ఫోన్ చేసింది. తను ఇంటికి ఎక్కి వచ్చిన టాక్సీ కంపెనీకి ఫోన్ చేసింది. పోలీస్‌కి ఫిర్యాదు చేసింది. ఇరుగుపొరుగులను అడిగింది. వీధిలో వెతికింది. ఏదీ ఫలించలేదు.

తన పర్సులో చాలా విలువైన వస్తువులే వున్నాయి. అన్ని బ్యాంక్ క్రెడిట్ కార్డులు, డ్రైవింగ్ లైసెన్సు, కొంత డబ్బు మొదలైనవి. అయితే అందులో మా అమ్మాయి కాంటాక్ట్ నెంబర్ కానీ, అడ్రస్ కానీ లేదు. ఎందుకంటే ఆ మధ్యన తను విదేశాలకు వెళ్ళివచ్చింది. అంతేకాక టెలిఫోన్ డైరెక్టరీలో తన ఇంటి పేరుతో ఏ ఫోనూ లేదు. ఇంక ఆశ వదులుకున్నట్టే మరి!

అయితే ఇన్ని అడ్డంకులున్నా పర్సు దొరికే పరిస్థితి లేదనుకున్నా, మా అమ్మాయి కాసేపు నింపాదిగా కళ్ళు మూసుకుని కూర్చుని తన మనస్సులో తన పర్సు రూపాన్నే చూసింది చాలాసేపు. తన చేతిలో ఆ పర్సు పట్టుకున్న చిత్రాన్ని కళ్ళకు కట్టించుకుంది. అంతేకాదు పర్సు తెరిచి అందులో వుండే వస్తువులన్నింటినీ చూసుకుంది. అప్పుడు తన పర్సు, అందులో వుండే వస్తువులన్నింటితో సహా దొరికినందుకు భారీగా కృతజ్ఞత చెప్పుకున్నది.

రోజంతా కూడా పర్సు గుర్తొచ్చినప్పుడల్లా అది తన చేతిలోనే వున్నట్టు భావించింది. అది చేతిలో వున్నప్పుడు ఎంత ఆనందం పొందేదో అంత ఆనందమూ, కృతజ్ఞతా కనపరచింది. అట్లా రోజంతా చాలాసార్లు తన పర్సు,

అందులోని విలువైన వస్తువులన్నింటితో సహా తన చేతిలో పట్టుకున్న దృశ్యాన్ని ఊహించుకుంటూ వున్నది.

ఆ రాత్రి మా అమ్మాయికి మాకు వందల మైళ్ళ దూరంలో వుంటున్న ఒక రైతు వద్దనుంచీ ఫోన్ వచ్చింది. తనకా పర్సు దొరికిందని చెప్పాడాయన. తమాషా ఏమిటంటే ఆ రోజు ఇంకా బాగా తెల్లవారకముందే ఆయనకు ఈ పర్సు మా అమ్మాయి ఇంటిముందే కనపడిందట. వెంటనే మా అమ్మాయి వివరాలకోసం పర్సులో వున్న కాగితాలన్నీ చూశాడట. ఆ పర్సు స్వంతదారుని కనుక్కోడం కోసం ఆయన చాలా ఫోన్లు చేశాడట. ఫలితం కనపడకపోవడంతో విసుగుపుట్టి పర్సు తీసుకుని తన పొలంలోకి వెళ్ళిపోయాడట.

అయితే ఆయన తన పొలంలో నడుస్తూ వున్నా పర్సు విషయమే ఆయన్ని బాధించింది. ఆ పర్సు ఆయన్ని సుఖంగా వుండనివ్వలేదు. ఆఖరి ప్రయత్నంగా ఒక ఫోన్ చేద్దామనుకున్నాడు. మళ్ళీ ఒకసారి పర్సుని క్షుణ్ణంగా పరిశీలిద్దామనుకున్నాడు. అందులో ఒక చిన్న కాగితం మీద ఒకతని పేరు వ్రాసి వుంది. ఆ పేరునూ, మా అమ్మాయి ఇంటిపేరునూ కలుపుతూ టెలిఫోన్ డైరెక్టరీ వెతికాడు, ఆ రెండూ కలిపిన పేరు ఒక్కటే దొరికింది. ఆ ఇంటికి ఫోన్ చేశాడు. ఆ ఇల్లు మా అమ్మాయి తండ్రిది. ఇప్పటివరకూ ఆయనకు ఆ నంబర్ ఎట్లా దొరికిందో మాకు ఆశ్చర్యంగా వుంటుంది. ఎందుకంటే అది డైరక్టరీలో నమోదైన నంబర్ కాదు. ఇది జరిగిన తరువాత చాలాసార్లు మేము ఆ నంబర్ కోసం డైరక్టరీ ఎంక్వైరీకి అడిగాము. ప్రతిసారీ ఒకే సమాధానం వచ్చింది "సారీ! ఈ పేరుతో ఏ నంబరూ లేదు".

ఒక వంద మైళ్ళ దూరాన్నుంచీ అసంభవం అనుకున్న పరిస్థితుల్లో మా అమ్మాయి పర్సు చెక్కుచెదరకుండా మా అమ్మాయికి వచ్చి చేరింది. తన పర్సు తనకి చేరడంలో మా అమ్మాయి తన పాత్రను చక్కగా నిర్వహించింది. కృతజ్ఞతాభావంతోనే తన పర్సు తను దక్కించుకోగలిగింది. అనుకున్నట్లే కృతజ్ఞత అనే మ్యాజిక్ తన విధిని నిర్వహించింది. కృతజ్ఞత యొక్క మ్యాజిక్

అందర్నీ కదిలించింది. అన్ని పరిస్థితులనీ కదిలించింది. సంఘటనలనూ కదిలించింది. చివరగా మా అమ్మాయి పర్సు మా అమ్మాయి దగ్గరకు వచ్చింది.

కృతజ్ఞత యొక్క మ్యాజిక్ శక్తిని మీరు కూడా ఉపయోగించుకోవచ్చు. అయితే అది మీ అంతట మీరే కనుక్కోవాలి. దాన్ని ఎట్లా ఉపయోగించుకోవాలో మీకు మీరే నేర్చుకోవాలి.

మ్యాజిక్ అభ్యాసం 18

చేయవలసిన పనుల మ్యాజిక్ జాబితా

1. మీ అదృష్టాలను గుర్తుతెచ్చుకోండి. ఒక పది అదృష్టాలను జాబితా వెయ్యండి. వాటికి మీరెందుకు కృతజ్ఞతాబద్ధులో వ్రాయండి. ఆ జాబితాను మరొక్కసారి చదవండి. ప్రతి అదృష్టం చివరా *థాంక్యూ* అని మూడుసార్లు అనండి. ప్రతి అదృష్టాన్ని తలచుకొని వీలైనంత కృతజ్ఞతాభావాన్ని వెలిబుచ్చండి.

2. మీరు చేయవలసిన పనులవో, పరిష్కరించవలసిన సమస్యలవో ముఖ్యమైనవాటిని ఒక జాబితాగా వ్రాయండి. దానికి చేయవలసిన పనుల మ్యాజిక్ *జాబితా* అని శీర్షిక పెట్టండి.

3. అందులో మరీ ముఖ్యమైన **మూడింటిని** ఎంచుకోండి. ఆ మూడింటిలో ఒక్కొక్కటి తీసుకుని అవి అయిపోయినట్లే భావించండి. అంటే ఆ పనులు పూర్తయిపోయినట్లే ఊహించండి.

4. ప్రతి పని మీదా కనీసం **ఒక** నిమిషం కేంద్రీకరించండి. ఆ పని పూర్తయిందని నమ్మి, అందుకు భారీగా కృతజ్ఞత తెలియచెయ్యండి.

5. ఈ రోజు మీరు నిద్రకి ఉపక్రమించబోయే ముందు, మీ మ్యాజిక్ శిలను గుప్పిట్లో వుంచుకుని మీ మ్యాజిక్ మంత్రాన్ని ఇలా అనండి. ఈ రోజు జరిగిన ఈ *అతిమంచి* విషయానికి *థాంక్యూ.*

19వ రోజు

మ్యాజిక్ అడుగులు

"నా శారీరక మానసిక జీవితం అంతా కూడా ఇప్పుడు జీవించి వున్నవారూ, గతించినవారూ అయిన చాలామంది శ్రమ మీద ఆధారపడి వుంటుందని రోజుకి వందసార్లైనా నేను గుర్తు చేసుకుంటాను. వారినుంచి పొందినదానికి. ఇంకా పొందుతున్న దానికీ. సమానంగా వారికి నేను కూడా ఇవ్వడానికి శ్రమ పడతాను వారి ఋణం తీర్చుకోడానికి శ్రమిస్తాను."

ఆల్బర్ట్ ఐన్‌స్టీన్ (1879-1955)
నోబెల్ పురస్కార విజేత, భౌతిక శాస్త్రవేత్త

తన శాస్త్రీయ విజ్ఞానంతో సమానమైన బహుమతి ఐన్‌స్టీన్ పలికిన ఈ మాటలు మనకి. తన విజయానికి కారణమైన మ్యాజిక్ రహస్యాన్ని మనకిలా అంద జేశాడాయన. కృతజ్ఞత! ప్రతిరోజూ మనం - మనసారా చెప్పవలసిన కృతజ్ఞత.

ఈ రోజు మనం చేయబోయే మ్యాజిక్ అభ్యాసానికి స్ఫూర్తి ఐన్‌స్టీన్. మనం ఇప్పుడు ఆయన అడుగుజాడలలో నడిచి విజయాన్ని స్వంతం చేసుకుందాం. ఈ రోజు మనం ఐన్‌స్టీన్‌లాగ ఒక వందసార్లు "థాంక్యూ" చెబుదాం! ఎట్లా అంటే, మనం ఒక వంద మ్యాజిక్ అడుగులు వేసి అట్లా చెబుదాం. అడుగులు వేయడం ద్వారా జీవితాన్ని మార్చుకోవచ్చంటే మీరు నమ్మలేకపోవచ్చు. కానీ ఇది మనం చెయ్యగలిగిన చాలా శక్తివంతమైన అభ్యాసం అని మీరే గ్రహిస్తారు.

"భగవంతుడు మనకి రోజుకి 86,400 సెకండ్లు బహుమతిగా ఇచ్చాడు. కానీ అందులో ఒక సెకండైనా మీరు "థాంక్యూ" చెప్పడానికి వాడుకున్నారా?"

విలియం ఎ. వార్డ్ (1921-1994)
రచయిత

మ్యాజిక్ అడుగులు వేయడానికి మీరేం చేయాలంటే ఒక అడుగువేస్తూ మీ పాదం ఒకటి నేలకు తాకగానే మీ మనసులో "థాంక్యూ" అనుకోండి. మరొక పాదం నేలకు తాకగానే మళ్ళీ మనసులో "థాంక్యూ" అనుకోండి. ఒక పాదం నేలమీద "థాంక్యూ" మరొక పాదం నేలమీద "థాంక్యూ" ఇట్లా ప్రతి అడుగుకూ "థాంక్యూ" చెప్పుకుంటూ కొన్ని అడుగులు వెయ్యండి.

మీరు చేయవలసిన మంచిపని ఏమిటంటే, మీరు ఎక్కడైనా, ఎప్పుడైనా, ఎన్నైనా మ్యాజిక్ అడుగులు వేయవచ్చు. మీ ఇంట్లో ఒకగదినుంచీ మరొక గదిలోకి, కాఫీయో భోజనమో తెచ్చుకునేటప్పుడు, చెత్తబుట్ట బయటపెట్టే టప్పుడు, ఒక మీటింగ్‌కి వెళ్ళేటప్పుడు, లేదా టాక్సీ కోసమో, బస్ కోసమో, ట్రెయిన్ కోసమో వెళ్ళేటప్పుడు కూడా మీ నడకని మ్యాజిక్ అడుగులుగా మార్చుకోవచ్చు. అట్లాగే మీరు ముఖ్యమైన పనిమీద వెళ్ళేటప్పుడు, అంటే పరీక్ష వ్రాయడానికో, స్నేహితురాలినో స్నేహితుడినో కలవడానికి వెళ్ళేటప్పుడు, ఇంటర్వ్యూకి వెళ్ళేటప్పుడు, బ్యాంకుకు, ఏటీయంకు, క్లయింట్‌ను కలవడానికి, దంతవైద్యుడిని కలవడానికి, వ్యక్తిగత వైద్యుడిని కలవడానికి లేదా జుట్టు కత్తిరించుకోడానికి వెళ్ళేటప్పుడు, ఎయిర్‌పోర్ట్ కారిడార్స్‌లో నడిచేటప్పుడు, పార్కుల్లో, క్రీడలు చూడడానికి వెళ్ళేటప్పుడు, ఒక బ్లాక్ నుంచీ మరొక బ్లాక్‌కు నడిచేటప్పుడు ఇట్లా ఎప్పుడైనా మీ నడకని మ్యాజిక్ అడుగులుగా మార్చుకోవచ్చు.

నేను నా మ్యాజిక్ అడుగులు మా యింట్లోనే వేస్తాను. పడకగదినుంచీ స్నానాల గదికి, వంటింటి నుంచి పడకగదికి, బయట కారు దగ్గరకు, నా మెయిల్ బాక్స్ దగ్గరకి ఇట్లా. నేను వీధిలో నడిచేటప్పుడు, అందులో ఒకచోటును నా గమ్యంగా ఎంచుకుంటాను. అక్కడవరకూ నా అడుగులన్నింటినీ కృతజ్ఞతతో నింపుతాను.

మీరీ అభ్యాసం మొదలుపెట్టేటప్పుడు మీ మనోభావాలు ఎట్లా వున్నాయో, పూర్తయేసరికి ఎట్లా వున్నాయో గమనించండి. మ్యాజిక్ అడుగులు వేసేటప్పుడు మీలో అనుకున్నంతగా కృతజ్ఞతాభావం ఉత్పన్నమవకపోయినా ఫరవాలేదు. తరువాత మీరు అంతకన్న సంతోషంగా వుంటారని నేను వాగ్దానం చేస్తున్నాను. మీరు నిరుత్సాహంగా వున్నప్పుడు ఈ మ్యాజిక్ అడుగులు మీలో ఉత్సాహాన్ని నింపుతాయి. మీరు ఉత్సాహంగా ఈ అడుగులు మొదలుపెడితే మరింత ఉత్సాహంగా, ఆనందంగా తయారవుతారు.

మీ మ్యాజిక్ అడుగులు మరింత ప్రభావవంతంగా వుండాలంటే ఒక తొంభై సెకండ్లపాటు అడుగులు వెయ్యండి. ఎందుకంటే ఒక సగటు మనిషి నింపాదిగా వంద అడుగులు వెయ్యడానికి తొంభై సెకండ్లు పడుతుంది. ఈ అభ్యాసం ఖచ్చితంగా వంద అడుగులు వెయ్యాలనే నిబంధన కోసం కాదు. కానీ మీరు కనీసం అన్ని అడుగులు వేస్తే మీలో ఒక కులాసాభావం కలుగుతుంది రోజులో ఏ సమయంలోనైనా. మీ మ్యాజిక్ వంద అడుగులు వెయ్యడానికి ఎక్కడనించీ ఎక్కడివరకూ పడుతుందో మీకొక అవగాహన వుంటే బాగుంటుంది. ఎందుకంటే మీరు అట్లా కృతజ్ఞతా మ్యాజిక్ అడుగులు వేసేటప్పుడు వాటిని లెక్కించకూడదు. ఒక్కొక్క అడుగుకూ "థాంక్యూ" అనడం బదులు వాటిని లెక్కబెడుతూ వుంటారు కనుక! ప్రతి అడుగుకూ మీ మ్యాజిక్ మాట "థాంక్యూ" అని మాత్రం అనండి.

ఈ రోజు మీ మ్యాజిక్ అభ్యాసం పూర్తయ్యేసరికి మీరు వందసార్లు "థాంక్యూ" అని వుంటారు. మీ జీవితంలో ఎన్ని రోజులు ఇలా వందసార్లు "థాంక్యూ" అని వుంటారు?

అయితే ఐన్‌స్టీన్ అలా ప్రతిరోజూ అనేవాడు!

మ్యాజిక్ అభ్యాసం 19

మ్యాజిక్ అడుగులు

1. మీ అదృష్టాలను గుర్తుతెచ్చుకోండి. ఒక పది అదృష్టాలను జాబితా వెయ్యండి. వాటికి మీరెందుకు కృతజ్ఞతాబద్ధులో వ్రాయండి. ఆ జాబితాను మరొక్కసారి చదవండి. ప్రతి అదృష్టం చివరా *థాంక్యూ* అని మూడుసార్లు అనండి. ప్రతి అదృష్టాన్ని తలచుకొని వీలైనంత కృతజ్ఞతాభావాన్ని వెలిబుచ్చండి.

2. రోజు మొత్తం మీద ఏదో ఒక సమయంలో **ఒక వంద** (తొంభై సెకండ్లు) మ్యాజిక్ అడుగులు కృతజ్ఞత నిండిన మనసుతో వెయ్యండి.

3. ప్రతి అడుగుకూ కృతజ్ఞతాపూర్వకంగా *థాంక్యూ* అనండి. మనసారా కృతజ్ఞులవండి.

4. ఈ రోజు మీరు నిద్రకి ఉపక్రమించబోయే ముందు, మీ మ్యాజిక్ శిలను గుప్పిట్లో వుంచుకుని మీ మ్యాజిక్ మంత్రాన్ని ఇలా అనండి. ఈ రోజు జరిగిన అతిమంచి విషయానికి *థాంక్యూ*.

20వ రోజు

హృదయపు మ్యాజిక్

"కృతజ్ఞత అనేది హృదయానికి చెందిన జ్ఞాపకం."

జీన్ బాప్టిస్ట్ మెసియు (1743-1818)

ఫ్రెంచ్ విప్లవ కార్యకర్త

ఈపాటికి మీకీ విషయం అర్థమయ్యే వుంటుంది. ఏమనంటే ఏ మ్యాజికల్ అభ్యాసం చేసినా దాని ధ్యేయం మాత్రం హృదయపూర్వకంగా కృతజ్ఞతను అనుభూతించడం అని. ఎందుకంటే మీ అంతరంగంలో కృతజ్ఞత ఇనుమడించినకొద్దీ బహిరంగంలో కూడా మీరు కృతజ్ఞత చెప్పవలసిన సందర్భాలు పెరుగుతాయి. అంటే మంచి సందర్భాలు కూడా ఇనుమడిస్తాయన్నమాట.

సుదీర్ఘకాలం కృతజ్ఞతను అభ్యాసం చేసినప్పుడు అంతిమంగా అది మీ హృదయాంతరాలలో నిండిపోతుంది. అయితే ఈ రోజు మీరు చేసే మ్యాజిక్ అభ్యాసం మీరా స్థాయికి చేరే సమయాన్ని తగ్గిస్తుంది.

మీలో కృతజ్ఞతాభావాన్ని హృదయాంతరాలలోకి చేర్చే శక్తినిచ్చేదే ఈ హృదయపు మ్యాజిక్ అభ్యాసం. మీ మనసును మీ హృదయంపై కేంద్రీకరించి, మీ మ్యాజిక్‌మంత్రం "థాంక్యూ" చెప్పడమే ఇందులో ఉద్దేశం. మీ హృదయంపై మనసు లగ్నం చెయ్యడం ద్వారా మీ హృదయ స్పందన లయతో మీ కృతజ్ఞతాభావం జతపడుతుందని శాస్త్రీయ పరిశోధన కూడా

చెబుతున్నది. అట్లా చేసినట్టయితే మీ హృదయ స్పందన సరైన స్థాయిలో వుండి, మీ శరీరంలోని రోగనిరోధక వ్యవస్థ కూడా బలపడుతుందనీ, దాని ద్వారా మీ ఆరోగ్యం కూడా బాగా మెరుగవుతుందనీ అంటారు. ఇప్పుడు మీకు హృదయపు మ్యాజిక్ అభ్యాసాన్ని గురించి ఒక అవగాహన వచ్చి వుండాలి. దీన్ని మొదటిసారి చెయ్యడం కాస్త కష్టం కావచ్చు. కానీ ఇది చెయ్యడం చాలా మంచి ఫలితాలనిస్తుంది. కొన్నిసార్లు చేశాక మీకు అలవాటు అవుతుంది, అర్థం కూడా అవుతుంది. దీన్ని అభ్యాసం చేసినకొద్దీ మీలో కృతజ్ఞతాభావం విశేషంగా పెరుగుతుంది.

హృదయపు మ్యాజిక్ అభ్యాసం చెయ్యడానికి మీ మనసునూ, మీ ధ్యాసనంతా మీ హృదయంపై లగ్నం చెయ్యాలి. మీ భౌతిక శరీరంపైన అయినా, అంతరంగం పైననైనా ఫరవాలేదు. ముందుగా కళ్ళు మూసుకోవాలి. ఎందుకంటే కళ్ళు మూసుకున్నప్పుడు ఈ అభ్యాసం చెయ్యడం సులువౌతుంది. మీ మనసంతా మీ గుండెపై నిలిపి మీ మ్యాజిక్ మంత్రం “థాంక్యూ” అనండి. ఈ అభ్యాసం కొంత అలవాటైనాక కళ్ళు మూసుకోనవసరం లేదు. అయితే సాధారణంగా కళ్ళు మూసుకున్నప్పుడు మీరెక్కువ కృతజ్ఞతాభావం కలిగి వుంటారు.

ఈ హృదయపు మ్యాజిక్ అభ్యాసం త్వరగా చేయడానికి చాలా మార్గాలున్నాయి. మీ కుడిచేతిని మీ గుండె పైన పెట్టుకుని మీ మ్యాజిక్ మంత్రం “థాంక్యూ” అనవచ్చు. లేదా మీ మ్యాజిక్ మంత్రం మీ మనసులోనుంచే కాక మీ హృదయంలోనించే వస్తున్నదని భావిస్తూ “థాంక్స్” చెప్పవచ్చు.

ఈ రోజు మ్యాజిక్ అభ్యాసంలో భాగంగా మీ పది ముఖ్యమైన కోరికల జాబితా తీసుకుని ప్రతి ఒక్కదానిపైనా ఈ హృదయపు మ్యాజిక్ అభ్యాసం చెయ్యండి. ప్రతి కోరికనీ మీ మనసులో గానీ, పైకి గానీ అనండి. ఆ కోరిక చెప్పడం పూర్తికాగానే మీ మనసుని మీ హృదయంపై కేంద్రీకరించి, కళ్ళు మూసుకుని

నెమ్మదిగా "థాంక్యూ" అనండి. ఇంకా నేను ఇందాక చెప్పిన చిట్కాలను కూడా పాటించవచ్చు. అవి మీకు బాగా సహాయపడతాయి. మీ పది కోరికలపైనా ఈ అభ్యాసం ముగిసేలోగా మీలో కృతజ్ఞతాభావం హృదయపులోతులకి చేరుతుంది. అప్పటికి మీ ముఖ్యమైన కోరికల పట్ల కూడా మీకు కృతజ్ఞతాభావం కలుగుతుంది.

మీ కోరికలు త్వరగా తీరాలంటే మీరు ఈ హృదయపు మ్యాజిక్ అభ్యాసం క్రమం తప్పకుండా చేస్తూ వుండొచ్చు. అలా కాకపోయినా మీరెప్పుడు, ఎందుకు థాంక్స్ చెప్పాలనుకున్నా, ఈ హృదయపు మ్యాజిక్ అభ్యాసాన్ని ఉపయోగించుకోవచ్చు. రోజుకు రెండుసార్లయినా ఈ అభ్యాసం చేస్తే మీ జీవితంలో దాని ప్రభావం చాలా వుంటుంది. మీ సంతోషం మీద, మీ జీవితం మొత్తం మీద ఈ మ్యాజిక్ ప్రభావం వుంటుంది.

మీరు ఈ హృదయపు మ్యాజిక్ అభ్యాసం రోజుకి కొన్నిసార్లు చేస్తే మీ భావనలో ఉండే ఆర్తి మీకు బాగా తెలుస్తుంది. కృతజ్ఞతాభావం అంటే అది నిజాయితీగా వుండాలి, లోతుగా వుండాలి. మీ కృతజ్ఞత ఎంత నిజాయితీగా, ఎంత గాఢంగా వుంటే దాని ఫలితాలు అంత బాగా వుంటాయి. అంత పుష్కలంగా ఫలితాలొస్తాయి. మీ భావనలో గాఢత ఇనుమడించినట్లు మీకు భౌతికంగా కూడా తెలుస్తుంది. ఎట్లా అంటే మీ గుండె దగ్గర ఒక పులకరింత కలుగుతుంది. లేదా మీ శరీరంపై ఒక సంతోష తరంగం ఎగసిపడినట్లు అనిపిస్తుంది. మీ కళ్ళల్లోకి ఆనందభాష్పాలు రావచ్చు. లేదా మీ శరీరం రోమాంచితం కావచ్చు. కానీ తప్పకుండా అందరికీ పూర్వం ఎప్పుడూ లేనంత సుఖశాంతులు అనుభూతమౌతాయి.

మ్యాజిక్ అభ్యాసం 20

హృదయపు మ్యాజిక్

1. మీ అదృష్టాలను గుర్తుతెచ్చుకోండి. ఒక పది అదృష్టాలను జాబితా వెయ్యండి. వాటికి మీరెందుకు కృతజ్ఞతాబద్ధులో వ్రాయండి. ఆ జాబితాను మరొక్కసారి చదవండి. ప్రతి అదృష్టం చివరా థాంక్యూ అని మూడుసార్లు అనండి. ప్రతి అదృష్టాన్ని తలచుకొని వీలైనంత కృతజ్ఞతాభావాన్ని వెలిబుచ్చండి.

2. మీ మనసునూ, మీ పూర్తి ధ్యాసనూ మీ గుండె చుట్టూ కేంద్రీకరించండి.

3. కళ్ళు మూసుకుని మీ ధ్యాసంతా గుండె మీద వుంచి, మనసులో మీ మ్యాజిక్ మంత్రం "థాంక్యూ" అనుకోండి.

4. మీకు చాలా ముఖ్యమైన పది కోరికల జాబితా తీసుకోండి. ప్రతి కోరికనీ విడివిడిగా చదివి హృదయపు మ్యాజిక్ అభ్యాసం చెయ్యండి. ప్రతి కోరిక చదివిన తరువాత కళ్ళు మూసుకుని మీ మనసంతా హృదయం మీద కేంద్రీకరించి నెమ్మదిగా "థాంక్యూ" అనండి. అట్లా ప్రతి కోరిక చివరా చెయ్యండి.

5. ఈ రోజు మీరు నిద్రకి ఉపక్రమించబోయే ముందు, మీ మ్యాజిక్ శిలను గుప్పిట్లో వుంచుకుని మీ మ్యాజిక్ మంత్రాన్ని ఇలా అనండి. ఈ రోజు జరిగిన అతిమంచి విషయానికి థాంక్యూ.

21వ రోజు

అమోఘమైన ఫలితాలు

"వాళ్ళు భోజనానికి ముందు దైవప్రార్థన (గ్రేస్) చేస్తారు. బాగుంది. కానీ నేను ఒక సంగీత కార్యక్రమమో ఓపెరానో, నాటకమో, మూకాభినయమో ప్రారంభమయ్యేముందు అట్లాగే ప్రార్థన చేస్తాను. ఒక పుస్తకం చదవబోయే ముందు, ఒక పెయింటింగ్ చూడబోయే ముందు, ఈదబోయే ముందు, బాక్సింగ్ చూడబోయే ముందు, నృత్యం చేయబోయే ముందు, నడవబోయే ముందు, సిరాలో కలం ముంచబోయే ముందు కూడా అలాగే గ్రేస్ చెబుతాను."

జి.కె. చెస్టర్టన్ (1874-1936)
రచయిత

మనందరము మనం చేసే ప్రతి పనికీ మంచి ఫలితాలు రావాలని కోరుకుంటాము. తను చెయ్యబోయే ప్రతి పనికి ముందుగానే కృతజ్ఞత తెలియచేసి, రచయిత గిల్బర్ట్ కీత్ చెస్టర్టన్ కృతజ్ఞత అనే మ్యాజిక్ ద్వారా మంచి ఫలితాలకు హామీ పొందుతున్నాడు.

మీరు కూడా అనేకసార్లు ఇలా అనుకుని వుంటారు "ఈ పని బాగా జరగాలని ఆశిస్తున్నాను," "ఇది మంచి ఫలితమిస్తే బాగుండును" అట్లా. "నాకీ రోజు అదృష్టం కలిసి రావాలి." ఇవ్వన్నీ మంచి ఫలితాలను ఆశిస్తూ అనుకునే మాటలు కానీ మన జీవితంలో ఏదీ కూడా అదృష్టం వల్లో యాదృచ్ఛికంగానో

జరగదు. ఈ విశ్వ చలనానికి కొన్ని సూత్రాలున్నాయి. వాటికి కూడా కొన్ని లెక్కలున్నాయి. అవ్వన్నీ ఆ లెక్కప్రకారమే జరుగుతాయి. ఈ విషయాన్ని మీరు గుడ్డిగా నమ్మవచ్చు.

పైలెట్ విమానాన్ని నడిపేటప్పుడు "భౌతికశాస్త్రానికి సంబంధించిన సూత్రాలు పనిచేస్తే బాగుండును" అని ఆశించడం వుండదు. అవి ఎప్పుడూ గురి తప్పవని అతనికి తెలుసు. అలాగే మనం భూమ్యాకర్షణశక్తి మనని నేల మీద నిలబడేలా చేస్తుందని మనం గాలిలో తేలియాడమనీ ఆశిస్తూ నిద్రలేవము. అది తప్పకుండా పనిచేస్తుందని మనకి తెలుసు. ఇందులో ఏమీ తేడా లేదు. భూమ్యాకర్షణ శక్తి ఎప్పుడూ పనిచెయ్యడం మానదు.

కనుక మీరు తలపెట్టిన పనులకు అద్భుతమైన ఫలితాలు రావాలంటే ఫలితాలను శాసించే సూత్రాన్ని ఉపయోగించుకోవాలి. అదే ఆకర్షణసూత్రం. అంటే మీరు అద్భుత ఫలితాలను ఆకర్షించే ఆలోచనలు చెయ్యాలి. అటువంటి భావాలు కలిగివుండాలి. అందులో రాబోయే అద్భుత ఫలితాలకు ఇప్పుడే కృతజ్ఞత చూపించడం అనేది చాలా సులువైన పని.

అద్భుతమైన ఫలితాల మ్యాజిక్‌ను అభ్యాసం చెయ్యడమంటే కోరుకున్న ఫలితం అందకముందే అందినట్లు భావించి కృతజ్ఞత తెలియజెయ్యడం. మీ ఉద్యోగానికి సంబంధించిన ఇంటర్వ్యూ గురించి గానీ, మీ ఆఫీసులో జరిగే ముఖ్యమైన సమావేశం గురించి కానీ, మీరు పాల్గొనబోయే క్రీడల గురించి, మీకు రాబోయే ఫోన్ పిలుపు గురించి, మీ స్నేహితులని కలవడం గురించి, మీ అత్తగారితో సత్సంబంధాలు కలిగివుండడం గురించి, ఇట్లా మీరు ఎందులోనయితే అద్భుతమైన ఫలితాలని ఆశిస్తున్నారో వాటన్నిటికీ ముందుగానే కృతజ్ఞత తెలియచెయ్యండి. ఇవే కాదు, మీ రోజువారీ వ్యాయామం గురించి, మీ పెంపుడు జంతువుకు డాక్టర్ అపాయింట్‌మెంట్ గురించో, లేదా మీకే దంతవైద్యుడి అపాయింట్‌మెంట్ గురించో, లేదా మీ ఇంట్లో ప్లంబర్, ఎలక్ట్రీషియన్లతో పనిబడ్డప్పుడో కూడా మీరు ఈ అద్భుత ఫలితాల మ్యాజిక్ అభ్యాసం చెయ్యవచ్చు. మీ కుటుంబంతో వినోదయాత్రకి వెళ్ళడం గురించి గానీ, మీ పిల్లలతో వారి ప్రవర్తన గురించి మాట్లాడడం

కానీ, మీ జీవన భాగస్వామితో మనసు విప్పి మాట్లాడడం గానీ ఏదైనా సరే దాని ఫలితానికి ముందే కృతజ్ఞత చూపడం ద్వారా ఆశించిన ఫలితం సాధించవచ్చు. మీరు కొనాలనుకున్న ఒక వస్తువుకో, అంటే ఒక పుట్టినరోజు బహుమతో, ఒక పెళ్ళి ఉంగరమో, పెళ్ళి దుస్తులో, ఒక కొత్త సెల్‌ఫోన్, ఒక కొత్త తివాచీ, లేదా గుమ్మాలకు తెరలు ఇటువంటివో లేదా మీ ఆఫీసును నవీకరించడమో, ఏదైనా కానీ ఆ పని సక్రమంగా నెరవేరాలంటే దానికి ముందుగానే కృతజ్ఞత చెప్పాలి. మీరు ఒక రెస్టారెంట్‌లో రిజర్వేషన్‌కైనా, ఒక సంగీత కచేరీలో సీట్లు దొరకడానికైనా, మీకు రోజూ వచ్చే ఉత్తరాలకైనా, ఈ సంవత్సరం మీకు రావలసిన పన్ను రీఫండ్‌కైనా ముందస్తు కృతజ్ఞత అద్భుత ఫలితాలనిస్తుంది.

అమోఘమైన ఫలితాల సాధనకు కృతజ్ఞత అనే మ్యాజిక్ శక్తి మీద నమ్మకం వుంటే, మీరు మీ చేతివేళ్ళను అలా గాలిలో ఊపండి. ఊపుతూ మీరు కోరుకున్న విషయంలో అద్భుతమైన ఫలితం రావాలని దాని మీద మ్యాజిక్ ధూళి చల్లుతున్నట్లు ఊహించండి.

మీకేరోజైనా అనుకోని సందర్భం ఏదైనా తటస్థపడినప్పుడు కూడా మీరీ అభ్యాసం చెయ్యవచ్చు. అనుకోని సంఘటనో, సందర్భమో ఎదురైనప్పుడు మనం వెంటనే ఎక్కడో తప్పు జరిగిందని అనుకుంటాం. ఉదాహరణకి మీరు ఆఫీస్‌కి వెళ్ళగానే మీ పై అధికారి మిమ్మల్ని వెంటనే చూడాలంటున్నాడని కబురు వస్తుందనుకోండి. ఎక్కడో ఏదో తప్పు జరిగింది అందుకే ఆయన దగ్గర్నుంచీ కబురొచ్చింది అని వెంటనే అనేసుకోడం వలన వచ్చే సమస్య ఏమిటంటే మీరేమనుకుంటున్నారో అదే మిమ్మల్ని ఆకర్షిస్తుంది. అదే నిజం అవుతుంది. అందుకని మీకేదో సమస్య రాబోతోందని త్వరపడి ఒక అభిప్రాయానికి రాకుండా, ఆ అవకాశాన్ని సానుకూలంగా మార్చుకునే పద్ధతి చూడండి. అంటే మీ పై అధికారితో జరగబోయే సమావేశం యొక్క ఫలితం అద్భుతంగా వుండాలని ముందే దానికి కృతజ్ఞత చెప్పండి.

మీ ఆఫీస్‌కి వెళ్ళే ట్రెయినో, బస్సో, విమానమో తప్పిపోయిందనుకోండి, లేదా ఆలస్యం అయిందనుకోండి, "అయ్యో! ఇదేం బాగాలేదు" అనుకోకుండా దానివల్ల వచ్చే ఫలితం కూడా అద్భుతంగా వుండాలని మీ మ్యాజిక్ మంత్రమైన కృతజ్ఞతను ఉపయోగించండి.

అనుకోకుండా మీ పిల్లల గురించి మాట్లాడ్డానికి మీ పిల్లల స్కూల్లో మిమ్మల్నొక మీటింగ్‌కి పిలిచారనుకోండి, వాళ్ళతో ఏదో సమస్య వచ్చివుంటుందని అనుకోకుండా, రాబోయే అమోఘమైన ఫలితానికి ముందే కృతజ్ఞత చెప్పుకోండి. మీరు ఊహించని ఒక ఇ-మెయిలో, ఉత్తరమో, ఫోన్‌కాలో వచ్చిందనుకోండి, మీ మనసులో ఒక సందేహపు మెరుపు మెరుస్తుంది "ఏమైంది? ఏం జరగబోతోంది?" అని ఆ ఉత్తరాన్ని విప్పబోయేముందో, ఆ మెయిలు చదవబోయే ముందో, ఆ ఫోన్ ఎత్తబోయే ముందో రాబోయే అద్భుతమైన ఫలితానికి ముందే కృతజ్ఞత చెప్పండి.

చాలాసార్లు మీరు ఆశించిన అద్భుతమైన ఫలితం మీకు అందుతుంది. అనుకోని కొన్ని సంఘటనల వలనా, కొన్ని సందర్భాల వలనా మీకు ఒనకూడే లాభాన్ని మీరు తెలుసుకోలేరు కూడా. కానీ మీరొక అమోఘమైన ఫలితాన్ని ఆశించి మనసారా దానికి కృతజ్ఞత ప్రకటిస్తే, మీరు ఆకర్షణ సూత్రాన్ని ప్రయోగిస్తున్నారన్న మాట. ఆకర్షణ సూత్రం ఒక గణిత సూత్రం లాంటిది. అది ఎప్పటికీ తప్పదు. అందువలన మీకు ఎప్పుడో ఒకప్పుడు ఏదో ఒక సందర్భంలో తప్పకుండా గొప్ప ఫలితాలు అందుతాయి, సందేహం లేదు.

ఎప్పుడైనా మీ జీవితంలో ఒక యాదృచ్ఛికత సంభవించినట్లు గానీ లేదా పరిస్థితులపై మీకు అదుపు లేనట్లు గానీ అనిపిస్తేనో, లేదా మీరు చేసే పనేదైనా చక్కగా ముగుస్తుందని ఆశిస్తేనో, ఒకటి గుర్తుంచుకోండి ఆకర్షణ సిద్ధాంతం విషయంలో యాదృచ్ఛికత అనేది వుండదు. మీరు దేన్ని గురించైతే ఆలోచిస్తున్నారో దేన్నైతే ఆశిస్తున్నారో అది మీకు తప్పకుండా దక్కుతుంది. మీకు అవసరంలేని దాన్ని మీవైపు ఆకర్షింపబడకుండా కృతజ్ఞత మిమ్మల్ని కాపాడుతుంది. చెడు ఫలితాలు రాకుండా కాపాడుతుంది. అంతేకాదు మీరు కోరుకునే అమోఘమైన ఫలితాలు మీకు దక్కేలా హామీ ఇస్తుంది కూడా.

మీరు మీకు రాబోయే అమోఘమైన ఫలితాల పట్ల ముందుగానే కృతజ్ఞత ప్రకటించడం చేస్తున్నారంటే మీరొక విశ్వజనీన సూత్రాన్ని అమలుపరుస్తున్నారన్న మాట. యాదృచ్ఛికతను "నిశ్చితి"గా

మారుస్తున్నారన్నమాట. కృతజ్ఞత మీ జీవన విధానం అయినప్పుడు మీరు ప్రతి పనినీ కృతజ్ఞతాభావంతోనే చేస్తూ వుంటారు. కృతజ్ఞత అనే మ్యాజిక్ మీకు అమోఘమైన ఫలితాలనిస్తుందని మీకు తెలుసు.

ఈ అమోఘమైన ఫలితాల మ్యాజిక్‌ను మీరు అభ్యాసం చేసినకొద్దీ మీ జీవితంలోకి అటువంటి మరిన్ని ఫలితాలను మీరు ఆకర్షించుకుంటారు. మీకు అయిష్టమైన సందర్భాలు తగ్గిపోతూ వుంటాయి. మీరు అక్కర్లేని సమయంలో అక్కర్లేని చోట వుండే పరిస్థితి రాదు. మీ దినచర్యలో ఏం జరిగినా చివరికి మీకు మంచి ఫలితమే వస్తుందని మీకు నిశ్చయంగా తెలుస్తుంది.

ఈ రోజు ప్రారంభం కాగానే మీరు అమోఘమైన ఫలితాలు కనపరచాలనే సందర్భాలను ఎంచుకోండి. ప్రస్తుతం మీకు అతిముఖ్యమైన మూడు విషయాలను ఎంచుకోవచ్చు. ఉద్యోగపు ఇంటర్వ్యూ కావచ్చు, ఒక పరీక్షకు కూచోడం కావచ్చు, ఒక అప్పు కోసం చేసుకునే దరఖాస్తు కావచ్చు లేదా డాక్టర్ అపాయింట్‌మెంట్ కావచ్చు, లేదా అతిసాధారణమైన ఏమాత్రం ఉత్సాహంలేని విషయాలను కూడా ఎంచుకోవచ్చు. వాటికి కృతజ్ఞత మ్యాజిక్ సంభవించినప్పుడే వాటిలోనుంచే మీకు అద్భుతమైన ఫలితాలు రావచ్చు. ఉదాహరణకి ఆఫీస్‌కి డ్రైవ్ చేసుకుంటూ పోవడం లేదా బట్టలు ఇస్త్రీ చెయ్యడం, బ్యాంక్‌కో, పోస్ట్ ఆఫీస్‌కో పోవడం, బిల్లులు కట్టడం, పిల్లల్ని స్కూల్ నుంచీ తెచ్చుకోడం ఇట్లాంటి మామూలు పనులు! ఇవి కూడా అద్భుతంగా జరిగిపోతాయి.

అమోఘమైన ఫలితాల కోసం మీరు ఎంచుకున్న మూడు విషయాలను జాబితా వ్రాయండి. వ్రాస్తున్నప్పుడు కృతజ్ఞత యొక్క మ్యాజిక్ శక్తిని ఉపయోగించండి. అది అద్భుతంగా జరిగిపోయాక వ్రాస్తున్నట్లు ఊహించుకుని ఇట్లా వ్రాయండి:

నాకు __________ ఇందులో అమోఘమైన ఫలితం వచ్చినందుకు కృతజ్ఞతలు!

ఈ మ్యాజిక్ అభ్యాసంలో మీరు చెయ్యవలసిన రెండవ పని ఈ రోజు సంభవించిన మూడు ఊహించని విషయాలను ఎంచుకోడం. వాటిపై కృతజ్ఞత యొక్క మ్యాజిక్ శక్తిని ఉపయోగించి అద్భుతమైన ఫలితాలను సాధించడం. ఈ అభ్యాసాన్ని మీరు మూడు ఫోన్‌కాల్స్ అందుకునేముందు చెయ్యండి. లేదా మూడు మెయిల్స్ తెరిచేముందు చెయ్యండి. లేదా మూడు ఉత్తరాలు చదివేముందు చెయ్యండి. లేదా ఈ రోజు మీరు అనుకోకుండా చెయ్యవలసి వచ్చిన ఒక పనిచేసేముందు చెయ్యండి. ఇది మీరు ఎంచుకోవలసిన మూడు అనుకోకుండా ఎదురైన చిన్నచిన్న సందర్భాలంత వివరమైనది కాదు. మీరు ఊహించని, ఎదురుచూడని సందర్భం ఎదురైన ప్రతిసారీ కళ్ళు మూసుకుని ఈ మ్యాజిక్ మాటల్ని హృదయపూర్వకంగా అనండి.

అనుకోని ___________ పనికి వచ్చిన అమోఘమైన ఫలితానికి కృతజ్ఞతలు!

ఈ మ్యాజిక్ అభ్యాసాన్ని మీరు ఎక్కువగా చెయ్యలేరు. ఎందుకంటే మీరీ మ్యాజిక్ అభ్యాసం చేసిన కొద్దీ మీ జీవితంలోకి అమోఘమైన ఫలితాలు వాటంతటవే వచ్చి పడతాయి. అయితే దీన్ని ఈ రోజు అభ్యాసం చెయ్యడం వలన మీకు దీని గురించి ఒక అవగాహన కలుగుతుంది. అంతేకాదు భవిష్యత్తులో మీరు ఏదైనా ఒక విషయంలో మంచి ఫలితం కోసం కోరుకుంటున్నప్పుడో లేదా మీకు అదృష్టం కావాలని అనుకున్నప్పుడో మీరు వెంటనే కృతజ్ఞత యొక్క మ్యాజిక్ శక్తిని ఉపయోగించుకుంటారు. అమోఘమైన ఫలితాలు ఖచ్చితంగానే రప్పించుకుంటారు.

మ్యాజిక్ అభ్యాసం 21

అమోఘమైన ఫలితాలు

1. మీ అదృష్టాలను గుర్తుతెచ్చుకోండి. ఒక పది అదృష్టాలను జాబితా వెయ్యండి. వాటికి మీరెందుకు కృతజ్ఞతాబద్ధులో వ్రాయండి. ఆ జాబితాను మరొక్కసారి చదవండి. ప్రతి అదృష్టం చివరా థాంక్యూ అని మూడుసార్లు అనండి. ప్రతి అదృష్టాన్ని తలచుకొని వీలైనంత కృతజ్ఞతాభావాన్ని వెలిబుచ్చండి.

2. ఈ రోజు ప్రారంభంలోనే మీకు అమోఘమైన ఫలితాలు కావాలనుకునే ముఖ్యమైన **మూడు** విషయాలను ఎంచుకోండి.

3. ఈ మూడింటి జాబితా వ్రాసుకోండి. వాటికి అప్పుడే అద్భుతమైన ఫలితాలు వచ్చినట్లు భావిస్తూ ఇలా అనండి : ఈ పని ____________ *అద్భుతంగా నెరవేరినందుకు కృతజ్ఞతలు!*

4. మీ దినచర్యలో భాగంగా మీకు తటస్థపడిన **మూడు** ఊహించని సందర్భాలను గుర్తించి వాటికి మంచి ఫలితాలు వచ్చినట్టు భావించి ముందే కృతజ్ఞత ప్రకటించండి. ప్రతిసారీ కళ్ళు మూసుకుని *ఈ ____________ సందర్భంలో అమోఘమైన ఫలితం వచ్చినందుకు కృతజ్ఞతలు!* అని నిజాయితీగా మనసారా అనండి.

5. ఈ రోజు మీరు నిద్రకి ఉపక్రమించబోయే ముందు, మీ మ్యాజిక్ శిలను గుప్పిట్లో వుంచుకుని మీ మ్యాజిక్ మంత్రాన్ని ఇలా అనండి. ఈ రోజు జరిగిన *అతిమంచి* విషయానికి *థాంక్యూ.*

22వ రోజు

మీ కళ్ళముందే

"మన విజ్ఞానశాస్త్రం ఎన్ని పరిశోధనలు చేసి ఎంత సాధించినా, ఇంకా ఈ ప్రపంచం మనకొక అద్భుతమే, గూఢమైనదే, ఆశ్చర్యకరమైనదే. దాన్ని గురించి ఆలోచించేవారికి ఇంకా అది ఒక అద్భుతమే."

థామస్ కార్లైల్ (1795-1881)
రచయిత, చరిత్రకారుడు

ఏడు సంవత్సరాల క్రిందట నేను రహస్యాన్నీ కృతజ్ఞత యొక్క మ్యాజిక్ శక్తినీ కనుక్కున్నాక, నేను నా కోరికలన్నింటి జాబితా ఒకటి తయారుచేశాను. చాలా పెద్ద జాబితా! అప్పట్లో నా కోరికలు తీరే మార్గం ఏదీ కనపడలేదు. అయినా నేను నాకు చాలా ముఖ్యమైన పది కోరికల జాబితా వ్రాసుకుని ఎప్పుడూ నాతో వుంచుకునేదాన్ని. అవకాశం వచ్చినప్పుడల్లా ఆ కాగితం తీసి చదువుకుంటూ వుండేదాన్ని. ఆ కోరికలు తీరినట్టే భావించుకుంటూ వాటికి వీలైనంత కృతజ్ఞత చెప్పేదాన్ని. అన్నింటికన్నా ముఖ్యమైన కోరిక అంటే నా మొదటి ముఖ్యమైన కోరికను ఎప్పుడూ నా మనసులోనే వుంచుకునేదాన్ని. దానికి రోజుకి చాలాసార్లు నా మ్యాజిక్ మాట "థాంక్యూ" చెప్పుకుంటూ వుండేదాన్ని. అది తీరినట్లే భావించుకుంటూ వుండేదాన్ని. నా జాబితాలోని కోరికలు ఒకదాని వెంట ఒకటి గమ్మత్తుగా నా కళ్ళముందే తీరేవి. ఒక్కొక్క

కోరికా తీరిన వెంటనే దానిని జాబితానుంచీ తొలగించేదాన్ని. కొత్త కోరికలు కలిగినప్పుడు వాటిని జాబితాలో చేర్చేదాన్ని.

నా పెద్ద జాబితాలోని కోరికల్లో ఒకటి టహీటీలోని బోరాబోరా సందర్శించడం. బోరాబోరాలో ఒక వారం చాలా ఆనందంగా గడిపాక మరొక మంచి విషయం జరిగింది. నేను టహీటి నుంచీ ఇంటికి విమానంలో తిరిగి వస్తూండగా అది ఒకచోట ప్రయాణీకులను ఎక్కించుకోడానికి ఆగింది. విమానం చాలా ఖాళీగా వుంది అప్పటికి. కానీ అక్కడ స్థానికంగా వుండే టహీటీ వారితో నిండిపోయింది. దాంతో నవ్వులతో మాటలతో ఒక చక్కని వాతావరణం నాచుట్టూ గుబాళించింది.

నేను ఈ అందమైన వ్యక్తులతో నా స్వల్పకాల ప్రయాణాన్ని చాలా ఆస్వాదించాను. వాళ్ళు అంత ఆనందంగా నవ్వుతూ వుండడానికి కారణం కూడా నాకు అర్థమైంది. వాళ్ళు కృతజ్ఞులై వున్నారు ఇలా జీవించి వున్నందుకు, విమానంలో ప్రయాణం చేస్తున్నందుకు, అంతా కలిసి వున్నందుకు, ఫలానా ప్రదేశానికి వెడుతున్నందుకు, ఇట్లా ఒకదానికేమిటి, అన్నింటికీ వాళ్ల మనసు కృతజ్ఞతతో నిండి వున్నది. వాళ్లతోపాటు ప్రపంచం చుట్టివచ్చేద్దామా అనిపించింది. అప్పుడు అంతా బాగుంది. వాళ్లతో కలిసి ప్రయాణం చెయ్యడం! అప్పుడు నాకు అర్థం అయింది నా జాబితాలో చివరి కోరిక ఇప్పుడే నా కళ్ళముందే తీరిందని. నా అసలు పెద్ద జాబితాలో బోరాబోరా సందర్శన చివరిది. అయితే నేనీ విమానంలోనే ప్రయాణం చెయ్యడానికీ దాన్ని అంతగా ఆస్వాదించడానికి కారణం నాలోని కృతజ్ఞతాభావమే!

మీలో ఒక స్ఫూర్తిని కలిగించడానికి ఈ విషయం మీతో పంచుకుంటున్నాను. ఎందుకంటే మీ కోరికలు ఎంత పెద్దవైనా అవి మీలో వుండే కృతజ్ఞతాభావంతో తప్పకుండా తీరతాయి. అంతేకాదు కృతజ్ఞతాభావం మీ జీవితంలోకి మీరెన్నడూ ఎరగనంత సంతోషాన్ని తీసుకువస్తుంది. ఆ సంతోషం విలువ కట్టలేనిది. నా కోరికల జాబితా వ్రాసుకుని కృతజ్ఞత యొక్క

మ్యాజిక్ శక్తితోనూ, ఆకర్షణ సూత్రం సహాయంతోనూ నా చివరి కోరిక వరకూ కూడా తీర్చుకోడానికి నాలుగేళ్ళు పట్టింది. ఈ కాలవ్యవధిలో నా కోరికలన్నీ ఎలా తీరాయో మీకు వివరిస్తాను. నేను నా కోరికల జాబితా తయారుచేసుకున్నప్పుడు నా కంపెనీకి రెండు మిలియన్ డాలర్ల అప్పు వున్నది. కంపెనీ మూసివెయ్యడానికి రెండు నెలలు మాత్రమే వ్యవధి వుంది. నా ఇల్లూ, ఇంకా మిగిలిన ఆస్తి ఏమైనా వుంటే అదీ అన్నీ అప్పులకింద పోయే పరిస్థితి. నా క్రెడిట్ కార్డుల మీద వున్నది కూడ చాలా స్వల్ప మొత్తం. అయినప్పటికీ నా కోరికల జాబితాలో నేను వ్రాసుకున్నది సముద్రానికి అభిముఖంగా వుండే ఒక పెద్ద ఇల్లు కావాలనీ, తరువాత ప్రపంచంలోని అద్భుతమైన ప్రదేశాలు చూడాలనీ, నా అప్పులన్నీ తీర్చుకోవాలనీ, నా కంపెనీని విస్తృతపరచాలనీ, నా సంబంధబాంధవ్యాలన్నీ మెరుగుపర్చుకోవాలనీ, నా కుటుంబ సభ్యులందరి జీవన నాణ్యత పెరగాలనీ, అంతా సంపూర్ణారోగ్యంతో వుండాలనీ, జీవితమంతా శక్తివంతంగా ఉత్సాహంగా వుండాలనీ, ఇంకా కొన్ని వస్తువులు కొనుక్కోవాలనీ వ్రాసుకున్నాను. నా అతిముఖ్యమైన కోరిక నా కృషి ద్వారా కోట్ల మందికి ఆనందం కలుగచెయ్యాలనేది అత్యంత ఆనందమైనదిగా కనపడింది నా చుట్టూ వాళ్ళకి.

అయితే నా **మొదటిదీ** ముఖ్యమైనదీ అయిన కోరిక కోట్లాదిమందికి ఆనందం కలుగచెయ్యడమనేది ముందుగానే నెరవేరింది. తరువాత ఒక్కొక్కటే గమ్మత్తుగా దాన్ని అనుసరించాయి. అన్నీ నా కళ్ళ ముందే నెరవేరుతూ వుంటే ఒక్కొక్కదాన్నే జాబితానుంచీ తొలగిస్తూ వచ్చాను.

కనుక మీ కోరికలు మీ కళ్ళముందే సాకారమవడానికి కృతజ్ఞత యొక్క మ్యాజిక్ శక్తిని ఉపయోగించుకోవడం ఇప్పుడు మీవంతు. ఈ రోజు ప్రారంభం కాగానే మీ అతిముఖ్యమైన కోరికలు పదింటిని కాగితం మీద వ్రాసుకోండి. ప్రతి వాక్యాన్ని చక్కగా చదవండి. ఒక్క నిమిషం ఆ కోరిక నెరవేరినట్టే

ఊహించండి. కోరిక నెరవేరినప్పుడు ఎంత కృతజ్ఞత ప్రకటిస్తారో అంత కృతజ్ఞతనీ మనసారా ప్రకటించండి.

మీ కోరికల జాబితాని మీతో పెట్టుకోండి. కనీసం రోజుకి రెండుసార్లయినా దాన్ని తీసి చదవండి. ప్రతి కోరికనీ విడివిడిగా చదివి ప్రతిదానికీ అది తీరినట్లే భావిస్తూ వీలైనంత కృతజ్ఞత చెప్పండి.

మీ కోరికలు మరింత త్వరగా తీరేందుకు నేనొక సలహా ఇస్తాను. ఈ జాబితాను ఈ రోజునుంచీ మీ పర్సులో పెట్టుకోండి. వీలైనప్పుడల్లా దాన్ని చదివి ప్రతి కోరికకూ వీలైనంత కృతజ్ఞత చెప్పండి. మీ కళ్లముందే అవి తీరినప్పుడు జాబితానుంచీ వాటిని తొలగించండి. మరిన్ని కొత్త కోరికలు చేర్చండి. మీరు కూడా నాలాంటివారైతే మీ కోరికలు సాకారమైనప్పుడల్లా మీ కళ్ళు ఆనందంతో వర్షిస్తాయి. ఎందుకంటే ఏది అసాధ్యమూ, అసంభవమూ అనుకున్నారో అది మీ కళ్ళముందే సులభసాధ్యమైంది, కృతజ్ఞత అనే మ్యాజిక్ శక్తితో!

మ్యాజిక్ అభ్యాసం 22

మీ కళ్ళముందే

1. మీ అదృష్టాలను గుర్తుతెచ్చుకోండి. ఒక పది అదృష్టాలను జాబితా వెయ్యండి. వాటికి మీరెందుకు కృతజ్ఞతాబద్ధులో వ్రాయండి. ఆ జాబితాను మరొక్కసారి చదవండి. ప్రతి అదృష్టం చివరా థాంక్యూ అని మూడుసార్లు అనండి. ప్రతి అదృష్టాన్ని తలచుకొని వీలైనంత కృతజ్ఞతాభావాన్ని వెలిబుచ్చండి.

2. రోజు ప్రారంభంలోనే మీకు అతిముఖ్యమైన పది కోరికల జాబితా కాగితం మీద వ్రాసిపెట్టుకోండి.

3. ప్రతి వాక్యాన్ని, ప్రతి కోరికనీ జాగ్రత్తగా చదివి ఒక్క నిమిషం అది సాకారమైపోయినట్లే భావించి వీలైనంత కృతజ్ఞత ప్రకటించండి. నిజాయితీతో ప్రకటించండి.

4. ఈ రోజు మీరెక్కడికి వెళ్ళినా ఈ జాబితా మీవెంట తీసుకువెళ్ళండి. కనీసం రెండుసార్లయినా వీలుచేసుకుని ఆ జాబితా చదవండి. చదివి కృతజ్ఞత ప్రకటించండి.

5. ఈ రోజు మీరు నిద్రకి ఉపక్రమించబోయే ముందు, మీ మ్యాజిక్ శిలను గుప్పిట్లో వుంచుకుని మీ మ్యాజిక్ మంత్రాన్ని ఇలా అనండి. ఈ రోజు జరిగిన అతిమంచి విషయానికి థాంక్యూ.

23వ రోజు

మీరు శ్వాసించే మ్యాజిక్ గాలి

"ప్రత్యూష పవనాల పలకరింపులతో ఉదయపు నడకకు
బయలుదేరి మీరు మరో కొత్త మనిషిలా రూపొంది
మంత్రముగ్ధుల్లా ఇంటికి తిరిగిరావడం ఎల్లప్పుడూ సంభవమే!"

మేరీ ఎల్లెన్ చేజ్ (1887-1973)
విద్యావేత్త, రచయిత

కొన్నేళ్ళ కిందట ఎవరైనా నాతో మనం పీల్చే గాలికి కూడా మనం కృతజ్ఞులమై వుండాలని చెబితే వాళ్ళకి మతిలేదని అనుకునేదాన్నేమో నేను! అది నాకు చాలా అర్థంలేని విషయంగా అనిపించి వుండేది. మనం పీల్చే గాలికి కృతజ్ఞత చెప్పడం అంత అవసరమా? అనుకునేదాన్నేమో!

అయితే కృతజ్ఞతాభావం వలన నా జీవితం మారుతున్న కొద్దీ నేను నా హక్కుగా భావించినవీ, పట్టించుకోనివీ అయిన కొన్ని విషయాలు నాకు అద్భుతంగా కనపడసాగాయి. నా చిన్న ప్రపంచంలోని సాధారణ విషయాలనుంచీ అనంత విశ్వంలోని అనేక విషయాలవైపు చూపు సారించాను.

గొప్ప శాస్త్రజ్ఞుడైన న్యూటన్ ఏమంటాడంటే "సౌరమండల వ్యవస్థను పరిశీలించినప్పుడు నాకేమనిపిస్తుందంటే, భూమి సూర్యుడి నుంచీ తనకు సరిపడినంత వెలుగునీ, వేడినీ అందుకోడానికి అవసరమైనంత దూరంలోనే వుందని, ఇట్లా వుండడం యాదృచ్ఛికం ఏమాత్రం కాదనీ."

ఈ మాటలు నన్ను నా దైనందిన విషయాలను కాక ప్రపంచంలోకి విస్తృతంగా చూపు సారించడం నేర్పాయి. మన చుట్టూ ఒక రక్షణవ్యవస్థలాంటి వాతావరణం వుందనీ, దానికి అవతల గాలి కానీ, ప్రాణవాయువు కానీ వుండవని తెలుసుకున్నాను. చెట్లు మన వాతావరణానికి నిరంతరం ప్రాణవాయువుని సరఫరా చేస్తూ, మనని కాపాడుతూ వుండడం కూడా యాదృచ్ఛికమేమీ కాదు. మన సౌరమండల వ్యవస్థ లోపరహితంగా, సంపూర్ణంగా వుండడం కూడా యాదృచ్ఛికం కాదు. అట్లా లేకపోతే రేడియేషన్ వలన మనం ధ్వంసమైపోయేవాళ్లం. ఈ భూమి మీద మన జీవితాన్ని కాపాడే ఎన్నో పరిమితులూ, విస్తృతులూ వున్నాయి. అన్నీ కూడా కత్తిమొన మీద వున్నట్లుంటాయి. వీటిని అట్లా వుంచడం అనేది చాలా క్లిష్టమైనది. ఏ కాస్త తేడా వచ్చినా ఈ గ్రహం మీద మన బ్రతుకు దుర్భరం అవుతుంది. ఇవ్వన్నీ కూడ ఒక పద్ధతి ప్రకారం కాకుండా యాదృచ్ఛికంగా ఏర్పడ్డాయంటే నమ్మలేము. ఇవ్వన్నీ మనకోసం లోపరహితంగా రూపొందించబడి, లోపరహితంగా అమర్చబడి సరైన సమతూకంలో వున్నాయి మనకోసం!

ఇవ్వన్నీ కూడా ఏదో యాదృచ్ఛికంగా కాక ఒక పద్ధతి ప్రకారం ఏర్పడ్డాయనీ ఈ భూమి చుట్టూ వుండే ప్రతి సూక్ష్మ విషయమూ సమతూకంలో వుండి మనని కాపాడుతున్నాయనే అవగాహన రాగానే మన మనస్సు కృతజ్ఞతతో తలమునకలైపోతుంది. ఎందుకంటే ఈ ఏర్పాటంతా కూడా మనం నిలిచి బ్రతకడానికేననే గుర్తింపది!

అట్లాగే మనం పీల్చే గాలి కూడా అనుకోకుండానే యథాలాపంగానో వీస్తున్నది కాదు. మనకి ప్రాణదాత అయిన ఈ గాలి వీచడానికి విశ్వంలో జరుగుతున్న గొప్ప ఏర్పాటు గురించి తెలుసుకుంటే చాలా ఆశ్చర్యపోతారు మీరు.

ఒకసారి గాలిపీల్చి అలా మీ శరీరంలోకి గాలిని పంపించడం అనేది నిజంగానే చాలా ఆశ్చర్యజనకంగా వుంటుంది.

మనం నిరవధికంగా శ్వాస తీసుకుంటూనే వుంటాము. కానీ ఒక్కసారి కూడా మనకి ఎట్లా నిరంతరం గాలి అందుతోంది అని ఆలోచించము. కానీ మన శరీరంలో ప్రాణవాయువు అధికంగా వుంటుంది. మనం గాలి పీల్చినప్పుడు అది మన శరీరంలోని ప్రతి జీవకణంలోకీ ప్రవేశించి, మనం జీవించి వుండేలా చేస్తుంది. అంటే మనకి ప్రాణం పోస్తుందన్నమాట. అందుకే తెలుగులో దాన్ని ప్రాణవాయువు అన్నారు. మనకి ప్రకృతి ఇచ్చిన అతివిలువైన కానుక గాలి. అది లేకపోతే పుట్టి ఏ రెండు నిమిషాలలోనో మన శ్వాస శాశ్వతంగా ఆగిపోయేది.

నేను కృతజ్ఞత యొక్క మ్యాజిక్ శక్తిని ఉపయోగించుకోవడం ప్రారంభించినప్పుడు దానిని అనేక వ్యక్తిగతమైన విషయాలకోసం ఉపయోగించేదాన్ని. అది పనిచేసింది. అయితే నాకు మన జీవితానికి నిజమైన కానుకలేమిటో అర్థమైనాక నాకు కృతజ్ఞత యొక్క అసలైన శక్తి ఏమిటో తెలిసింది. అది నాకు అనుభవమైంది. సూర్యోదయ సూర్యాస్తమయాలు, చెట్లు, సముద్రాలు, గడ్డిపై మెరిసే మంచుబిందువులు, నా జీవితం, అందలి వ్యక్తులు వీటన్నింటిపై నాకు కృతజ్ఞతాభావం పెంపొందాక, నేను కోరుకున్న ప్రతి వస్తువూ నన్ను వెతుక్కుంటూ వచ్చింది. అట్లా ఎందుకు జరిగిందో ఇప్పుడు నాకు తెలిసింది. మనం పీల్చే గాలి వంటి ప్రకృతిపరమైన విలువైన కానుకలకు కృతజ్ఞులమై వుంటే మనలో కృతజ్ఞతాభావం హృదయపు లోతులలోకి చేరిందని అర్థం. అటువంటి కృతజ్ఞతాభావం మనకు అనుకున్నవన్నీ అందిస్తుంది.

ఈ రోజు ఒక్కసారి స్థిమితంగా మనం పీల్చే ఈ మహిమాన్వితమైన గాలి గురించి ఆలోచించండి. ఒక అయిదుసార్లు ప్రయత్నపూర్వకంగా శ్వాస పీల్చండి. ఆ గాలి మీ శరీరంలో చేసే కదలికను గమనించండి. మళ్లీ దాన్ని విడిచిపెడుతూ ఆ ఆనందాన్ని అనుభవించండి. ఈ రోజు అప్పుడప్పుడూ అయిదుసార్లు ఇలా గాలి పీల్చి వదలండి. ప్రతి అయిదు ఉచ్ఛ్వాస నిశ్వాసాలకీ

ఒకసారి మీ మ్యాజిక్ మాట "నేను పీల్చే ఈ మహిమాన్వితమైన *గాలికి కృతజ్ఞతలు*" అనండి. మీరు పీల్చే ఈ అత్యంత విలువైన ప్రాణదాత అయిన గాలికి హృదయపూర్వకంగా అత్యంత నిజాయితీతో కృతజ్ఞత చెప్పండి.

ఈ అభ్యాసం మీరు ఇంటిలోపల కాక, ఆరుబయట చేస్తే ఉత్తమంగా వుంటుంది. ఎందుకంటే ఆరుబయట తాజా గాలిలోని గొప్పతనాన్ని మీరు ఆస్వాదించవచ్చు. అట్లా కుదరకపోతే ఇంట్లోనే చెయ్యండి. మీరు అయిదుసార్లు గాలి పీల్చే అభ్యాసం చేసేటప్పుడు కళ్ళు మూసుకోనూ వచ్చు లేదా తెరిచి వుంచుకోవచ్చు. మీరు నడుస్తూనో, క్యూలో నిలబడ్డప్పుడో, షాపింగ్‌కి వెళ్ళినప్పుడో, ఎప్పుడైనా ఎక్కడైనా వీలుని బట్టి ఈ అభ్యాసం చెయ్యవచ్చు. ఇందులో ముఖ్యమన విషయం ఏమిటంటే యాంత్రికంగా కాకుండా ప్రయత్నపూర్వకంగా గాలి పీల్చి వదలడం ఎలా వుంటుందో శరీరంలో కదలికలు ఎలా వుంటాయో మీకు అనుభూతమౌతుంది. అభ్యాసం చేసేటప్పుడు కూడా మీరు మామూలుగా ఎలా గాలి పీలుస్తారో అలాగే పీల్చండి, గట్టిగానో, నెమ్మదిగానో కాదు. ఈ అభ్యాసం శ్వాసకి సంబంధించింది కాదని మీకు తెలుసు. ఇది కృతజ్ఞతకి సంబంధించింది. ఒక దీర్ఘశ్వాస తీయడం వలన మీలో మరింత కృతజ్ఞత జనిస్తుందనుకుంటే అలాగ చెయ్యండి. గాలి వదిలేటప్పుడు మనసులో "థాంక్యూ" అనాలనుకుంటే అలాగే చెయ్యండి. మీరు కావాలనుకుంటే ముందుముందు ఈ అభ్యాసాన్ని వేరే విధంగా కూడా చెయ్యవచ్చు. గాలి పీల్చేటప్పుడు మీరు ప్రతి శ్వాసతోనూ మీలో కృతజ్ఞతను కూడా నింపుకుంటున్నట్లు భావించవచ్చు.

ఒక వ్యక్తికి తను పీలుస్తున్న గాలిపట్ల వుండే కృతజ్ఞత శిఖరాగ్రానికి చేరినట్లైతే ఆ కృతజ్ఞత యొక్క శక్తి కూడా కొత్త స్థాయికి ఎదుగుతుంది. అటువంటివారు నిజమైన రసవాదులు. వారు తమ జీవితంలో పట్టిందల్లా బంగారం అవుతుందని ప్రాచీనులు అనేవారు.

మ్యాజిక్ అభ్యాసం 23

మీరు శ్వాసించే మ్యాజిక్ గాలి

1. మీ అదృష్టాలను గుర్తుతెచ్చుకోండి. ఒక పది అదృష్టాలను జాబితా వెయ్యండి. వాటికి మీరెందుకు కృతజ్ఞతాబద్ధులో వ్రాయండి. ఆ జాబితాను మరొక్కసారి చదవండి. ప్రతి అదృష్టం చివరా థాంక్యూ అని మూడుసార్లు అనండి. ప్రతి అదృష్టాన్ని తలచుకొని వీలైనంత కృతజ్ఞతాభావాన్ని వెలిబుచ్చండి.

2. ఈ రోజు కాస్త స్థిమితంగా ఒక **అయిదు**సార్లు మీరు పీలుస్తున్న మహిమాన్వితమైన గాలిని గురించి తలుచుకోండి. ప్రయత్నపూర్వకంగా **అయిదు**సార్లు గట్టిగా గాలిపీల్చి వదలండి. మీ శరీరంలో ఆ గాలి కదలికలను అనుభూతించండి. దాన్ని వదిలేటప్పటి ఆనందాన్ని కూడా ఆస్వాదించండి.

3. అయిదుసార్లు గాలి పీల్చి వదిలిన తరువాత *"నేను పీల్చిన ఈ మహిమాన్వితమైన గాలికి కృతజ్ఞతలు"* అనుకోండి. ప్రాణదాత అయిన ఈ అమూల్యమైన గాలికి వీలైనంత కృతజ్ఞత ప్రకటించండి.

4. ఈ రోజు మీరు నిద్రకి ఉపక్రమించబోయే ముందు, మీ మ్యాజిక్ శిలను గుప్పిట్లో వుంచుకుని మీ మ్యాజిక్ మంత్రాన్ని ఇలా అనండి. ఈ రోజు జరిగిన అతిమంచి విషయానికి థాంక్యూ.

24వ రోజు

మంత్రదండం

మీకెప్పుడైనా ఇట్లా అనిపించిందా? మీ చేతిలో ఒక మంత్రదండం వుంటే దాన్నొకసారి అలా ఝళిపించి మీకిష్టమైన వారికి సాయం చేయొచ్చని? అయితే ఇవ్వాల్టి మన మ్యాజిక్ అభ్యాసం జీవితంలో అలాంటి మంత్రదండం ఉపయోగించి మీకిష్టమైనవారికి ఎలా సాయం చేయొచ్చో చెబుతుంది.

మీరు ఎంతో ప్రేమగా నిజాయితీగా ఇతరులెవరికైనా మీ దగ్గరున్న అసాధారణ శక్తితో సాయం చెయ్యాలనుకుంటే, ఆ శక్తిని కృతజ్ఞతాభావంతో మేళవించి ఆ వ్యక్తివైపు పంపిస్తే నిజంగా అది ఒక మంత్రదండంలాగే పనిచేస్తుంది. మీకు ప్రేమాస్పదులైన ఆ వ్యక్తులకు మీరు అలా సాయం చెయ్యవచ్చు.

మీ శ్రద్ధ ఎక్కడుంటుందో అక్కడికి శక్తి ప్రవహిస్తుంది. అందుకని మీరు కృతజ్ఞతా శక్తిని అవసరంలో వున్న వారివైపు నడిపిస్తే అది అక్కడికే ప్రవహిస్తుంది. అందువల్లనే తనుచేసే ప్రతి అద్భుతం ముందు జీసస్ "థాంక్ యూ" అనేవాడు. కృతజ్ఞత అనేది మన కంటికి కనిపించని గొప్ప శక్తి. దానిని మీ కోరికతో కలిపినప్పుడు అది నిజంగా ఒక మంత్రదండం వలెనే పనిచేస్తుంది.

> *"ఏదో ఒక మంత్రదండంకోసం ఎదురుచూసేవారికి తామే ఆ మంత్రదండాలమని తెలియదు."*
>
> థామస్ లెనార్డ్ (1955-2003)
>
> వ్యక్తిత్వ వికాస శిక్షకుడు

మీ కుటుంబసభ్యునికో, స్నేహితునికో, లేదా మీకు కావాల్సిన వారెవరికైనా ఆరోగ్యం బాగాలేకనో, ఆర్థికపరమైన కష్టాలలో వుండో, అమిత వత్తిడి అనుభవిస్తూ వుండో, ఒక బాంధవ్యం బెడిసికొట్టి వుండో, తమలో తమకి విశ్వాసం పోగొట్టుకునో, మానసికమైన సమస్యలతో బాధపడుతూనో వున్నారనుకోండి. అప్పుడు మీరు మీ కృతజ్ఞతాశక్తిని అటు పంపించి వారికి సాయం చేయవచ్చు. వారి ఆరోగ్యాన్ని, సంపదను వారికి తిరిగి తెప్పించవచ్చు.

ఇంకొకరిపై మీ మంత్రదండాన్ని ఝళిపించడం ఎలా అంటే, ఆ వ్యక్తి ఆరోగ్యం పూర్తిగా బాగైందని ఊహించండి. అప్పుడు అందుకు ఆనందంతో హృదయపూర్వకంగా నిజాయితీతో "థాంక్యూ" అనండి. అవతల వ్యక్తి మీకు ఫోన్ చేసి తను పూర్తిగా కోలుకున్నానని చెబుతున్నట్లు ఊహించండి. అప్పుడు మీ స్పందనను ఊహించండి. అప్పుడు మీకు కలిగే కృతజ్ఞతలోని గాఢతే ఒక గొప్ప శక్తిగా మారి ఆ వ్యక్తిని సమీపిస్తుంది. అయితే ఆ వ్యక్తి ఆరోగ్యంపట్ల మీలో బలమైన ఆకాంక్ష, కోలుకోవాలన్న గాఢమైన కోరికా, కోలుకున్నప్పుడు అంతే నిజాయితీగల కృతజ్ఞతా వుండాలి.

మీరు ప్రేమించిన వారి ఆర్థిక సుస్థిరత విషయంలో కూడా ఈ పద్ధతినే అనుసరించండి. ఇప్పటికే వారి ఆర్థికస్థితి మెరుగుపడిందని ఊహించండి. అప్పుడు మీరు మీ మ్యాజిక్ మంత్రం "థాంక్యూ" అనండి. మీకు వారి ఆర్థికస్థితి బాగుపడ్డట్టు వార్త అందిందనుకుంటూ కృతజ్ఞత చెప్పండి. అట్లా మీ మంత్రదండాన్ని ఝళిపించండి.

మీకు కావలసిన ఒక వ్యక్తి కష్టాలలో వున్నారనుకోండి. అతనికి ఏం కావాలో మీకు తెలియదనుకోండి. అదేకాక అతనికి అనేక విషయాల్లో సాయం కావాలనుకోండి, అప్పుడు కూడా మీరు ఇలాగే మీ మంత్రదండాన్ని ఝళిపించవచ్చు. వారి సంతోషం కోసం మీరు కృతజ్ఞత చూపించవచ్చు. వారి

ఆరోగ్యం కోసం సంపదకోసం అన్నీ కలిసి వారి ఆనందంకోసం మీరు కృతజ్ఞత ప్రకటించవచ్చు.

ఈ రోజు ఆరోగ్యం, సంపద, ఆనందం అవసరమైన మీ ఆప్తులు ముగ్గుర్ని ఎంచుకోండి. ఈ చెప్పబోయే అభ్యాసం చేయబోయే ముందుగా వారి ఫోటోలను మీ ఎదురుగా వుంచుకోండి.

ముందుగా ఒకరి ఫోటోని మీ చేతిలోకి తీసుకోండి. ఒక్కక్షణం కళ్ళు మూసుకుని ఆ వ్యక్తి తను అన్ని విధాలుగా బాగున్నానని మీతో చెబుతున్న దృశ్యాన్ని ఊహించండి. అట్లా ఆ వార్త మీకు అందుతున్నట్లు ఊహించడం చాలా సులభం. ఉదాహరణకి ఒక వ్యక్తి ఆరోగ్యం బాగాలేదనుకోండి. ఆ వ్యక్తి మళ్ళీ ఆరోగ్యవంతులైనట్లు లేదా మానసికంగా కుంగిపోయిన వ్యక్తి మళ్ళీ ఆనందంగా వున్నట్లు లేదా ఆర్థికసమస్యల్లో కూరుకుపోయిన వ్యక్తి మళ్ళీ ఆర్థిక సుస్థిరత సాధించినట్లూ మీతో చెబుతున్నట్లు ఊహించండి. అట్లా ఊహించి మీరు వారి స్థితికి మిక్కిలి సంతోషాతిరేకాన్నీ, కృతజ్ఞతాభావాన్ని వ్యక్తం చెయ్యండి.

తరువాత కళ్ళు తెరిచి ఫోటోని చేతిలోనే వుంచుకుని మీ మ్యాజిక్ మంత్రం "థాంక్యూ" చెప్పండి. అట్లా ఆ వ్యక్తి ఆరోగ్యమూ, సంపదా, ఆనందమూ తిరిగి పొందినందుకు నెమ్మదిగా మూడుసార్లు థాంక్స్ చెప్పండి. వారికేది అవసరమో అది పొందినందుకు థాంక్స్ చెప్పండి.

థాంక్యూ, థాంక్యూ, థాంక్యూ
ఆ వ్యక్తి పేరు ______ *ఆరోగ్యానికి, సంపదకి, లేదా ఆనందానికి.*

అట్లా ఒక వ్యక్తి గురించిన అభ్యాసం అయినాక మరొకరి ఫోటోని తీసుకుని పైన చెప్పినట్లే చేయండి. మూడవ వ్యక్తికి కూడా ఈ మంత్రదండం అభ్యాసం ఇదే విధంగా చేయండి. ఆ ముగ్గురి సర్వతోముఖాభివృద్ధికి!

ఈ అభ్యాసాన్ని మీరు నడిచేటప్పుడైనా లేదా మీకు అవసరంలో వున్న వారెవరైనా కనపడినా కూడా చేయవచ్చు. మీ చేతిలో ఒక మంత్రదండం వున్నట్లే ఊహించుకుని వారిపైన దాన్ని ఝుళిపించండి. వారి ఆయురారోగ్య ఐశ్వర్యాభివృద్ధి కోసం కృతజ్ఞతాభావాన్ని ప్రకటించడం ద్వారా మీరు వారి వైపుకు ఒక శక్తిని పంపిస్తున్నారని గ్రహించండి.

మరొకరి ఆర్యోగం, ఐశ్వర్యం, ఆనందంకోసం మీరు కృతజ్ఞతాభావాన్ని ప్రకటించడం అనేది మీరు చేయగల గొప్పపనుల్లో ఒకటి. ఇందులో మ్యాజిక్ ఏమిటంటే ఇతరుల ఆరోగ్యం కోసం, ఐశ్వర్యం కోసం, ఆనందం కోసం మీరు కృతజ్ఞత చూపిస్తే అవి మీకు కూడా లభిస్తాయి.

మ్యాజిక్ అభ్యాసం 24

మంత్రదండం

1. మీ అదృష్టాలను గుర్తుతెచ్చుకోండి. ఒక పది అదృష్టాలను జాబితా వెయ్యండి. వాటికి మీరెందుకు కృతజ్ఞతాబద్ధులో వ్రాయండి. ఆ జాబితాను మరొక్కసారి చదవండి. ప్రతి అదృష్టం చివరా *థాంక్యూ* అని మూడుసార్లు అనండి. ప్రతి అదృష్టాన్ని తలచుకొని వీలైనంత కృతజ్ఞతాభావాన్ని వెలిబుచ్చండి.

2. అవసరంలో వున్న మీ ఆప్తులు **ముగ్గుర్ని** ఎంచుకోండి. వారి ఆరోగ్యం, సంపద, ఆనందం కోసం ఈ అభ్యాసం చేయండి.

3. వారి ఫోటోలు మీ దగ్గర వున్నట్లైతే వాటిని మీ ఎదురుగా పెట్టుకోండి. అప్పుడు మంత్రదండం అభ్యాసం చేయండి.

4. ముందుగా ఒకరి ఫోటో చేతిలోకి తీసుకోండి. ఒక్క క్షణం కళ్ళు మూసుకుని ఆ వ్యక్తి ఆరోగ్యం, ఐశ్వర్యం, ఆనందం పూర్తిగా తిరిగి వచ్చిన వార్త మీకు అందినట్లు ఊహించండి. ఆ దృశ్యాన్ని కళ్ళ ముందుకు తెచ్చుకోండి.

5. కళ్ళు తెరిచి ఫోటో చేతిలోనే వుంచుకుని మీ మ్యాజిక్ మంత్రాన్ని నెమ్మదిగా ఇలా అనండి :

   థాంక్యూ, థాంక్యూ, థాంక్యూ

   ఆ వ్యక్తి పేరు ______ *ఆరోగ్యానికి, సంపదకి, లేదా ఆనందానికి.*

6. తరువాత మిగిలిన ఇద్దరితో కూడా ఇట్లాగే అభ్యాసం చేయండి. అట్లా ఆ ముగ్గురికోసం మంత్రదండం అభ్యాసం చేయండి.

7. ఈ రోజు మీరు నిద్రకి ఉపక్రమించబోయే ముందు, మీ మ్యాజిక్ శిలను గుప్పిట్లో వుంచుకుని మీ మ్యాజిక్ మంత్రాన్ని ఇలా అనండి. ఈ రోజు జరిగిన అతిమంచి విషయానికి థాంక్యూ.

25వ రోజు

మ్యాజిక్ సంకేతాన్ని అర్థం చేసుకోండి

"జీవితం ఉల్లాసవంతమైనది, వినోదాత్మకమైనది. మనం ఆ ఉల్లాసంతోనే, ఆ వినోదంతోనే మనచుట్టూ వున్న మ్యాజిక్‌ని తిరిగి పట్టుకోవాలి."

ఫ్లోరా కొలావొ (జ. 1954)
రచయిత, చికిత్సకురాలు

ఈ రోజు చెప్పబోయే మ్యాజిక్ సంకేతాన్ని అర్థం చేసుకోడమనేది నాకు చాలా ఇష్టమైన అభ్యాసం. ఎందుకంటే ఇది మనం ఈ విశ్వంతో ఆడుకునే ఒక ఆటలాంటిది. చాలా వినోదభరితమైనది.

ఈ విశ్వమంతా మనపట్ల ఎంతో స్నేహపాత్రంగా వుందనీ, మనపట్ల శ్రద్ధ వహిస్తోందనీ ఊహించండి. మనం ఏమి కోరుకున్నా అవి మనకి దక్కాలని ఈ ప్రపంచం కూడా కోరుకుంటోందని ఊహించండి. అయితే ప్రపంచం అలా నడుచుకుంటూ వచ్చి మీరు కోరినవి మీ చేతిలో పెట్టలేదు కదా? అందుకని అది ఆకర్షణసూత్రం ద్వారా మీకు లభించబోయేదాని గురించి కొన్ని సంకేతాలను పంపుతుంది. మీ కలలు సాకారం కావాలంటే మీలో కృతజ్ఞత వుండాలని ఈ విశ్వానికి తెలుసు. అందుకని మీలో కృతజ్ఞతాభావం వుండవలసిన అవసరాన్ని గుర్తుచేస్తూ అది మీకు కొన్ని సంకేతాలను పంపిస్తుంది. మీ చుట్టూ వుండే మనుషుల ద్వారా, పరిస్థితుల ద్వారా, సంఘటనల ద్వారా మీలో ఉండవలసిన కృతజ్ఞతాభావాన్ని గుర్తుచేసి సంకేతాలను పంపిస్తుంది. అవి ఇలా వుంటాయి :

మీకు ఒక అంబులెన్స్ సైరన్ వినిపించిందనుకోండి. దానికి సంకేతమేమిటంటే మీరిపుడు సంపూర్ణారోగ్యంతో వున్నందుకు కృతజ్ఞత ప్రకటించాలని అన్నమాట. అలాగే మీరొక పోలీస్ కారును చూశారనుకోండి. మీరు భద్రంగా, క్షేమంగా వున్నందుకు కృతజ్ఞత ప్రకటించాలి. ఎవరైనా వార్తాపత్రిక చదువుతూ మీకు కనిపిస్తే అందులోని మంచి వార్తలపట్ల మీరు కృతజ్ఞులై వుండాలి.

అట్లాగే మీరు బరువు తగ్గాలనో, పెరగాలనో అనుకుంటూ వున్నప్పుడు ఒక సమతూకపు బరువులో వున్న వ్యక్తిని చూసినప్పుడు మీకలాంటి శరీరసౌష్ఠవం వున్నందుకు కృతజ్ఞత చెప్పమని ప్రపంచం మీకొక సంకేతం పంపుతోందన్న మాట. మీకొక భావుక ప్రేమికుడో, ప్రేమికురాలో కావాలని కోరిక కలిగినప్పుడు పరస్పర ప్రేమలో ఓలలాడే జంట కనపడిందనుకోండి, అటువంటి ప్రేమికురాలో, ప్రేమికుడో దొరికినందుకు కృతజ్ఞత చెప్పమనేదే ఆ సంకేతం. మీరొక కుటుంబాన్ని ఏర్పరుచుకోవాలనుకుంటూండగా పిల్లాపాపలతో ఒక కుటుంబం మీ కంట పడితే అటువంటి కుటుంబం మీకు రాబోతున్నదని సంకేతం. అందుకు కృతజ్ఞత చెప్పండి. మీరు వెళ్ళే దారిలో ఒక బ్యాంక్ గానీ, ఏటీఎం గానీ తగిలిందనుకోండి మీకున్న సంపదకు కృతజ్ఞత చూపమని సంకేతం. ఇంటికి వచ్చినప్పుడు మీ అందాల గృహానికి కృతజ్ఞత చెప్పండి. మీ పొరుగువారు మిమ్మల్ని ఒక కప్పు కాఫీకి పిలిచినా వారు మీకు అనుకోకుండా కనిపించినా మీ పొరుగువారికి కృతజ్ఞత చెప్పమని సంకేతం.

మీ జాబితాలో మీరు కావాలని కోరుకున్న వస్తువు కనపడిందనుకోండి. అంటే ఒక ఇల్లో, కారో, మోటర్ సైకిలో, చెప్పులో, కంప్యూటరో ఆ కోరికకు కృతజ్ఞత చెప్పమని దాని సంకేతం.

ఉదయానే మీకెవరైనా శుభోదయం చెప్పారనుకోండి దాని మ్యాజిక్ సంకేతం ఏమిటంటే ఆ శుభోదయానికి మీరు కృతజ్ఞత చెప్పాలని. అట్లాగే మీకెదురుపడిన ఏ వ్యక్తైనా చాలా ఆనందంగా వున్నారనుకోండి అప్పుడు మీరు ఆనందానికి కృతజ్ఞత చెప్పాలన్నమాట. ఎవరైనా ఎవరికైనా 'థాంక్యూ' చెప్పడం మీ చెవుల పడితే మీరు కూడా "థాంక్యూ" చెప్పాలని సంకేతం.

మీ దినచర్యలో మీరు కృతజ్ఞత చెప్పవలసిన సమయాలను గురించి వచ్చే సంకేతాలు లెక్కలేనన్ని. ఆ సంకేతాలను మీరెప్పుడూ అపార్థం చేసుకోలేరు. అవన్నీ కూడా సరైన సంకేతాలే. ఈ ప్రపంచం ఆకర్షణ సిద్ధాంతాన్ని ఉపయోగించుకుని మీకు మ్యాజిక్ సంకేతాలు పంపుతూ వుంటుంది. వాటికి మీరు అప్పటికప్పుడే కృతజ్ఞతలు చెప్పాలి.

ఈ ఆట నేను రోజూ ఆడుతూ వుంటాను. అంచేత ఇప్పుడు నాకు ప్రపంచం నుంచీ అందే సంకేతాలన్నీ తెలుసు. వాటికి అప్పటికప్పుడే "థాంక్స్" చెబుతూ వుంటాను. ప్రపంచం ఎప్పటికప్పుడు సంకేతాలను పంపడంలో కొత్త కొత్త మార్గాలను కనుక్కుంటున్నందుకు కృతజ్ఞతాశక్తిని అలా చలనంలోకి తెస్తున్నందుకు నాకెప్పుడూ చాలా విస్మయంగా వుంటుంది.

నాకు ఒక నేస్తం దగ్గర్నుంచో కుటుంబసభ్యులనుంచో ఒక ఫోన్ వచ్చిందంటే నేను వారికి కృతజ్ఞత చెప్పాలని ఒక సంకేతాన్ని అందుకుంటున్నానన్నమాట. ఎవరైనా *"ఈ రోజు వాతావరణం చాలా ఆహ్లాదకరంగా వుంది కదూ"* అంటే ఆ ఆహ్లాదకరమైన రోజుకి నేను కృతజ్ఞత చెప్పాలనే సంకేతం వచ్చిందన్నమాట. ఇంట్లో ఏదైనా ఒక పనిముట్టు చెడిపోయిందనుకోండి. సక్రమంగా పనిచేస్తున్న పనిముట్లన్నిటికీ నేను కృతజ్ఞత చెప్పాలన్నమాట. అట్లాగే నా తోటలో ఒక మొక్క బ్రతికి బట్ట కట్టడానికి పోరాడుతూ వుందనుకోండి నవనవలాడే మిగతా వాటన్నిటికీ నేను తప్పకుండా కృతజ్ఞత చూపించాలి. ఈ రోజు వచ్చిన ఉత్తరాలు డబ్బాలోనుంచీ తీసుకుంటున్నప్పుడు అనుకోకుండా అందిన చెక్కులకీ తపాలా శాఖకి కూడా కృతజ్ఞతలు చెప్పాలి. అట్లాగే ఎవరైనా ఏటీఎంకి వెడుతున్నామని చెప్పినా, నేను దానిపక్కనుంచీ వెళ్ళినా నాదగ్గర వున్న డబ్బుకు కృతజ్ఞత చెప్పాలి నేను. ఎవరైనా ఒక జబ్బుమనిషి మనింటికి వస్తే మన ఆరోగ్యానికి వారి ఆరోగ్యానికీ కూడా కృతజ్ఞత చెప్పాలి. పొద్దున్నే కిటికీ తెరలు తొలగించి ఆనాటి వెలుగుని చూసినప్పుడు ఆ గొప్ప రోజుకి కృతజ్ఞతలు

చెప్పాలి. రాత్రివేళ మళ్ళీ నా కిటికీ తెరలు దించినప్పుడు ఆనాటి నా గొప్ప అనుభవాలకి మళ్ళీ థాంక్స్ చెప్పుకోవాలి.

ఈ మ్యాజిక్ సంకేతం అభ్యాసం చేసేటప్పుడు మీరు బాగా అప్రమత్తంగా వుండి ప్రపంచం మీకు పంపిస్తున్న ఏడు సంకేతాలను గుర్తించండి. ప్రతిదానికీ కృతజ్ఞతలు చెప్పండి. ఉదాహరణకి మీరు కోరుకునే శారీరక బరువు కలవాళ్ళు కనిపిస్తే "నా *సరైన బరువుకు థాంక్స్*" అనుకోండి. మీరు మరీ ఎక్కువగా కృతజ్ఞత ప్రకటించడం సాధ్యం కాదేమో! కాని సాధ్యం అనుకుంటే మాత్రం ఎన్ని సంకేతాలను వీలైతే అన్నిటిని గుర్తించండి. గత ఇరవై నాలుగు రోజులుగా మీరు మ్యాజిక్ అభ్యాసాలు కనుక చేస్తూ వుండివుంటే ఈపాటికి మీరు సంకేతాలను గుర్తించే స్థాయికి చేరే వుంటారు. మరింత అప్రమత్తంగా వుండేలా చేస్తుంది. మీరెంత అప్రమత్తంగా జాగరూకతతో వుంటే అంత కృతజ్ఞులుగా వుంటారు. అంతగా మీ కలల్ని ఆకర్షించుకుంటారు. కనుక ఓ విశ్వమా! మ్యాజిక్ సంకేతాలు పంపుతూనే వుండు.

మ్యాజిక్ అభ్యాసం 25

మ్యాజిక్ సంకేతాన్ని అర్థం చేసుకోండి

1. మీ అదృష్టాలను గుర్తుతెచ్చుకోండి. ఒక పది అదృష్టాలను జాబితా వెయ్యండి. వాటికి మీరెందుకు కృతజ్ఞతాబద్ధులో వ్రాయండి. ఆ జాబితాను మరొక్కసారి చదవండి. ప్రతి అదృష్టం చివరా *థాంక్యూ* అని మూడుసార్లు అనండి. ప్రతి అదృష్టాన్ని తలచుకొని వీలైనంత కృతజ్ఞతాభావాన్ని వెలిబుచ్చండి.

2. ఈ రోజు మీ చుట్టూ జరిగే విషయాలను జాగ్రత్తగా గమనించండి. అప్రమత్తంగా వుండండి. ఈ రోజు జరిగిన సంఘటనల నుంచీ కనీసం **ఏడు** మ్యాజిక్ సంకేతాలను సమీకరించండి. ఉదాహరణకి ఎవరైనా శరీరానికి తగ్గ బరువుతో కనిపిస్తే *నాకు తగిన బరువున్నందుకు థాంక్స్* అనండి.

3. ఈ రోజు మీరు నిద్రకి ఉపక్రమించబోయే ముందు, మీ మ్యాజిక్ శిలను గుప్పిట్లో వుంచుకుని మీ మ్యాజిక్ మంత్రాన్ని ఇలా అనండి. ఈ రోజు జరిగిన *అతిమంచి విషయానికి థాంక్యూ.*

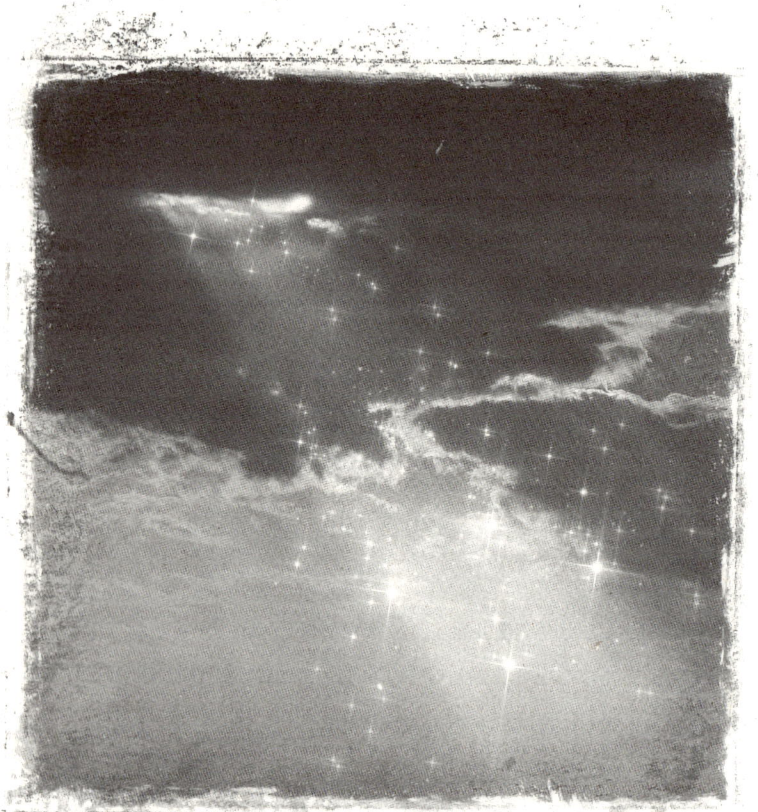

26వ రోజు

మీ తప్పులన్నింటినీ మ్యాజిక్ శక్తితో అదృష్టాలుగా మార్చుకోండి

"మీ గాయాలలోనుంచీ వివేకాన్ని పొందండి."

ఓప్రా విన్ ఫ్రీ (జ. 1954)
మీడియా పర్సనాలిటి, వ్యాపారవేత్త

మనం చేసే ప్రతి ఒక్క తప్పూ కూడా మారువేషంలో వచ్చే అదృష్టమే. ఆ సంగతి ఈ రోజు మనం చేసే మ్యాజిక్ అభ్యాసంలో నిరూపించబోతున్నాము. ఎందుకంటే ప్రతి తప్పులోనూ మనకి తెలియని అదృష్టాలు దాగివుంటాయి.

సైకిల్ నేర్చుకుంటూ పిల్లలు అనేక తప్పులు చేస్తారు. వ్రాత నేర్చుకుంటూ కూడా చేస్తారు. దాన్ని మనం పెద్దగా పట్టించుకోము ఎందుకంటే వాళ్ళు చేసే తప్పుల్లోనుంచే వాళ్ళు సరైనదేదో తెలుసుకుంటారని మనకి తెలుసు. అట్లా తెలుసుకుని చేసే పనిలో ప్రావీణ్యత సాధిస్తారని కూడా మనకి తెలుసు. మరి మనం పెద్దవాళ్ళం. మనం చేసే తప్పుల్ని అంత సీరియస్‌గా ఎందుకు తీసుకుంటాం? వాటిపట్ల అంత కఠినంగా ఎందుకు వ్యవహరిస్తాం? పిల్లలకి ఏ సూత్రం వర్తిస్తుందో మనకీ అదే వర్తిస్తుంది. మనందరం ఏవో తప్పులు చేస్తూనే వుంటాం. అట్లా చెయ్యకపోతే మనం ఏమీ నేర్చుకోలేము. మనం లోకజ్ఞానం సంపాదించుకోలేము. వివేకం సంపాదించుకోలేము.

మనందరికీ ఎంపికా స్వాతంత్ర్యం వుంది. మనకేం కావాలో మనం ఎంచుకోగలం. అంటే మనకి తప్పులు చేసే స్వతంత్రం కూడా వుంది. తప్పులు మనని నొప్పిస్తాయి నిజమే! కానీ మనం చేసిన ఆ తప్పులోనుంచీ మనం ఏమీ నేర్చుకోలేకపోతే ఆ తప్పు ద్వారా మనం అనుభవించిన వేదనకి అర్థంలేదు. ఆకర్షణ సూత్రం ప్రకారం మళ్ళీ అదే తప్పు పదేపదే చేస్తాం. చివరికి అంతులేని బాధలో ఇరుక్కుంటాం. పర్యవసానాలు మనని ఎంతగా బాధిస్తాయంటే ఆఖరికి మనం అందులోనుంచీ ఏదో ఒక పాఠం తప్పకుండా నేర్చుకుని తీరతాం. అప్పుడింక అట్లాంటి తప్పులు చెయ్యము.

తప్పులనుంచీ పాఠాలు నేర్చుకోవాలంటే ముందుగా మనం చేసిన తప్పుని గుర్తించాలి. ఆ తప్పుని అంగీకరించాలి. ఇక్కడే చాలామంది పొరపాటు చేస్తారు. ఎలా అంటే వారు చేసిన తప్పుకు కారణం ఎవరిమీదకో నెడతారు. మరొకరిపై నెపం వేస్తారు.

ఒక ఉదాహరణ చూడండి. మనం కారులో పోవలసినదానికన్న ఎక్కువ వేగంతో పోతూ వుంటాం. అందుకు పోలీస్ మనకి టికెట్ ఇస్తాడు. మనం అతివేగంగా పోవడం అనే మన తప్పుని ఒప్పుకోక పోలీస్ ఎక్కడో పొదలచాటున మనకి కనపడకుండా దాక్కుని వుండి మనని పట్టుకోడం తప్పని నెపం వాళ్లమీద వేస్తాం. వాళ్ళదగ్గర రాడార్ గన్ వుంటుంది. దాన్ని మనం తప్పించుకోలేం. కానీ నిజంగా తప్పు మనదే. అతివేగంగా వెళ్ళి పోలీస్‌కి దొరికిపోవడం మనం ఎంచుకున్నదే.

మన తప్పులకు ఎదుటివార్ని నిందించడంతో వచ్చే సమస్య ఏమిటంటే మనము మన తప్పువల్ల వచ్చే పర్యవసానాన్ని ఎదుర్కోక తప్పదు. బాధ తప్పదు. పైగా దాన్నుంచీ మనం ఏమీ నేర్చుకోము. అవే తప్పులు మళ్ళీ మళ్ళీ చేస్తూ వుంటాము.

మనం మానవమాత్రులం. తప్పులు చెయ్యడం సహజం. మానవులలో వుండే మంచి లక్షణాలలో తప్పులు చెయ్యడం కూడా ఒకటి. అయితే అందులోనుంచీ సరైన పాఠం మనం నేర్చుకోవాలి. లేకపోతే జీవితంలో అనవసరమైన బాధలు ఎక్కువవుతాయి.

మరి తప్పులలోనుంచీ మంచి పాఠాలు నేర్చుకోవడం ఎలా? కృతజ్ఞతాభాంతోనే!

కొన్ని కొన్ని సందర్భాలు చెడ్డవిగా అనిపిస్తాయి. అయినప్పటికీ, మనం కృతజ్ఞత చూపవలసిన మంచి విషయాలు తప్పకుండా వుంటాయి ఎప్పుడూ! ఒక తప్పు చేసినప్పుడు అందులోనుంచీ కూడా కృతజ్ఞత చెప్పవలసిన ఎన్ని అనుకూల విషయాలుంటాయో వెతకండి. అప్పుడు మీరు ఆ తప్పుని ఒక అదృష్టంగా మార్చుకోవచ్చు. తప్పులు మరిన్ని తప్పుల్ని ఆకర్షిస్తాయి. అలాగే అదృష్టాలు మరిన్ని అదృష్టాలను ఆకర్షిస్తాయి. మరి దేన్ని ఎంచుకుంటారు మీరు?

ఈరోజు మీరు జీవితంలో చేసిన ఒక తప్పు గురించి ఆలోచించండి. అది చిన్నదైనా సరే, పెద్దదైనా సరే! ఆ విషయం తలుచుకున్నప్పుడల్లా మీరు బాధపడే ఒక తప్పుని ఎంచుకోండి. ఉదాహరణకి మీకు బాగా ఆప్తులైన ఒక వ్యక్తి మీద కోపంతో విరుచుకుపడి ఆ వ్యక్తితో అనుబంధం పోగొట్టుకున్నారనుకోండి. లేదా ఇంకొకర్ని గుడ్డిగా నమ్మి మోసపోయారనుకోండి. లేదా మరొకర్ని కాపాడడానికి మీరు హానికరం కాని ఒక అబద్ధం చెప్పారనుకోండి, దాని వలన కష్టాల్లో పడ్డారనుకోండి. లేదా ఒక వస్తువు చౌకగా వచ్చిందని కొన్నారనుకోండి, దాని వలన మీకు అపారమైన నష్టం వచ్చిందనుకోండి, లేదా మీరు సరైనదని భావించి తీసుకున్న ఒక నిర్ణయం విరుద్ధ ఫలితం ఇచ్చిందనుకోండి, ఇలాంటిదేదైనా.

అట్లా ఏదో ఒక తప్పుని ఎంచుకున్నాక, మీరు కృతజ్ఞత చూపవలసిన సానుకూలమైన అంశాలకోసం వెతకండి. మిమ్మల్ని మీరు రెండు ప్రశ్నలు వేసుకోండి.

ఈ తప్పునుంచీ నేనేం నేర్చుకున్నాను?

ఈ తప్పు వలన సంభవించిన మంచి విషయాలేమైనా వున్నాయా?

మీరు చేసే తప్పులలో మీరు కృతజ్ఞత చూపించవలసిన విషయం, దానివల్ల నేర్చుకున్న పాఠం. తప్పు ఏదైనప్పటికీ అందులోనుంచీ ఆవిర్భవించే మంచి

విషయాలు కూడా వుంటాయి. అవి మీ భవిష్యత్తుని బాగుచేస్తాయి. ఈ విషయాన్ని బాగా ఆలోచించి మీ తప్పులోనుంచీ మీకు తోచే పది అనుకూల విషయాలను గుర్తించండి. ప్రతి సానుకూలమైన విషయమూ మ్యాజిక్ శక్తిని కలిగివుంటుంది. ఈ పది అనుకూల విషయాలనూ జాబితా వెయ్యండి.

అతివేగంగా కారు నడిపి పోలీస్‌కి దొరికిపోయి జరిమానా కట్టిన సందర్భాన్నే ఉదాహరణగా తీసుకుందాం :

1. *నాకు హాని జరక్కుండా కాపాడాలనుకున్న పోలీస్‌కి కృతజ్ఞతలు. నిజానికి వాళ్లు చేయాలనుకున్నది అదే కదా!*

2. *నేను పోలీస్‌కు నిజంగా కృతజ్ఞతాబద్ధుడిని. నిజం చెప్పాలంటే, నేనే ఏదో ఆలోచనలో మునిగిపోయి, నా దృష్టిని రోడ్డుమీద కేంద్రీకరించలేదు.*

3. *లోపం వున్న ఒక టైర్‌తో ఇంత వేగంగా వెళ్ళడం ఎంత బుద్ధితక్కువో కదా! దాన్ని ఆపినందుకు పోలీస్‌కి నిజంగా కృతజ్ఞతలు.*

4. *సరైన సమయంలో నన్ను హెచ్చరించిన పోలీస్‌కి కృతజ్ఞతలు. ఇకనుంచీ నా వేగాన్ని సరిచూసుకుని నా డ్రైవింగ్ అభివృద్ధి చేసుకునేలా చేశారు.*

5. *పోలీస్‌కి చిక్కకుండా, ప్రమాదాలకి గురికాకుండా నేను వేగంగా పోగలనని నాకో గర్వం వుండేది. పోలీస్‌కి చిక్కడం వలన నేనూ, నాతోపాటు మరికొందరూ ప్రమాదంలో చిక్కుకోకుండా తప్పించుకోగలిగాం. అందుకు వాళ్ళకి కృతజ్ఞతలు.*

6. ఇతర వాహన చోదకులు తమ అతివేగంతో నాకూ, నా కుటుంబానికీ ప్రమాదం తెస్తే, నేను పోలీస్‌కి ఇలాగే వారిని ఆపమని చెబుతాను. అందుకు కూడా వారికి నా కృతజ్ఞతలు.

7. రహదారుల మీద ప్రతి వాహన చోదకుడికీ, అతని కుటుంబానికీ భద్రత కల్పించడమే ధ్యేయంగా పనిచేసే పోలీస్‌కి నా కృతజ్ఞతలు.

8. ప్రతిరోజూ ఎన్నో హృదయవిదారకమైన సందర్భాలను చూస్తూ వుంటారు పోలీస్. అందుకని నన్నూ, నా కుటుంబాన్నీ క్షేమంగా ఇల్లు చేర్చాలనుకున్న పోలీస్‌కి నా హృదయపూర్వక కృతజ్ఞతలు.

9. నేను నా ఇంటికి, నా కుటుంబం దగ్గరకు క్షేమంగా, భద్రంగా చేరేలా చేసిన పోలీస్‌కి కృతజ్ఞతలు.

10. నా అతివేగాన్ని ఆపడానికి జరగబోయే సంఘటలన్నింటిలోకీ పోలీస్ చర్య తక్కువ హానికరమైనందుకు కూడా వారికి నా కృతజ్ఞతలు. బహుశా అది నా జీవితం మొత్తం మీద పెద్ద అదృష్టం కావచ్చు కూడా.

మీరు జీవితంలో చేసిన ఏ తప్పైనా ఇంకా మిమ్మల్ని బాధపెడుతూ వుంటే ఇటువంటి అమోఘమైన హుందా అయిన అభ్యాసం చెయ్యండని మిమ్మల్ని గట్టిగా కోరుతున్నాను. ఆలోచించండి! ఒక తప్పుతో మీకు ఎన్నో అదృష్టాలు దొరకవచ్చు. ఇటువంటి లాభాలు మీకింకెక్కడ లభిస్తాయి?

మ్యాజిక్ అభ్యాసం 26

మీ తప్పులన్నింటినీ మ్యాజిక్ శక్తితో అదృష్టాలుగా మార్చుకోండి

1. మీ అదృష్టాలను గుర్తుతెచ్చుకోండి. ఒక పది అదృష్టాలను జాబితా వెయ్యండి. వాటికి మీరెందుకు కృతజ్ఞతాబద్ధులో వ్రాయండి. ఆ జాబితాను మరొక్కసారి చదవండి. ప్రతి అదృష్టం చివరా *థాంక్యూ* అని మూడుసార్లు అనండి. ప్రతి అదృష్టాన్ని తలచుకొని వీలైనంత కృతజ్ఞతాభావాన్ని వెలిబుచ్చండి.

2. మీరు జీవితంలో చేసిన **ఒక** తప్పును ఎంచుకోండి.

3. ఈ తప్పు చెయ్యడం వలన మీకు లభించిన **పది** అదృష్టాలను జాబితా వెయ్యండి. వాటిని వ్రాసిపెట్టుకోండి.

4. మీకు మీరు చేసిన తప్పు వలన లభించిన మేలును గుర్తించాలంటే ఈ ప్రశ్నలు వేసుకోండి. *ఈ తప్పునుంచీ నేనేం నేర్చుకున్నాను? ఈ తప్పు వలన నాకు దక్కిన మంచి ఏమిటి?*

5. ఈ రోజు మీరు నిద్రకి ఉపక్రమించబోయే ముందు, మీ మ్యాజిక్ శిలను గుప్పిట్లో వుంచుకుని మీ మ్యాజిక్ మంత్రాన్ని ఇలా అనండి. ఈ రోజు జరిగిన అతిమంచి విషయానికి *థాంక్యూ*.

27వ రోజు

మ్యాజిక్ దర్పణం

> *"మన భావోద్వేగాలననుసరించి వస్తువుల రూపు మారుతుంది. అందువలన మనలో అందమూ మ్యాజిక్ వుంటే మనకి అన్నీ అందంగా అద్భుతంగా కనిపిస్తాయి."*
>
> ఖలీల్ జీబ్రాన్ (1883-1931)
> కవి, కళాకారుడు

బయటి ప్రపంచాన్ని మీరు అనుకున్నట్టు మార్చుకోవాలనుకుంటూ, ఒక సమస్య తరువాత ఒకదాన్ని పరిష్కరించుకోడానికి ప్రయత్నిస్తూ, ఆ సమస్యలకు మరొకర్ని నిందిస్తూ, బాహ్య ప్రపంచం చుట్టూ ఎన్ని చక్కర్లు కొట్టినా, మీ జీవితంలో ఎన్నటికీ విజయం సాధించలేరు. మీ కలలను సాకారం చేసుకుని జీవితాన్ని పరిపూర్ణంగా జీవించలేరు. కానీ కృతజ్ఞత అనే మ్యాజిక్‌ను మీ జీవన విధానం చేసుకుంటే, మీ చుట్టూ ప్రపంచమంతా మంత్రించినట్టు మారిపోతుంది. మీరు మారితే మీ చుట్టూ ప్రపంచం మారుతుంది. మీరు ఆకర్షించే విషయాలు కూడా మారతాయి.

గాంధీజీ ప్రబోధాలు, మైకేల్ జాక్సన్ *"మ్యాన్ ఇన్ ద మిర్రర్"* పాటా లక్షలాదిమందికి స్ఫూర్తినిచ్చాయి. ఈ పాట ఎప్పటికీ నిలిచివుండే గొప్ప

ప్రబోధాత్మక గీతాలలో ఒకటి. అందుకే ఆ పాట అంత గణుతికెక్కి పాటకీ, గాయకుడికీ పేరు తెచ్చింది.

అద్దంలో మనిషిని చూడండి, మీ ప్రపంచమే మారిపోతుంది.

ఇప్పటివరకూ మీరు 26 సూత్రాలని పాటించారు. మీరు కూడా చాలా మారారు. మీలో వచ్చిన మార్పుల్ని గుర్తించడం ఒక్కొక్కప్పుడు కష్టం కావచ్చు. కానీ ఆ మార్పుని మీ ఆనంద సమయాల్లోనూ, మీ మారిన పరిస్థితుల్లోనూ, మీ చుట్టూ ప్రపంచంలోని అద్భుతమైన మార్పుల్లోనూ గుర్తించే వుంటారు.

మీ కుటుంబం కోసమూ, మీ స్నేహితుల కోసమూ కూడా మీరు ఈ కృతజ్ఞత యొక్క మ్యాజిక్ శక్తిని ఉపయోగించుకుని వుంటారు. మీ వృత్తికోసం, ఆర్థికాభివృద్ధి కోసం, ఆరోగ్యం కోసం, మీ స్వప్నాల సాకారం కోసం, అంతేకాక మీకు రోజూ తటస్థపడే వ్యక్తులకోసం కూడా ఉపయోగించి వుంటారు. కానీ మీ కృతజ్ఞతకు అర్హులు మరెవరో కాదు. మీరే!

అద్దంలో మనిషికి మీరు కృతజ్ఞులై వుంటే మీలో వుండే అశాంతులు, అసంతృప్తులు, ఆశాభంగాలూ, ఆత్మన్యూనతాభావాలు అన్నీ మాయమై పోతాయి. వాటితోపాటే అసంతృప్తికీ, ఆశాభంగాలకూ, అశాంతికీ, ఆత్మన్యూనతకూ కారణమయ్యే సందర్భాలు కూడా మంత్రించినట్లు మాయమై పోతాయి.

మిమ్మల్ని గురించి మీకుండే ప్రతికూల భావాలు జీవితానికి అత్యంత హానికరమైనవి. ఎందుకంటే ఏ విషయం మీదైనా ఎవరి మీదైనా మీకుండే భావాలన్నింటికన్న అవి చాలా శక్తివంతమైనవి. మీరెక్కడికి వెళ్ళినా ఏం చేస్తున్నా ఈ ప్రతికూల భావాలను మీతో తీసుకుపోతారు. అవి మీరు ముట్టుకున్న ప్రతి విషయాన్ని మైలపరుస్తాయి. అవి ఒక అయస్కాంతంలా

పనిచేస్తాయి. మరింత అసంతృప్తినీ, మరిన్ని ఆశాభంగాలనూ, మరింత ఆత్మన్యూనతనూ ఆకర్షిస్తాయి.

మీరు మీరుగా వున్నందుకు మీలాగే వుండగలిగినందుకు మీపట్ల మీకు కృతజ్ఞత వుంటే, అప్పుడు మిమ్మల్ని గురించి మరిన్ని మంచి భావాలను ఆకర్షిస్తారు. కనుక మిమ్మల్ని గురించి మీలో మంచిభావాల సంపద వుండాలి. అప్పుడే మీ జీవితం సంపద్వంతం అవుతుంది. మీపై మీకుండే కృతజ్ఞత మీకు సంపద చేకూరుస్తుంది.

"ఎవరికైతే తమ పట్ల (తమకి) ***కృతజ్ఞత*** *వుంటుందో, వారికి మరింత అందుతుంది. అపారంగా లభిస్తుంది. ఎవరికైతే తమపట్ల (తమకు)* ***కృతజ్ఞత*** *వుండదో వారికి ఉన్న సంపద కూడా వుండదు."*

మ్యాజిక్ దర్పణం అభ్యాసం చెయ్యడానికి ఇప్పుడే ఒక అద్దం ముందు నిలబడండి. అద్దంలో మీ ప్రతిబింబం వంక సూటిగా చూడండి. అప్పుడు బయటికి గట్టిగా "థాంక్యూ" అనండి. హృదయపూర్వకంగా అనండి. మనస్ఫూర్తిగా అనండి. ఎన్నడూ లేనంత కృతజ్ఞతతో అనండి. మీరు మీరైనందుకు "థాంక్స్" చెప్పండి. మీకు సంబంధించిన అన్ని విషయాలకూ "థాంక్యూ" అనండి. మీరు అన్ని విషయాలకీ, అందరికీ చెప్పినంత ఆర్తితోనే మీకూ కృతజ్ఞత చెప్పుకోండి.

ఈ రోజంతా అలాగే అద్దంలోని ఆ అద్భుత వ్యక్తికి కృతజ్ఞత చెప్పండి. అద్దంలో చూసుకున్నప్పుడల్లా మీకు మీరు థాంక్స్ చెప్పుకోండి. "థాంక్యూ" అని బయటికి అనలేని పరిస్థితిలో మీరుంటే మీ మనసులోనే అనుకోండి. మీకు ధైర్యం వుంటే అద్దం ముందు నిలబడి గట్టిగా మీలో మీకు నచ్చిన, మీరు కృతజ్ఞత చూపవలసిన మూడు విషయాలను ఉదాహరిస్తూ "థాంక్యూ" చెప్పండి.

భవిష్యత్తులో ఏదో ఒక కారణం చేత మీపై మీరు ప్రేమ చూపలేకపోతే, మీ కృతజ్ఞతకు అర్హులైన ఒకే ఒక్క వ్యక్తికి థాంక్స్ చెప్పండి. ఆ వ్యక్తి అద్దంలో మీరే!

మీలో కృతజ్ఞతాభావం వుంటే, మీరే తప్పు చేసినా మిమ్మల్ని మీరు నిందించుకుంటూ కూర్చోరు. మీలో లోపరాహిత్యం లేదని మిమ్మల్ని మీరు విమర్శించుకుంటూ వుండరు. మీరు మీలాగే వుండాలనుకున్నప్పుడే మీరు సంతోషంగా వుంటారు. మీరు అటువంటి సంతోషంగా వున్న వ్యక్తులను, సంతోషాన్ని కలుగచేసే సందర్భాలనూ, అద్భుతమైన సందర్భాలనూ ఆకర్షిస్తారు. మీరెక్కడికి వెళ్ళినా అటువంటి సందర్భాలే మిమ్మల్ని చుట్టుముడతాయి. అద్దంలోని వ్యక్తిలో వుండే మ్యాజిక్‌ని మీరు చూడగలిగితే, మీ ప్రపంచమంతా మారిపోతుంది, అద్భుతంగా!

మ్యాజిక్ అభ్యాసం 27

మ్యాజిక్ దర్పణం

1. మీ అదృష్టాలను గుర్తుతెచ్చుకోండి. ఒక పది అదృష్టాలను జాబితా వెయ్యండి. వాటికి మీరెందుకు కృతజ్ఞతాబద్ధులో వ్రాయండి. ఆ జాబితాను మరొక్కసారి చదవండి. ప్రతి అదృష్టం చివరా *థాంక్యూ* అని మూడుసార్లు అనండి. ప్రతి అదృష్టాన్ని తలచుకొని వీలైనంత కృతజ్ఞతాభావాన్ని వెలిబుచ్చండి.

2. ఈ రోజు మీరు అద్దంలో చూసుకున్న ప్రతిసారీ "*థాంక్యూ*" అనండి. ఎప్పుడూ లేనంత హృదయపూర్వకంగా అనండి.

3. మీరు నిజంగా ధైర్యవంతులైతే అద్దంలో చూస్తూ మీకు మీరు కృతజ్ఞులై వుండవలసిన **మూడు** విషయాలను గుర్తించి వాటికి గట్టిగా కృతజ్ఞత చెప్పండి.

4. ఈ రోజు మీరు నిద్రకి ఉపక్రమించబోయే ముందు, మీ మ్యాజిక్ శిలను గుప్పిట్లో వుంచుకుని మీ మ్యాజిక్ మంత్రాన్ని ఇలా అనండి. *ఈ రోజు జరిగిన అతిమంచి విషయానికి థాంక్యూ.*

28వ రోజు

మ్యాజిక్‌ని గుర్తుంచుకోండి

"మ్యాజిక్‌లోని గొప్పదనం అదే! అదింకా మనతోనే వుందని మనం తెలుసుకోవాలి. మనందరి చుట్టూ వుంటుంది కానీ, అదృశ్యరూపంలో వుంటుంది."

చార్లెస్ డి లింట్ (జ. 1951)
రచయిత, సెల్టిక్ జానపద గాయకుడు

ప్రతిరోజూ దానికది అనుపమానమైనదే! ఒకరోజు మరొక రోజులా వుండదు. ఒకరోజు సంభవించే మంచి విషయాలకూ, మరొకరోజు సంభవించే వాటికీ ఎప్పుడూ తేడా వుంటుంది. అవి ఎప్పటికప్పుడు మారుతూ వుంటాయి. నిన్న దక్కిన అదృష్టాలను గుర్తుంచుకోడం ద్వారా మ్యాజిక్‌ను కూడా గుర్తుంచుకుంటారు. అట్లా ఎన్నిసార్లు జ్ఞాపకం చేసుకున్నా అవి ప్రతిసారీ కొత్తగానే అనిపిస్తాయి. అందుకే మ్యాజిక్‌ను గుర్తుపెట్టుకోమని చెప్పడం. మీ జీవితంలో కృతజ్ఞతకు ఎంత శక్తి వుందో "మ్యాజిక్‌ను గుర్తుపెట్టుకోడం" అనే అభ్యాసం నిరూపిస్తుంది. మీకిప్పుడు ఏ కోరికలున్నా, భవిష్యత్తులో ఎటువంటివి కలిగినా, ఈ మ్యాజిక్ అభ్యాసం మీ జీవితం మొత్తానికి లాభదాయినిగా వుంటుంది.

నిన్న మీకు లభించిన అదృష్టాలను గుర్తుంచుకోడానికి సులభమైన మార్గమేమిటంటే, ఈ రోజు మీరు నిద్ర లేవగానే ఒకసారి వెనక్కి నిన్నటిలోకి

వెళ్ళండి. పొద్దునా, మధ్యాహ్నం, సాయంత్రం, రాత్రి పడుకోబోయే వరకు జరిగిన ముఖ్యమైన సంఘటనలన్నింటినీ గుర్తుతెచ్చుకోండి. మీరు నిన్న జరిగిన మంచి విషయాలు, లేదా మీ అదృష్టాలను గుర్తుతెచ్చుకోడం అనే ప్రక్రియ చాలా సులభంగా వుండాలి. అంటే నిన్న అనే రోజును మీరు నిశితంగా పరిశీలిస్తున్నారన్నమాట. అట్లా పరిశీలిస్తున్నప్పుడు మీ అదృష్టాలన్నీ మీ మనసుపైకి బుడగల్లా తేలివస్తాయి.

ఈ అభ్యాసాన్ని ఈ ప్రశ్నతో మొదలుపెట్టండి :

నిన్న జరిగిన మంచి విషయాలు ఏమిటి?

మీరెప్పుడు మిమ్మల్ని ఏ ప్రశ్న వేసుకున్నా మీ మనసు దానికి సమాధానం కోసం వెంటనే వెతుకుతుంది. మీకేమైనా మంచి జరిగిందా? మీరు కోరుకున్నదేమైనా అనుకోకుండా ఒక మ్యాజిక్‌లా లభించిందా? అనుకోని విధంగా డబ్బు అందిందా? ఎక్కువ ఆనందం కలిగించిన సంఘటనేమైనా జరిగిందా? చాలాకాలం తరువాత ఒక నేస్తం దగ్గరనుంచీ ఉత్తరమో, ఫోన్‌కాలో, ఇ–మెయిలో వచ్చిందా? మిమ్మల్నెవరైనా ప్రశంసించారా? మీ సమస్యల పరిష్కారానికి ఎవరైనా తోడ్పడ్డారా? పోనీ మీరెవరికైనా తోడ్పడ్డారా? మీరొక ప్రాజెక్టు జయప్రదంగా పూర్తిచేసి మరొకటి ప్రారంభించిన ఉత్సాహంలో వున్నారా? మీకిష్టమైన వంటలేమైనా తిన్నారా? ఒక మంచి సినిమా చూశారా? ఎవరివద్దనుంచైనా ఏదైనా బహుమతి పొందారా? ఒక ప్రేరణాత్మకమైన సమావేశానికి హాజరైనారా? ఎవరితోనైనా నాణ్యమైన సమయాన్ని గడిపారా? గొప్ప సంభాషణ చేశారా? ఏదైనా కొత్త పని ప్రారంభించడానికి ప్రణాళిక వేశారా?

మ్యాజిక్‌ను గుర్తుతెచ్చుకుని నిన్నటినుంచి విషయాలన్నింటినీ కంప్యూటర్ మీదో, కాగితం మీదో జాబితా వెయ్యండి.

మీకు సంతృప్తి కలిగిన నిన్నటి అదృష్టాలు మీ మనసుపైకి తేలేవరకు వాటిని సునిశితంగా పరిశీలించండి. అవి చిన్నవి కావచ్చు, పెద్ద విషయాలు కావచ్చు. మనకి కావలసింది ఎన్ని మంచి విషయాలు సంభవించాయనేది. ప్రతి విషయం పట్ల మీరెంత కృతజ్ఞత ప్రకటించారనేది. ఇందులో ప్రతి విషయాన్నీ తలుచుకుని "థాంక్యూ" అని మీ కృతజ్ఞత ప్రకటించండి.

ఇవ్వాల్టి తరువాత మీరీ అభ్యాసం చెయ్యాలంటే, మీరు వాటన్నింటినీ కలిపి వ్రాసుకోవచ్చు. అంటే ఒకరోజు వ్రాసుకోవచ్చు, ఒకరోజు మర్చిపోవచ్చు. కనుక వ్రాసుకున్న రోజు అన్నిరోజుల మంచి జ్ఞాపకాలనూ కలిపి వ్రాసుకోండి. ఒక పెద్ద జాబితా వ్రాసుకుని ఒక్కొక్కదానికీ ప్రత్యేకంగా కృతజ్ఞత చెప్పవచ్చు. మీ మ్యాజిక్ పదం ఇదే "థాంక్యూ".

ప్రతిరోజూ భిన్నమైనదే కనుక ప్రతిరోజూ మీ మంచి సందర్భాలు ఒకే లెక్కప్రకారం వుండవు. అయితే ప్రతిరోజూ మీ జీవితంలో తప్పకుండా కొన్ని అదృష్టాలు వుండి తీరతాయి. వీటిని మీరు చూడగలిగితే, మీ హృదయంలోకి మీరు మ్యాజిక్‌ను ఆహ్వానించినట్లే. అప్పుడు మీ జీవితం సుసంపన్నంగా అద్భుతంగా వుంటుంది.

"ఎవరికైతే ***కృతజ్ఞత*** *వుంటుందో, వారికి మరింత సంపద లభిస్తుంది. ఎవరికైతే* ***కృతజ్ఞత*** *వుండదో, వారి దగ్గర వున్న సంపద కూడా నశించిపోతుంది."*

మ్యాజిక్‌ను గుర్తుపెట్టుకోండి. అది మీకోసమే సృష్టింపబడింది.

మ్యాజిక్ అభ్యాసం 28

మ్యాజిక్‌ని గుర్తుంచుకోండి

1. మీ అదృష్టాలను గుర్తుతెచ్చుకోండి. ఒక పది అదృష్టాలను జాబితా వెయ్యండి. వాటికి మీరెందుకు కృతజ్ఞతాబద్ధులో వ్రాయండి. ఆ జాబితాను మరొక్కసారి చదవండి. ప్రతి అదృష్టం చివరా థాంక్యూ అని మూడుసార్లు అనండి. ప్రతి అదృష్టాన్ని తలచుకొని వీలైనంత కృతజ్ఞతాభావాన్ని వెలిబుచ్చండి.

2. నిన్న మీకు దక్కిన అదృష్టాలను తలుచుకోడం ద్వారా మ్యాజిక్‌ను గుర్తుంచుకోండి. వాటన్నిటినీ ఒకచోట జాబితాగా వ్రాసి పెట్టండి. మిమ్మల్ని మీరిలా ప్రశ్నించుకోండి *"నిన్న నాకు జరిగిన మంచి విషయాలు ఏమిటి?"* మీకు సంతృప్తి కలిగేవరకూ మీరు వరుసగా వ్రాసి పెట్టిన నిన్నటి విషయాలను సునిశితంగా పరిశీలించండి.

3. ప్రతి ఒక్క అదృష్టాన్నీ గుర్తుతెచ్చుకుంటూ దానికి ప్రత్యేకంగా మీ మనసులో "థాంక్యూ" చెప్పండి.

4. ఇవ్వాల్టి తరువాత మీరు ఈ అభ్యాసాన్ని ఒక జాబితా వ్రాసిపెట్టుకుని చెయ్యండి. మీరు ఒక చిన్న జాబితానైనా వ్రాసుకోవచ్చు, విశదంగా పెద్దదైనా వ్రాసుకోవచ్చు. అట్లా వ్రాసుకుని ఆ విషయాలకు మీరెందుకు కృతజ్ఞులై వున్నారో చెప్పండి.

5. ఈ రోజు మీరు నిద్రకి ఉపక్రమించబోయే ముందు, మీ మ్యాజిక్ శిలను గుప్పిట్లో వుంచుకుని మీ మ్యాజిక్ మంత్రాన్ని ఇలా అనండి. ఈ రోజు జరిగిన *అతిమంచి విషయానికి థాంక్యూ.*

మీ అద్భుతమైన భవిష్యత్తు

మీ జీవన నిర్మాత మీరే. ఒక అద్భుతమైన అసామాన్యమైన భవిష్యత్తును నిర్మించుకోడానికి కృతజ్ఞత అనేదే ఒక మ్యాజికల్ పనిముట్టు. ఈ మ్యాజిక్ అభ్యాసాల ద్వారా మీరు మీ జీవితానికి ఒక పునాది వేసుకున్నారు. మీ జీవనసౌధానికి మరిన్ని అంతస్తులు చేర్చుకోబోతున్నారు. మీ జీవితం అత్యున్నత శిఖరాలను అధిరోహిస్తుంది. నక్షత్రాలను స్పృశిస్తున్నామా అన్నంతగా కృతజ్ఞతాభావం మీలో వున్నప్పుడు మీరు ఎక్కలేని ఎత్తు లేదు. మీరు అనుభవించే మ్యాజిక్‌కు కూడా ఎల్లలు లేవు. గగనంలో తారలలా ఆ మ్యాజిక్ కూడా అనంతమైనది.

> *"కృతజ్ఞత చెప్పడం సంస్కారం, ఆహ్లాదకరం కూడా. కృతజ్ఞత చూపించడం ఒక గొప్ప గుణం. కానీ కృతజ్ఞత జీవనవిధానం అవడం అంటే స్వర్గపు అంచుల్ని స్పృశించినట్లే."*
>
> జొహానెస్ ఎ. గేర్టనర్ (1912-1996)
>
> ప్రొఫెసర్, వేదాంతి, కవి

ఇంక ఇప్పటినుంచీ ముందుకుపోయే మంచి పద్ధతి ఏమిటంటే ఇప్పటిదాకా మీరు నిర్మించుకున్న పునాదిని కాపాడుకోవడం. తరువాత క్రమంగా దానిపై అంతస్తులు నిర్మించుకుంటూ పోవడం. మీలోని కృతజ్ఞత హృదయపు లోతుల్లోకి ఇంకించుకోవడం. మీరు కృతజ్ఞతను అభ్యాసం చేసిన కొద్దీ అది అంతగా మీకు అనుభూతమౌతుంది. అప్పుడు దాన్ని అభ్యాసం చేయడానికి మీకంత సమయం అక్కర్లేదు.

వారానికి మూడు రోజులు మ్యాజిక్‌ని గుర్తుంచుకోండి. లేదా మరికొన్ని మ్యాజిక్ అభ్యాసాలతో కలిపి చెయ్యండి. ఎలా చేసినా మీ కృతజ్ఞతాభావపు స్థాయిని మీరు కాపాడుకుంటూ వుండాలి. మీ జీవితంలో మ్యాజిక్‌ను నిర్మించుకుంటూ వుండండి. అప్పుడు మీ జీవితం రోజురోజుకూ ప్రవర్ధమానమౌతుంది. ఉదాహరణకి ఒకరోజు "మ్యాజిక్‌ను గుర్తుంచుకోండి" అనే అభ్యాసం చెయ్యండి. రెండవరోజు "మ్యాజిక్ బాంధవ్యాలు" అభ్యాసం చెయ్యండి. మూడవరోజు "మ్యాజిక్ డబ్బు" అభ్యాసం చెయ్యండి.

వారానికి నాలుగురోజులు "మ్యాజిక్‌ను గుర్తుంచుకోండి" అభ్యాసాన్నో లేదా దానితోపాటు మరి మూడు అభ్యాసాలను కలిపో చేస్తే మీలో కృతజ్ఞతాభావం నిలిచివుంటుంది. అది మ్యాజిక్‌ను వేగవంతం చేస్తుంది.

వారానికి అయిదు రోజులు "మ్యాజిక్‌ను గుర్తుంచుకోండి" అభ్యాసాన్నీ లేదా దానితో మరి నాలుగు మ్యాజిక్ అభ్యాసాలనూ కలిపి చేస్తే మీ ఆనందం అనూహ్యంగా పెరుగుతుంది. మీ జీవితంలోని ప్రతి అంశంలోనూ, అన్ని సందర్భాలలోనూ మ్యాజిక్ నిండిపోతుంది.

ఆరురోజులు కానీ, ఏడురోజులు కానీ "మ్యాజిక్‌ను గుర్తుంచుకోండి" అభ్యాసాన్నీ, దానితోపాటు మీకిష్టమైన మరికొన్ని మ్యాజిక్ అభ్యాసాలను కానీ చేస్తే మీరు నిజంగా పరశువేదే, మీకు పట్టిందంతా బంగారమే!

మ్యాజిక్ అభ్యాసం : కొన్ని సిఫార్సులు

మీ జీవితంలోని ముఖ్యమైన అంశాలలో, అంటే ఆనందం, ఆరోగ్యం, బాంధవ్యాలు, వృత్తి, ఉద్యోగం, డబ్బు మొదలైన వాటిలో మ్యాజిక్ ప్రభావం అట్లాగే నిలిచి వుండాలంటే, ఆయా అంశాలకు చెందిన మ్యాజిక్ అభ్యాసాలను వారానికొకరోజు చెయ్యవచ్చు. కాకపోతే ఏదైనా అంశంలో మ్యాజిక్‌ను పెంచుకోవాలంటే ఆ అభ్యాసాన్ని మరింతగా చెయ్యాలి. వారానికి ఎక్కువ

రోజులు చెయ్యాలి. మీకు ఆరోగ్యం బాగాలేదనుకోండి. మీ ఆరోగ్యానికి సంబంధించిన మ్యాజిక్ అభ్యాసాన్ని రోజుకొకసారైనా చెయ్యండి. పలుమార్లు చేయలేకపోయినా సరే.

ఏ అంశంలోనైనా త్వరగా మంచి ప్రభావం చూపించాలంటే ఈ కింది మ్యాజికల్ అభ్యాసాలను నేను మీకు సిఫార్సు చేస్తాను. వీటినీ ఆయా అంశాల విషయంలో జాగ్రత్తగా అనుసరించండి. కనీసం మూడు వారాలైనా అనుసరించండి. నేను సూచించిన అభ్యాసాన్ని వారానికొకసారైనా చేస్తూ ఈ సూచనలను పాటించండి.

బాంధవ్యాలు

మ్యాజికల్ బాంధవ్యాలు - పేజీ *48*

మ్యాజిక్ ధూళి - పేజీ *109*

మీ బాంధవ్యాలను మ్యాజికల్‌గా సరిచేసుకోండి - పేజీ *147*

మంత్రదండం - పేజీ *211*
(మంత్రదండం అభ్యాసం ఆయా వ్యక్తుల ఫోటోలపై కూడా ప్రయోగించవచ్చు. ఫోటోలు లేని వ్యక్తులపై ఊహాత్మకంగా ప్రయోగించవచ్చు.)

మ్యాజిక్ దర్పణం - పేజీ *233*

మ్యాజిక్‌ను గుర్తుపెట్టుకోండి - పేజీ *238*

ఆరోగ్యం

డబ్బు

మ్యాజిక్ దర్పణం - పేజి *233*

మ్యాజిక్‌ను గుర్తుపెట్టుకోండి - పేజి *238*

వృత్తి

మ్యాజిక్‌లా పనిచేస్తుంది - పేజి *74*

మ్యాజిక్ ధూళి - పేజి *109*

మంత్రదండం - పేజి *211*

(మంత్రదండం అభ్యాసం ద్వారా మీరు ఇతరులకు విజయాన్ని పంపవచ్చు. ఇతరులకు విజయం కలగాలని కోరుకోడం ద్వారా మీకూ విజయం సంప్రాప్తిస్తుంది.

మంత్రదండం అభ్యాసం ఆయా వ్యక్తుల ఫోటోలపై కూడా ప్రయోగించవచ్చు. ఫోటోలు లేని వ్యక్తులపై ఊహాత్మకంగా ప్రయోగించవచ్చు.)

మ్యాజిక్ దర్పణం - పేజి *233*

మ్యాజిక్‌ను గుర్తుపెట్టుకోండి - పేజి *238*

మీ కోరికలు

మ్యాజిక్ ధూళి - పేజి *109*

మీ కోరికలన్నింటినీ సాకారం చేసుకోండి - పేజి *129*

(మీ కోరికలన్నీ సాకారం చేసుకోండి అనే అభ్యాసం మీరింతకు పూర్వం చేసి వుండకపోతే స్టెప్‌లన్నీ చెయ్యండి. చేసివుండి ఇప్పుడు మళ్ళీ చేస్తుంటే మూడవ స్టెప్ నుంచీ ప్రారంభించండి.)

మంత్రదండం - పేజి *211*
(మంత్రదండం అభ్యాసం ఆయా వ్యక్తుల ఫోటోలపై కూడా ప్రయోగించవచ్చు. ఫోటోలు లేని వ్యక్తులపై ఊహాత్మకంగా ప్రయోగించవచ్చు.)

మ్యాజిక్ దర్పణం - పేజి *233*

మ్యాజిక్‌ను గుర్తుపెట్టుకోండి - పేజి *238*

మీ మ్యాజిక్ శిల

మ్యాజిక్ శిల అభ్యాసాన్ని మీ దైనందిన కార్యక్రమాల్లో ఒకటిగా చేసుకోవచ్చు. ఈ చిన్న శిలను మీ పడక పక్కన పెట్టుకుని, సరిగ్గా మీరు నిద్రకు ఉపక్రమించబోయేముందు ఆ రోజు మీకు కలిగిన అన్నింటికన్న మంచి అనుభవాన్ని తలుచుకోవచ్చు. ఈ చిన్న శిలను మీతోపాటు మీ జేబులో వుంచుకుని ఎక్కడికి వెళ్ళినా తీసుకుపోవచ్చు. దానిని స్పృశించినప్పుడల్లా ఆనాటి మంచి విషయాన్ని తలుచుకుంటూ వుండవచ్చు.

మీ మ్యాజిక్ ధూళి

ఈ అభ్యాసాన్ని కూడా మీ దినచర్యలో భాగం చేసుకోవచ్చు. మీకు ఏదో ఒక రకంగా సేవలందిస్తున్నవారిపై దీన్ని చల్లడమే కాకుండా ఈ అభ్యాసం చెయ్యడానికి ఇంకా వేరే పద్ధతులు కూడా వున్నాయి. మీరు మీ మ్యాజిక్ ధూళిని ఎవరిమీదైనా, దేనిమీదైనా చల్లవచ్చు. మీ పై అధికారి మీపై చిర్రుబుర్రులాడుతుంటే అతని మీద (లేదా ఆమె మీద) మ్యాజిక్ ధూళి చల్లవచ్చు. మీ కుటుంబసభ్యులెవరైనా చిరాకుగా వున్నా వారిమీద చల్లవచ్చు. లేదా ఎవరికైనా వారి జీవితంలో మ్యాజిక్ కొరవడ్డట్లు మీకు అనిపిస్తే వారి మీదైనా చల్లవచ్చు. మీరెక్కడికెడితే అక్కడ మ్యాజిక్ వుండేలా చేసుకోవచ్చు.

శిశువుల మీద, బాలల మీద, మీ తోట పైన, అందులోని మొక్కల పైన, మీ ఆహార పానీయాల పైన, మీ కంప్యూటర్ మీద, మీకొచ్చిన మెయిల్ మీద, మీ పర్సు మీద, మీ కారు మీద, మీరు చేయబోయే ఫోన్‌కాల్ మీద, అట్లా మీకు శుభాన్నివ్వాలనుకున్న దేనిమీదైనా చిలకరించండి. అంతేకాదు. మీరు మెరుగుపడాలనుకున్న ఏ సందర్భం మీదైనా కూడా మీ మ్యాజిక్ ధూళి చల్లవచ్చు. మ్యాజిక్ ధూళి దేనిమీద చల్లాలి అనేది మీ ఊహల విస్తృతిని బట్టి వుంటుంది.

మ్యాజిక్‌కు అంతం లేదు

నేను నా జీవితంలో ప్రతిరోజూ కృతజ్ఞతను అభ్యాసం చేస్తాను. ఏదో విధంగా కృతజ్ఞతను అభ్యాసం చెయ్యకుండా అదివరకు నేను రోజులు, నెలలు, సంవత్సరాలూ ఎట్లా గడిపానో అనేది ఇప్పుడు ఊహించలేను. ఇప్పుడు కృతజ్ఞత అనేది నా వ్యక్తిత్వంలో ఒక భాగమైపోయింది. నా శరీరంలోని ప్రతి కణంలోనూ ఇంకిపోయింది. నా అంతఃచేతనలో ఇమిడిపోయింది.

అయితే మనం మన నిత్యజీవన వ్యవహారాలలో మునిగిపోయి కృతజ్ఞతను అభ్యాసం చెయ్యడం మర్చిపోవచ్చు. అట్లా అయితే కొంతకాలానికి మనలో వుండే మ్యాజిక్ ఆవిరైపోతుంది. అందుకని నేను కృతజ్ఞతను కావలసినంతగా అభ్యాసం చేస్తున్నానో లేదో చూడడానికి మ్యాజిక్‌నే ఉపయోగిస్తాను. అదే నాకు మార్గదర్శి. నా జీవితాన్ని నేను చాలా జాగ్రత్తగా గమనిస్తూ వుంటాను. నేను అనుకున్నంత ఆనందంగా లేనని అనిపించినప్పుడు, కృతజ్ఞత అభ్యాసాన్ని ఎక్కువ చేస్తాను. నా జీవితంలోని ఏదైనా అంశంలో ఏవైనా చిన్న చిన్న సమస్యలు తలెత్తినప్పుడు, ఆ అంశానికి చెందిన కృతజ్ఞత అభ్యాసాలు ఎక్కువ చేస్తాను.

ఇప్పుడింక నేను నకిలీ వేషాలు చూసి మోసపోను. ప్రతి సందర్భంలోనూ మంచినే చూడడానికి అందుకు కృతజ్ఞత చూపడానికీ ప్రయత్నిస్తాను. మంచి వుందని నమ్మి చేస్తాను. అప్పుడు అనవసరమైన విషయాలు మ్యాజికల్‌గా మాయమైపోతాయి.

"నేను చిన్న చిన్న విషయాలకు కూడా కృతజ్ఞత చెప్పడం ప్రారంభించాను. నాలో ఎంతగా కృతజ్ఞతాభావం పెంపొందిందో, నా సంపద కూడా అంతగా పెరిగింది. దానికి కారణమేమిటంటే మనం దేనిమీద దృష్టి కేంద్రీకరిస్తామో అది అభివృద్ధి చెందుతుంది. మనం మన జీవితంలో మంచితనం మీద దృష్టి కేంద్రీకరిస్తే, మనలో అది మరింతగా పెరుగుతుంది. అవకాశాలు, బాంధవ్యాలు, ఆఖరికి డబ్బు కూడా నన్ను వెతుక్కుంటూ వచ్చింది. ఎందువల్లనంటే నా జీవితంలో ఎటువంటి వడిదుడుకులు వచ్చినా నేను కృతజ్ఞురాలిగానే వుండడం వలన."

ఓప్రా విన్ ఫ్రీ (జ. 1954)
మీడియా పర్సనాలిటి, వ్యాపారవేత్త

కృతజ్ఞతను అభ్యాసం చెయ్యడమంటే సత్యమైన విశ్వజనీన సూత్రాన్ని పాటిస్తున్నామన్నమాట. అది ఈ విశ్వం మనకిచ్చిన కానుక. అది మనకోసమే వున్నది. తనని ఉపయోగించుకుని జీవితంలో ఔన్నత్యం సాధించమని మనకు చెబుతున్నది.

ఈ విశ్వమూ మనమూ

కృతజ్ఞతాభావంతో జీవితంలో మీరొక స్థాయికి చేరగలరు. అది మీ జీవితంలో అనంతమైన అదృష్టాన్ని కలుగచేస్తుంది. ఈ స్థాయి కృతజ్ఞతాభావాన్ని చేరుకోడానికి మార్గం మనకి ఈ విశ్వంతో వున్న బాంధవ్యమే. లేదా దీనినే మనం దేవాత్మ అనుకోవచ్చు.

ఈ విశ్వం వేరు, నేను వేరు అని మీకు అనిపించవచ్చు. కానీ మీరు ఆలోచించినకొద్దీ పైకి ఆకాశంలోకి చూసినకొద్దీ మీకర్థం అవుతుంది. ఈ విశ్వం మనపైన వున్నది. మన వెనకా వున్నది. మన పక్కనా వున్నది. అది ప్రతి వస్తువులోనూ, ప్రతి మనిషిలోనూ వున్నది. అంటే ఈ విశ్వం మీలోనే వున్నది.

"కింద ఎలా వున్నదో పైన అలా వున్నది. పైన ఎలా వున్నదో కింద అలా వున్నది. ఈ జ్ఞానంతోనే మీరు అద్భుతాలు చెయ్యవచ్చు."

ది ఎమరాల్డ్ టాబ్లెట్ (క్రీ.పూ.5000-3000)

ఈ విశ్వం మీలోనే వున్నదని మీకు అర్థం అయినప్పుడు, అది సహజంగా మీ కోసమే వున్నదని అర్థం అవుతుంది. మీకు మరింత ఆరోగ్యం, ఆయుర్దాయం, ప్రేమ, సౌందర్యం, ఇంకా మీరు కోరుకునేవన్నీ ఇవ్వాలనుకుంటుంది. అప్పుడు ఈ విశ్వంనుంచీ పొందిన వీటన్నిటికీ మీరు మరింత కృతజ్ఞులై వుంటారు. అప్పుడు మీరు ఈ విశ్వంతో ఒక వ్యక్తిగత అనుబంధాన్ని స్థిరపరచుకుంటారు.

మీరు విశ్వంనుంచీ అందుకున్న ప్రతిదానికీ మీలో నిజమైన, హృదయపూర్వకమైన కృతజ్ఞతాభావం పెంపొందినకొద్దీ విశ్వంతో మీ బాంధవ్యం మరింత గట్టిపడుతుంది. అప్పుడు మీరు అనంత సంపదలు పొందే స్థాయికి చేరుకుంటారు. కృతజ్ఞత అనే మ్యాజిక్‌తో.

మీరు కృతజ్ఞత అనే మ్యాజిక్‌కు మీ హృదయాన్నీ, మనసునీ పూర్తిగా తెరిచి వుంచుతారు. అప్పుడు మీరు, మీతో సంబంధమున్న వ్యక్తుల జీవితాలను కూడా ప్రభావితం చేస్తారు. మీరు ఈ విశ్వానికే మిత్రులవుతారు. ఈ భూమిమీద అంతులేని అదృష్టాలకు మీరొక వాహిక అవుతారు. విశ్వంతో సాన్నిహిత్యాన్ని అనుభూతించడం ఈ విశ్వమే మీలో వున్నదన్న భావన రావడం అనే క్షణంనుంచీ ఈ ప్రపంచమంతా మీదే. మీరు సాధించలేనిది ఏమీ లేదు.

కృతజ్ఞతే సమాధానం

చెదిరిన బాంధవ్యాలను కలిపేది, అనారోగ్యాన్ని నయం చేసేది, ఆర్థిక ఇబ్బందులని తొలగించేది దుఃఖాన్ని, వేదనని, మానసికంగా కుంగిపోవడాన్ని, తొలిగించేది కృతజ్ఞతే. సంతోషాన్ని, స్పష్టతను, సహనాన్ని, శాంతిని, దయను కరుణను అవగాహననూ కలుగచేసేది కృతజ్ఞతే. సమస్యలకు పరిష్కారాలను సూచించేది, కోరికలు తీరేమార్గాన్ని చూపించేది కృతజ్ఞతే.

ప్రతి విజయం వెనకా కృతజ్ఞత వుంది. అది కొత్త ఆవిష్కరణలకు ద్వారాలు తెరుస్తుంది. ఈ విషయాన్ని గొప్ప విజ్ఞాన శాస్త్రవేత్తలయిన న్యూటన్, ఐన్‌స్టీన్‌లు నిరూపించారు. వారి అడుగుజాడలను ప్రతి శాస్త్రవేత్త అనుసరిస్తే ప్రపంచం ఒక కొత్త అవగాహనను, అభివృద్ధినీ పొంది వుండేది కదా. ప్రస్తుతమున్న పరిధులు తుడిచిపెట్టుకుపోయేవి. సాంకేతికశాస్త్రంలో, భౌతిక శాస్త్రంలో మానసిక విజ్ఞాన శాస్త్రంలో అన్ని వైజ్ఞానిక శాస్త్రాలలో గొప్ప మార్పులు వచ్చేవి.

పాఠశాలలలో కృతజ్ఞత అనేది ఒక తప్పనిసరి పాఠ్యాంశం అయితే, మన నాగరికత మరింత ముందుకు తీసుకువెళ్ళే బాలలు మనకు తయారౌతారు. భవిష్యత్తు తరాలు వారికి ఋణపడి వుంటారు.

భవిష్యత్తులో ప్రపంచాన్ని నడిపించే దేశాలు ఎలా వుంటాయంటే, ఆ దేశాల నాయకులూ ప్రజలూ కూడా అత్యంత కృతజ్ఞతా భావంతో వుంటారు. ఒక దేశపు ప్రజలలో వుండే కృతజ్ఞత ఆదేశానికి సంపదనూ పురోభివృద్ధినీ తెచ్చిపెడుతుంది. ఆ ప్రజలు ఆరోగ్యంగా ఏ జబ్బులూ లేకుండా వుంటారు. పరిశ్రమలూ వ్యాపారాలూ వృద్ధి చెందుతాయి. దేశం సుఖశాంతులతో

వర్ధిల్లుతుంది. పేదరికం అదృశ్యమౌతుంది ఒక్క వ్యక్తి కూడా ఆకలితో అలమటించడు. కృతజ్ఞత నిండిన దేశంలో అటువంటి వ్యక్తులు వుండరు.

దేశప్రజలలో ఎంత ఎక్కువ మందికి కృతజ్ఞత యొక్క మ్యాజిక్ శక్తి అర్థమైతే, అది అంత వేగంగా దేశమంతా విస్తరిల్లుతుంది. ఒక కృతజ్ఞతా విప్లవానికి నాంది పలుకుతుంది.

మ్యాజిక్‌ను మీతో తీసుకుపోండి

మీరెక్కడికి వెడితే అక్కడికి ఈ మ్యాజిక్‌ను తీసుకుపోండి. మీ కోరికలలోకి, అభిరుచుల్లోకి, దినచర్యలోకి దానిని పూర్తిగా నింపండి. భవిష్యత్తులో మీకెటువంటి సవాళ్ళు ఎదురైనా, మీరు పరిష్కరించలేమనుకున్న సమస్యలెదురైనా, మీ వల్ల ఏమీ కాదన్న నిరాశ వచ్చినా, భయాలూ దిగుళ్ళూ మాని, కృతజ్ఞత యొక్క మ్యాజిక్ శక్తిమీద భరోసా పెట్టండి. మీ జీవితంలోని మంచికి మీరు నిజంగా కృతజ్ఞులై వుంటే, మీకొచ్చిన సమస్యలూ, చిక్కు సందర్భాలూ మంత్రించినట్లు మారిపోతాయి."

> *"అతనికి (మానవుడికి) మేము దారి చూపించాము. అందుకు కృతజ్ఞతతో వుండడం వుండకపోవడం (అతనిష్టం)"*
>
> కురాన్ (అల్-ఇన్సాన్ 76:3)

మ్యాజిక్ మంత్రం *"థాంక్యూ"* చెప్పండి. పెద్దగా బయటకి చెప్పండి. కప్పుపైకెక్కి గట్టిగా అరిచి చెప్పండి. మీకు మీరే గుసగుసగా చెప్పుకోండి. మనసులోనే చెప్పుకోండి. కానీ ఈ రోజునుంచీ మీరెక్కడికి వెళ్ళినా కృతజ్ఞత అనే ఈ మ్యాజిక్ శక్తిని మీ వెంట తీసుకుపోండి.

సంపద్వంతమైన అద్భుతమైన జీవితం కావాలంటే దానికి సమాధానం
మీ పెదవులమీదే వుంది. మీ హృదయాంతరాళాలో వుంది.
మీకు మ్యాజిక్ అందించడానికి సిద్ధంగా కూడా వుంది.

Rhonda Byrne

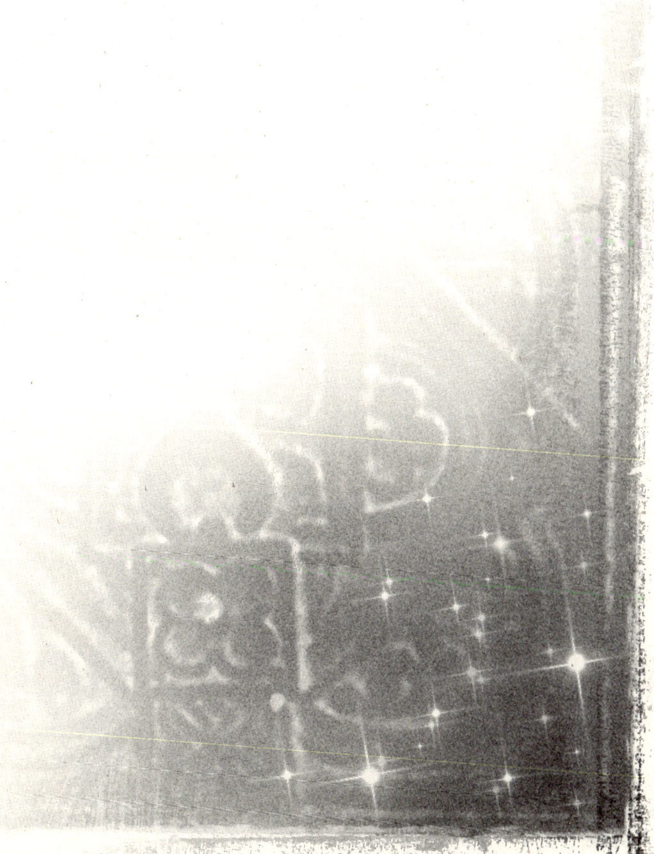

రోండా బర్న్ గురించి

రోండా బర్న్ తన ప్రయాణం "ద సీక్రెట్" అనే సినిమాతో ప్రారంభించింది. ఈ సినిమాని ప్రపంచవ్యాప్తంగా కోట్లాదిమంది వీక్షించారు. తరువాత "ద సీక్రెట్" పుస్తకంగా వచ్చి ప్రపంచవ్యాప్తంగా బెస్ట్ సెల్లర్ అయింది. దాదాపు 47 భాషలలోకి అనువాదం అయి ఇరవై మిలియన్ కాపీలు అమ్ముడుపోయింది.

"ద సీక్రెట్" పుస్తకం న్యూయార్క్ టయిమ్స్ బెస్ట్ సెల్లర్ జాబితాలో 190 వారాలు నిలబడి, యు.ఎస్.ఎ. టుడే చేత గత పదిహేను సంవత్సరాలలో వచ్చిన 20 టాప్ బెస్ట్ సెల్లింగ్స్ పుస్తకాలలో ఒకటిగా నమోదు చేయబడింది.

తరువాత రోండా 2010లో "ద పవర్" అనే అద్భుతమైన పుస్తకం వ్రాసింది. అది కూడా న్యూయార్క్ టయిమ్స్ బెస్ట్ సెల్లర్‌గా గుర్తింపు పొంది 43 భాషల్లోకి అనువాదం అయింది.